நல்ல தமிழில் எழுதுவோம்

(எளிய முறையில் தமிழ் இலக்கணத்தைக் கற்க உதவும் மிகச் சிறந்த கையேடு)

நல்ல தமிழில் எழுதுவோம்

(எளிய முறையில் தமிழ் இலக்கணத்தைக்
கற்க உதவும் மிகச் சிறந்த கையேடு)

என். சொக்கன்

SPECIFICS

Title: Nalla Thamizhil Ezhuthuvom
Author's Name: N Chokkan

Published by ZDP Specifics

ZDP
SPECIFICS

(An imprint of Zero Degree Publishing)
No. 55(7), R Block, 6th Avenue,
Anna Nagar,
Chennai - 600 040

Website: www.zerodegreepublishing.com
E Mail id: zerodegreepublishing@gmail.com
Phone: 89250 61999

ZDP Specifics First Edition: December 2022
ISBN: 978-93-93882-29-5
TITLE No. ZDP Specifics: 33

Cover Design & Layout: Vijayan, Creative Studio

Printed at Manipal Technologies, India

முன்னுரை

ஒரு மொழிக்கு இலக்கணம் எந்த அளவு முக்கியம்?

இதுபற்றி மாறுபட்ட கருத்துகள் இருக்கின்றன. சொல்லும் விஷயம் எதிராளிக்குச் சரியானபடி சென்று சேரவேண்டும், அதற்கு அநியாயச் சுருக்க எஸ்.எம்.எஸ். மொழியே போதும் என்பது ஒரு கட்சி, அந்த எஸ்.எம்.எஸ்.ஸில்கூட இலக்கண சுத்தமாக எழுதமுடியாவிட்டால் எழுதாமலே இருக்கலாம் என்பது வேறொரு கட்சி.

ஆரம்பத்திலேயே சொல்லிவிடுகிறேன், நான் இதில் இரண்டாவது கட்சியைச் சேர்ந்த தொண்டன். அதுவும் மிகத் தீவிரமான வன்தொண்டன்.

அதற்காக என்னை இலக்கணப் பண்டிதன் என்று எண்ணிவிட வேண்டாம். எல்லாரையும்போலப் பள்ளியில் 'தமிழ் இரண்டாம் தாள்' தேர்வுக்காக மட்டுமே இலக்கணம் படித்து, மனப்பாடம் செய்து பரீட்சை எழுதிவிட்டு, பின்னர் அதைச் சுத்தமாக மறந்துவிட்ட சராசரி மாணவன்தான் நானும்.

பள்ளியிலிருந்து கல்லூரிக்குச் சென்றபின், தமிழ் இலக்கணத்தோடு எனக்கும் தொடர்பறுந்துபோனது. நல்ல வேளையாக, செய்தித்தாள்கள், பத்திரிகைகள், புத்தகங்கள்,

மாத நாவல்கள் என்று கைக்குக் கிடைத்தவற்றையெல்லாம் வாசிக்கிற பழக்கம் மட்டும் தொடர்ந்தது.

வெகுஜன மீடியாவையோ, இலக்கியச் சிற்றிதழ்களையோ, ஏன் பெரும்பாலான தமிழ்ப் புத்தகங்களையோகூட தொடர்ந்து வாசிப்பதில் ஒரு பிரச்னை, அங்கே மொழி விஷயத்தில் பொதுத்தன்மை என்று எதுவும் இல்லை. சிலர் நல்ல இலக்கண சுத்தமாக எழுதுவார்கள், வேறு சிலருடைய எழுத்தில் பிழைகள் மலிந்திருக்கும். எது சரி, எது தவறு என்று பிரித்துப் புரிந்துகொள்கிற ஞானம் நமக்கு இல்லாவிட்டால், இதுவும் உள்ளே போகும், அதுவும் உள்ளே போகும், இரண்டிலும் ஒரே வார்த்தை வெவ்வேறுவிதமாக எழுதப்பட்டிருக்கிறதே என்றுகூட யோசிக்கமாட்டோம், யோசிக்கத் தோன்றாது.

காரணம், பள்ளியில் எனக்குச் சொல்லித்தரப்பட்ட தமிழ் இலக்கணப் பாடங்கள் எவையும், 'பின்னர் நீ வாசிக்கப்போகிற, எழுதப்போகிற, பேசப்போகிற எல்லா எழுத்துகளுக்கும் இவைதான் அடிப்படை' என்கிற கண்ணோட்டத்தில் முன்வைக்கப்படவில்லை. அப்படிச் சொல்லித்தரப்படவில்லை.

மாறாக, இலக்கணப் பாடம் என்பது செய்யுள் எழுதுவதற்கான பயிற்சி வகுப்பு என்றுதான் நான் அப்போது நினைத்தேன். பாடத் திட்டங்களும் அப்படித்தான் அமைந்திருந்தன.

சரி, அதைப் படித்துச் செய்யுள் எழுதவாவது கற்றுக்கொண்டிருக்கலாமே.

ம்ஹூம், எனக்கு வாய்த்த வாத்தியார்கள் அதையும் சரியாகச் செய்யவில்லை. இலக்கணத்தை ஒரு கட்டாய விதிமுறை மாதிரி மூளைக்குள் சிரமப்பட்டுத் திணித்தார்களேதவிர, அதனால் ஆய பயன் என்ன என்று ஒருவரும் சொல்லவில்லை. நாங்களும் அவர்களைக் கேட்கவில்லை.

இதனால், இலக்கணப் பாடம் என்பது வெறும் மனப்பாடம்தான். பரீட்சையில் எழுதும்வரைதான் அதற்கு மரியாதை, அதன்பிறகு அதை இரட்டைக் கிளவி, அடுக்குத்தொடர், ஆகுபெயர்,

ஈறுகெட்ட எதிர்மறைப் பெயரெச்சம் என்று ஞாபகத்தில் வைத்திருப்பதுகூட, சும்மா பழைய நினைவில் மிதக்கும் விஷயம்தான், பயன் கருதி அல்ல.

பயன் என்றால், காசு சம்பாதிப்பதை நினைத்துவிடாதீர்கள். இன்றைக்கு எல்கேஜியில் சேரும்போதே 'கேம்பஸ் இண்டர்வ்யூ உண்டா?' என்று விசாரிக்கிறார்கள். நான் சொல்வது அதுவல்ல.

இலக்கணம் என்பது ஒரு மொழிக்கு ஆணிவேர் போன்றது. அதைச் சரியாகக் கற்றுக்கொண்டவர்கள் பிழையின்றி எழுதலாம், ஒவ்வொரு சொல்லையும் சரியாக உச்சரிக்கலாம், அப்படிப் பிழையின்றி எழுதுவது, பேசுவது மொழியின் தூய்மைக்கு முக்கியம், அசுத்தம் குறைவான மொழி நீண்ட நாள் பிழைக்கும், ஆகவே, நீங்கள் இலக்கணத்தைச் சரியாகப் படிக்கவேண்டும், பயன்படுத்தவேண்டும், பிழை இல்லாமல் எழுதுவதில், பேசுவதில் பெருமைகொள்ளவேண்டும்... இந்தக் கண்ணோட்டத்தில் சொல்லித்தந்திருந்தால், பள்ளி இலக்கணப் பாடங்கள், வகுப்புகளை நான் இன்னும் கொஞ்சம் உருப்படியாகப் பயன்படுத்திக்கொண்டிருப்பேன்.

இப்படி இலக்கணத்தை ஒழுங்காகப் படிக்காமல் (அல்லது, படித்து, அதை மறந்துவிட்டு) கல்லூரிக்கு வந்த நான், பத்திரிகைகளில், புத்தகங்களில் படித்த தமிழை நம்பிக் கதையெல்லாம் எழுத ஆரம்பித்தேன். பத்திரிகைகள் அவற்றை அதிவேகத்தில் திருப்பி அனுப்ப, அவர்களைத் திட்டித் தீர்த்தேன். மறுபடி அதே கதைகளை எந்த மாற்றமும் இல்லாமல் வேறு பத்திரிகைகளுக்கு அனுப்பித் தோற்றேன்.

இங்கே மாற்றம் என்பது இலக்கண மாற்றம் அல்ல, கதையே திராபையாக இருந்திருக்கலாம், ஆனால் அப்போது நான் எழுதிய மொழி இன்னும் திராபையாகத்தான் இருந்திருக்கவேண்டும்.

இது எனக்குப் புரியவே இல்லை. மேலும் மேலும் பிழை மலிந்த வணிக எழுத்துகளை மட்டுமே படித்து, அதே பாணியில் கதைகளை எழுதித் தள்ளினேன், அவற்றில் சிலது

பிரசுரமாயின, ஆனால் அப்போதும், எழுத்து நடையிலும் பாத்திரப் படைப்பிலும் செலுத்திய கவனத்தில் ஒரு துளிகூட, மொழியைச் செம்மையாக்க நான் தரவில்லை.

அதிகம் வேண்டாம், என் கதைகளைப் பிரசுரித்த பத்திரிகைகள், அவற்றில் என்னமாதிரி மாற்றங்களைச் செய்துள்ளார்கள் என்பதைமட்டும் கவனித்திருந்தாலே போதும், நான் நிறைய கற்றுக்கொண்டிருப்பேன்.

ஆனால், அப்போது அந்தச் சிந்தனையே வரவில்லை. கதை பிரசுரமாகிறதா? காலரைத் தூக்கிவிட்டுக்கொண்டு காலேஜைச் சுற்று. அடுத்த கதை எழுது, அவ்வளவே!

இந்தச் சுழலில் சிக்கிக்கொண்ட நான், அடுத்தடுத்த கதைப் பிரசுரங்களால் மேலும் மிதப்படைந்தேன். நிறைய எழுதிக் குவித்தேன், அதேசமயம், எந்தப் பத்திரிகைக்கு எதை எழுதினால் பிரசுரமாகும் என்ற நுட்பமும் புரிந்துவிட்டது. அதனால், கொஞ்சம் கொஞ்சமாக என்னுடைய கதைகள் திரும்பி வருவது குறையத் தொடங்கியது.

இப்போது யோசித்தால், மிக வெட்கமாக இருக்கிறது. அப்போது நான் எழுதிய சிறுகதைகளைப் பிரசுரித்த உதவி ஆசிரியர்கள் அதில் பிழை திருத்தம் செய்ய என்ன பாடுபட்டார்களோ!

அவர்கள் அங்கே சிவப்புப் பேனாவோடு மாங்கு மாங்கென்று உழைக்க, இங்கே நான், என் எழுத்தில் பிழைகள் இருப்பதுகூடத் தெரியாமல், அவற்றை நானே சரிசெய்வதன் முக்கியத்துவத்தை உணராமல், திரும்பத் திரும்ப அதே பிழைகளோடு எழுதிக் குவித்துக்கொண்டிருந்தேன்.

முதன்முறையாக, இந்தச் சுழலில் இருந்து என்னை விடுவித்தவர், பா. ராகவன்.

அவர் பத்திரிகையில் வேலை செய்தபோது என்னுடைய பல சிறுகதைகள், கட்டுரைகளை அவரே பிழை திருத்திப் பிரசுரித்திருக்கிறார். ஆனால், நான் புத்தகம் எழுதத்

தொடங்கியபோது, 'இந்த வேலையே கூடாது, நீதான் பிழை திருத்தணும்' என்று சொல்லிவிட்டார்.

'பிழை திருத்தறதுன்னா? ப்ரூஃப் ரீடிங்கா?' என்று நான் முகம் சுளித்தேன்.

'டேய் மக்கு, பேப்பர்ல பிழை திருத்தறதுதான் ப்ரூஃப் ரீடிங், அதைச் செய்யப் பல ஆளுங்க இருக்காங்க' என்றார் அவர், 'நான் சொல்றது, உன் புத்தியில திருத்தணும், அடுத்தவாட்டி இந்தப் பிழையைச் செய்யவேகூடாது, அது உன்னால மட்டும்தான் முடியும்.'

அப்போதும் எனக்குப் புரியவில்லை. இத்தனை சிறுகதைகள், கட்டுரைகள் எழுதியிருக்கிறேன், மிக விரைவில் நோபல் பரிசு வாங்கப்போகிறேன், என் எழுத்தில் என்ன பிழை இருக்கமுடியும்? ஹ்ஹா!

ராகவன் பொறுமையாகச் சொல்லித்தந்தார். ஒவ்வொரு புத்தக மேனுஸ்க்ரிப்ட் தயாரானதும், அதை வாசிக்கும்போதே என்னையும் மின் அரட்டைப் பெட்டியில் அழைத்து, வரிக்கு வரி, வார்த்தைக்கு வார்த்தை திருத்தம் சொன்னார், அதற்கான காரணங்களையும் விளக்கினார், எப்படிச் சரியாக எழுதவேண்டும் என்று கற்றுத்தந்தார்.

அந்த அனுபவத்தை என்னால் வாழ்நாள் முழுவதும் மறக்கமுடியாது. என் எழுத்தில் இத்தனை பிழைகளா? இதையா ஊர்முழுக்கப் பெருமையுடன் காட்டிக்கொண்டு திரிந்தேன்? கூனிக் குறுகிப்போனேன்.

பள்ளியிலேயே இலக்கணத்தின் முக்கியத்துவத்தைச் சொல்லித்தராத வாத்தியார்மீது பழியைப் போடுவது சுலபம், ஆனால் அதனால் என் எழுத்து மேம்பட்டுவிடுமா என்ன? நான்தானே ஏதாவது செய்யவேண்டும்?

முதலில், ராகவன் சொன்ன பிழைகளை என் எழுத்தில் தவிர்க்கத் தொடங்கினேன். அவற்றையும், மூளையிலேயே

திருத்துவது அத்தனை சுலபமாக இல்லை, எழுதி முடித்தபின் தேடித் திருத்தினேன், கொஞ்சம் கொஞ்சமாக அவை புத்தியில் பதிந்துகொண்டன.

அதன்பிறகு, அடுத்த புத்தகம், அதிலும் வேறு புதுப் பிழைகளை ராகவன் கண்டுபிடித்துச் சொல்வார், சளைக்காமல் திருத்துவேன், இப்படி நான் அவரிடமிருந்து கேட்டுக் கேட்டுத் தெரிந்துகொண்டு சேமித்துவைத்த (மிக நீளமான) திருத்தப் பட்டியல் இன்னும் என்வசம் இருக்கிறது.

ஆனால், எவ்வளவுதான் ராகவனால் சொல்லித்தரமுடியும்? பிழை செய்துவிட்டுப் பாடம் கேட்பதைவிட, எழுதுமுன் காப்பது மேல் அல்லவா?

அவரிடமே கேட்டேன், 'நான் என்ன செய்யணும் சார்?'

'அது ரொம்ப ஈஸி' என்றார் அவர், 'நன்னூலும் தொல்காப்பியமும் படி!'

'சரி' என்று தலையாட்டிவிட்டேனேதவிர, அவற்றை உடனே படித்து உள்வாங்கிக்கொள்ளமுடியவில்லை. கடந்த ஏழெட்டு வருடங்களாக மெதுவாக வாசிக்கிறேன், ஒவ்வொரு நூற்பாவிலும் ஒவ்வொரு சூத்திரத்திலும் புதுப்புது விஷயங்கள் புரிகிறது. குறித்துவைத்துக்கொள்கிறேன், வேறு விஷயம் வாசிக்கிறேன்.

இப்போதும், என் எழுத்து பிழையற்றது என்று சொல்லமாட்டேன். அப்படி யாருமே சொல்லமுடியாது என்று நினைக்கிறேன், ஆனால், பிழையற்று எழுதவேண்டும் என்ற முனைப்புடன்தான் ஒவ்வொரு வரியையும் எழுதுகிறேன் என்றுமட்டும் உறுதியாகச் சொல்வேன். அதுதான் இலக்கணப் பயிற்சியின் நோக்கம் என்று நான் நினைக்கிறேன்.

நன்னூல் மற்றும் தொல்காப்பியத்திலிருந்தும், வேறு சில இலக்கண நூல்களிலிருந்தும் நான் கற்றுக்கொண்ட விஷயங்களை நண்பர்களிடம் அவ்வப்போது சொல்லும்போது, அவர்கள் இதுபற்றி மேலும் கேள்விகளைக் கேட்டார்கள்,

என் விரல் நுனியில் பதில் இல்லை, தேடிப் படித்துப் பதில் தெரிந்துகொண்டேன்.

அப்போதுதான், தமிழ்மீது பிரமிப்பும் பலமடங்கு அதிகரித்தது. எழுத்து, சொல், புணர்ச்சி, செய்யுள், உச்சரிப்பு, கவிதை அழகு என ஒவ்வொன்றுக்கும் இத்துணை தெளிவான வரையறை, கச்சிதமான கட்டமைப்பைக் கொண்ட வேறு மொழி இலக்கணம் உலகில் உள்ளதா என்று எனக்குத் தெரியவில்லை!

தமிழ் இலக்கணத்தின் சிறப்பு, *it is pure common sense.* சூத்திரங்களை மனப்பாடம் செய்யக்கூட வேண்டாம், பெரும்பாலான நேரங்களில், உங்கள் பொதுச் சிந்தனை அடிப்படையில் அங்கே என்ன வரவேண்டும் என்று நினைக்கிறீர்களோ அதுதான் சரியாக இருக்கும். *Very Predictable & Consistent!*

அப்படியானால், பள்ளி மாணவர்கள் இதைப் பயில்வதில் ஏன் இத்தனை பாடு? நானும் என் நண்பர்கள் பலரும் பள்ளி, கல்லூரியை விட்டு வந்து வேலை பார்க்க ஆரம்பித்தபிறகும் இலக்கணம் படிப்பது என்றால் தலையைச் சொறிகிறோமே, அது ஏன்?

யோசித்தபோது, ஒரு விஷயம் புரிந்தது, பள்ளியில் தமிழ் இலக்கணம் சொல்லித்தருவது சரிதான், ஆனால் அங்கே நாம் பயன்படுத்தும் உதாரணங்கள் தவறு, அவற்றை முன்வைக்கும் விதம் தவறு.

உதாரணமாக, 'செம்மலர்' என்பது பண்புத்தொகை என்று பள்ளியில் சொல்லித்தந்தார்கள். அதை ஞாபகம் வைத்துக்கொள்ள செம்மை + மலர் என்று பிரித்துக் காட்டினார்கள், இதில் 'மை வருவதால் அது பண்புத்தொகை' என்று மனப்பாடம் செய்துகொண்டோம்.

இன்றைக்கும் 'மை வந்தால் பண்புத்தொகை' என்கிற சூத்திரம் எனக்கு நன்றாகத் தெரியும். ஆனால், அது எத்துணை அழகான இலக்கண வகை என்பது தெரியாது.

'செம்மை' என்பது ஒரு பண்பு, இங்கே 'செம்மலர்' என்ற வார்த்தையில் அந்தச் 'செம்மை' நேரடியாக வெளிப்படாமல், 'மை' என்பதுமட்டும் தொக்கி நிற்கிறது, அதாவது மறைந்து நிற்கிறது, பண்பு ஒன்று தொக்கி நிற்பதால், அது பண்புத் தொகை : இப்படிச் சொல்லித்தந்திருந்தால், 'ஓமாஹசீயா' ரேஞ்சுக்கு 'மை வந்தா பண்புத்தொகை' என்று மனப்பாடம் செய்யவேண்டிய அவசியம் ஏற்பட்டிருக்காது.

அடுத்து, 'செம்மலர்' என்ற பெயரே நமக்கு அந்நியமானது, நிஜ வாழ்க்கையில் சகஜமாகப் பயன்படுத்தும் பெயர் அல்ல அது, ஆகவே, அதைக் கேட்கும்போதே, 'இது ஏதோ செய்யுள் மேட்டர் டோய்' என்று மனத்துக்குள் ஒரு மணி அடித்துவிடுகிறது. ஒதுங்கி நிற்கத் தயாராகிவிடுகிறோம்.

அதற்குப் பதிலாக, 'செம்மண்', 'கருங்கல்' போன்ற உதாரணங்களைப் பயன்படுத்தினால்? 'இந்த இலக்கணமெல்லாம் நிஜ வாழ்க்கைலகூடப் பயன்படும்போலிருக்கே' என்று மாணவன் யோசிப்பான் அல்லவா? அடுத்தமுறை வீட்டுத் தோட்டத்தில் செம்மண்ணைப் பார்த்தால் பண்புத்தொகை பளிச்சென்று ஞாபகம் வருமே.

இவ்விதமான எதார்த்த அணுகுமுறைதான் இலக்கணப் பாடத்தில் குறைவு. அதனை மொழிக் கட்டுமானத்துக்கான அடிப்படைக் கல்லாகப் பார்க்காமல், செய்யுள் எழுதுவதற்கான அவசியப் பாடமாகவே சொல்லித்தருவதால், அது அத்துணை முக்கியமல்ல என்ற சிந்தனை மாணவர்களுக்கு வருவது நிச்சயம். நூற்றுக்குத் தொண்ணூற்றொன்பது மாணவர்கள் நிஜ வாழ்க்கையில் செய்யுள் எழுதப்போவதில்லையே.

ஆனால், அவர்கள் அறிவியல், வரலாறு என்று பல பாடங்களில் பரீட்சை எழுதுவார்கள், நண்பர்கள், உறவினர்களுக்குக் கடிதம் எழுதுவார்கள், வேலைக்குச் சேர்ந்தபின் லீவ் லெட்டர் எழுதுவார்கள், இணையத்தில் ட்வீட் எழுதுவார்கள், ஃபேஸ்புக் ஸ்டேட்டஸ் போடுவார்கள், வலைப்பதிவு எழுதுவார்கள், என்னைப்போல் கதை, கட்டுரை, புத்தகம்கூட

எழுதுவார்கள்... ஆனால் அங்கெல்லாம், பள்ளியில் படித்த இலக்கணப் பயிற்சியைப் பயன்படுத்தவேண்டும், அதன்மூலம் தங்களுடைய மொழி நடையைச் செம்மையாக்கவேண்டும் என்று அவர்களுக்குக் கொஞ்சம்கூடத் தோன்றாது. காரணம், அது அப்படிச் சொல்லித்தரப்படவில்லை.

இந்தப் புத்தகத்தில், வழக்கமான அந்த இலக்கணப் பாடமுறையைக் கொஞ்சம் மாற்றிப்பார்க்கலாம் என்று விழைகிறேன். செய்யுள் உதாரணங்களுக்குப் பதிலாக, நாம் தினமும் பயன்படுத்தும் சொற்கள், வாக்கியங்கள், சினிமாப் பாடல்கள், டிவி விளம்பரங்கள், பட்டிமன்ற ஜோக்ஸ் என்று கலந்துகட்டுவேன்.

அதேசமயம், இலக்கணம் படிக்கிறோம் என்கிற எண்ணமும் நீர்த்துப்போய்விடக்கூடாது, ஆகவே, பொருத்தமான இடங்களில் நன்னூல், தொல்காப்பிய சூத்திரங்கள், இலக்கிய உதாரணங்களையும் பார்க்கவிருக்கிறோம், ஆனா, ஆவன்னாவில் தொடங்கி.

ஆனா, ஆவன்னா என்றால், சும்மா வேடிக்கைக்காகச் சொல்லவில்லை. நிஜமாகவே ஆனா, ஆவன்னாவில்தான் தொடங்கிதான் பாடம் படிக்கப்போகிறோம். இதில் சிலது உங்களுக்கு ஏற்கெனவே தெரிந்திருந்தாலும், பல்லைக் கடித்துக்கொண்டு இன்னொருமுறை படித்துவிடுங்கள்.

நான் பயன்படுத்தும் உதாரணங்கள் சிரமமாக இருந்தாலோ, பொருத்தமாக இல்லாவிட்டாலோ, அல்லது, என் புரிதல் தவறாக இருந்தாலோ, தயவுசெய்து திருத்துங்கள். நான் இங்கே வாத்தியார் இல்லை, இது நான் சொந்தமாக எழுதும் பாடமும் இல்லை, நன்னூல், தொல்காப்பியம் கொஞ்சம்போல் படித்து குறிப்பெடுத்துக்கொண்டு வந்து அமர்ந்திருக்கிறேன், உதாரணங்களை மட்டும் செய்யுள்களில் இருந்து எடுக்காமல், நமக்குப் பரிச்சயமான சொற்களைப் பயன்படுத்தப்போகிறேன், உங்களுக்கு அதைப் படித்துக் காட்டி, கருத்து கேட்கிறேன், அவ்வளவுதான்!

இந்நூலை இரு பகுதிகளாகப் பிரித்துள்ளேன், முதல் பகுதியில் உள்ளவை சற்றே பெரிய கட்டுரைகள், கிட்டத்தட்ட 'பாடங்கள்' என்றே சொல்லிவிடலாம், நோட்டுப்புத்தகமெல்லாம் வைத்துக் குறிப்பெடுத்துக்கொண்டு வாசிக்கவேண்டியிருக்கும்.

அடுத்த பகுதியில் உள்ளவை, சின்னச்சின்னக் கட்டுரைகள், விறுவிறுவென்று வாசிக்கலாம், ஒவ்வொன்றிலும் ஓரிரு விஷயங்களைத் தெரிந்துகொள்ளலாம்.

இந்தக் கட்டுரைகளில் அநேகமாக எல்லாமே இணையத்தில் எழுதப்பட்டவை. அவற்றை வெளியிட்ட இதழ்களின் ஆசிரியர்களுக்கும், வாசித்த, கருத்துச்சொன்ன, திருத்திய நண்பர்களுக்கும் நன்றி!

என்றும் அன்புடன்,
என். சொக்கன்,
பெங்களூரு.
nchokkan@gmail.com

பகுதி 1: கட்டுரைகள்

1

ஆதௌ கீர்த்தனாரம்பத்திலே, மொழியின் அடிப்படைப் பாடம், எழுத்துகள்.

தமிழில் எத்தனை எழுத்துகள் என்று ஞாபகமிருக்கிறதா?

தமிழ்நாட்டு எம்.எல்.ஏக்களைவிடச் சற்றே அதிகம், 247 எழுத்துகள். அவை இப்படி நான்கு வகைகளாகப் பிரியும் என்று பள்ளிக்கூடத்தில் படித்திருப்போம்:

உயிர் எழுத்துகள்: 12

மெய் எழுத்துகள்: 18

உயிர்மெய் எழுத்துகள்: 216

ஆய்த எழுத்து: 1

மொத்தம்: 247

இந்த மேலோட்டமான பாகுபாடு, ஓரளவுக்குதான் பயன் தரும். இலக்கணத்தை ஊன்றிக் கற்க விரும்புகிறவர்கள், இந்த எழுத்துகளுடன் இன்னும் நன்கு அறிமுகமாகவேண்டும், இவற்றை இன்னும் பலவிதமாகப் பகுத்துத் தெரிந்துகொள்ளவேண்டும், அதற்கு ஏற்பப் பயன்படுத்தப் பழகவேண்டும்.

தொல்காப்பியமும் சரி, நன்னூலும் சரி, தமிழ் எழுத்துகளை இரண்டு பெரும் வகைகளாகப் பிரிக்கின்றன: முதலெழுத்துகள் மற்றும் சார்பெழுத்துகள்!

பெயரைக் கேட்டதும், இவற்றின் விளக்கம் புரிந்துவிடும், 'முதல் எழுத்துகள்' என்றால், மொழிக்கு அடிப்படையாக அமைகிற, அதாவது Basic Alphabets, இவற்றை வைத்துதான் மீதமிருக்கிற அனைத்து எழுத்துகளும் தோன்றும், அவற்றைச் 'சார்பு எழுத்துகள்' என்கிறோம்.

கொஞ்சம் வேறு துறை உதாரணம் வேண்டுமென்றால், சிவப்பு, பச்சை, நீலம் என்கிற மூன்று அடிப்படை வண்ணங்களைப் பலவிதமாகக் கலந்து நூற்றுக்கணக்கான மற்ற வண்ணங்களைத் தருவித்துக்கொள்கிறோம் அல்லவா? அதுபோல, தமிழில் இருக்கும் முதல் எழுத்துகளைக் கலந்து சார்பு எழுத்துகள் தோன்றுகின்றன.

அந்த முதல் எழுத்துகள், மொத்தம் முப்பது. அப்படியானால், சார்பு எழுத்துகள், 217.

முப்பது முதல் எழுத்துகளும் உங்களுக்கு ஏற்கெனவே அறிமுகமானவைதான். அ, ஆ, இ, ஈ என்று தொடங்கி, ஔவரை செல்லும் பன்னிரண்டு உயிர் எழுத்துகள் & க், ங், ச், ஞ் என்று தொடங்கி ன்வரை செல்லும் பதினெட்டு மெய் எழுத்துகள்.

இந்த முப்பதும்தான் தமிழ் மொழிக்கே அடிப்படையான எழுத்துகள். உயிர்மெய் எழுத்துகள் எனப்படும் 216 எழுத்துகளும் இவற்றிலிருந்து பிறக்கிறவைதான்.

சார்பு எழுத்துகள் 217 என்று பார்த்தோமே, இங்கே 216தானே வருகிறது?

மீதமிருப்பது ஆய்த எழுத்து, அதாவது 'ஃ'. மிக விசேஷமான இந்தச் சார்பு எழுத்தைப்பற்றி வேறொரு சந்தர்ப்பத்தில் விரிவாகப் பேசுவோம்.

இப்போதைக்கு, மீண்டும் முதல் எழுத்துகளின்மீது கவனத்தைத் திருப்புவோம். அந்த முப்பது எழுத்துகளுக்குள் நாம் தெரிந்துகொள்ளவேண்டிய இலக்கண நுட்பங்கள் ஏராளமாக உள்ளன.

தமிழின் எழுத்து நுட்பத்தை விரிவாகப் பார்ப்பதற்குமுன்னால், நாம் 'மாத்திரை'களைப்பற்றித் தெரிந்துகொள்ளவேண்டும்.

முன்பெல்லாம் தமிழ் வகுப்பில் 'மாத்திரை' என்று போர்டில் எழுதி அடிக்கோடு போட்டதும், தமிழ் ஆசிரியர்கள் ஒரு மிகப் பழைய்ய்ய ஜோக்(?) அடிப்பார்கள், 'மாத்திரைன்னா தலைவலி மாத்திரை இல்லை, இது வேற!'

அப்போ, மாத்திரைன்னா என்ன?

அது ஓர் நேர அளவு. விநாடி, நிமிடம், மணிபோல.

இப்படிக் குத்துமதிப்பாகச் சொன்னால் எப்படி? ஒரு நிமிடம் என்பது 60 விநாடி, ஒரு மணி என்பது 60 நிமிடம், அதுமாதிரி மாத்திரையையும் துல்லியமாக விளக்கமுடியுமா?

தொல்காப்பியத்தில் ஒரு மிக அழகான நூற்பா இதை விளக்குகிறது:

கண் இமை, நொடி என அவ்வே மாத்திரை

அதாவது, நாம் ஒருமுறை கண் இமைப்பதற்கு எவ்வளவு நேரமாகுமோ, ஒருமுறை கை விரல்களால் சொடக்குப் போடுவதற்கு எவ்வளவு நேரமாகுமோ, அதுதான் ஒரு மாத்திரைப் பொழுது.

இதில் முக்கியமான விஷயம், சினிமாவில் வருவதுபோல் ஸ்லோ மோஷனில் கண் இமைக்கக்கூடாது, அல்லது அதே சினிமாவில் காதலனைக் கண்ட காதலியின் கண்கள் படபடப்பதுபோல் அதிவேகமாகக் கண் இமைக்கக்கூடாது, இயல்பாக, பொதுவாக, சராசரியாக ஒரு மனிதர் கண் இமைப்பதற்கோ, கைவிரல்களைச் சொடக்குவதற்கோ எவ்வளவு நேரம் ஆகும் என்று கவனியுங்கள், அதுதான் ஒரு மாத்திரை.

இன்னும் கொஞ்சம் நுட்பமாகப் போவோமா, அதாவது, ஒரு மாத்திரைக்குக் கீழே, கால் மாத்திரை, அரை மாத்திரை, முக்கால் மாத்திரை போன்றவற்றுக்குக்கூட கணக்கு உண்டு!

இந்த நூற்பாவைக் கவனியுங்கள்:

'உன்னல் காலே, ஊன்றல் அரையே,
முறுக்கல் முக்கால், விடுத்தல் ஒன்றே!'

அதாவது, கையில் சொடக்குப்போடவேண்டும் என்று நினைக்கும் நேரம், கால் மாத்திரை, அதற்காக இரண்டு விரல்களை ஒன்று சேர்க்கும் நேரம், அரை மாத்திரை, விரல்களை முடுக்கும் நேரம், முக்கால் மாத்திரை, அவற்றை விடுவித்து 'டப்' என சொடக்குச் சத்தம் எழும் நேரம், ஒரு மாத்திரை.

நினைத்தாலே ஆச்சர்யமாக உள்ளதல்லவா? இத்துணை நுட்பமாகச் சிந்தித்திருக்கிறார்கள் நம் பழந்தமிழர்கள்!

அது சரி, இலக்கணப் பாடத்தில் நேரக் கணக்கு எதற்கு?

தமிழ் எழுத்துகள் எல்லாவற்றையும் எப்படி உச்சரிக்கவேண்டும் என்பதற்கு மாத்திரைக் கணக்கு உண்டு. எழுத்துகளுக்கு மாத்திரை உண்டு என்பதால், சொற்களுக்கும் உண்டு, வாக்கியங்களுக்கும் உண்டு, எல்லாவற்றுக்கும் உண்டு.

உதாரணமாக, 'அ' என்ற எழுத்தை உச்சரிக்க ஒரு மாத்திரை நேரம் எடுத்துக்கொள்ளவேண்டும், ஆனால் 'ஆ' என்பதை உச்சரிக்க இரண்டு மாத்திரை நேரம் எடுத்துக்கொள்ளவேண்டும்.

சந்தேகமிருந்தால், ஒரு கையால் சொடக்குப் போட்டபடி 'அ' என்றோ 'ஆ' என்றோ உச்சரித்துப் பாருங்கள், கச்சிதமாக 1 மாத்திரை, 2 மாத்திரை நேரம்தான் எடுத்துக்கொள்வீர்கள்.

இப்படி உச்சரிக்கும் நேர அளவைப் பொறுத்து, உயிர் எழுத்துகளை இரண்டு பிரிவாகப் பிரிக்கிறார்கள்:

★ குறில் அல்லது குற்றெழுத்து

★ நெடில் அல்லது நெட்டெழுத்து

குறுகி ஒலிப்பது குறில், அதாவது இந்த எழுத்துகள் சட்டென்று ஒலித்து முடிந்துவிடும். நீண்டு ஒலிப்பது நெடில், அதாவது இவற்றைக் கொஞ்சம் நீட்டி முழக்கிச் சொல்லவேண்டியிருக்கும்.

பன்னிரண்டு உயிர் எழுத்துகளில் அ, இ, உ, எ, ஒ என்பவைமட்டும் குறில்கள், மீதமுள்ள ஏழும் நெடில்கள்.

இந்தக் குறில் எழுத்துகளை உச்சரிப்பதற்கு, ஒரு மாத்திரைப் பொழுது போதும், நெடில்களை உச்சரிப்பதற்கு இரண்டு மாத்திரை நேரம் தேவைப்படும்.

அப்படியானால், மெய் எழுத்துகள்?

மெய் எழுத்துகளில் குறில், நெடில் என்கிற பாகுபாடே கிடையாது. அவை எல்லாமே குறிலைவிடச் சிறியவை, அரை மாத்திரைப் பொழுதுக்குள் உச்சரிக்கப்பட்டுவிடும். ஆய்த எழுத்து(ஃ)ம் இதேமாதிரிதான்.

அப்படியானால், உயிர்மெய் எழுத்துகளுக்கு மாத்திரைக் கணக்கு உண்டா?

நிச்சயமாக உண்டு. அவற்றில் இருக்கும் உயிர் எழுத்து எது என்பதைப் பொறுத்து, உயிர்மெய் எழுத்துகளைக் குறில், நெடில் என்று பிரிக்கலாம்.

உதாரணமாக, 'கி' என்ற எழுத்தில் உள்ள உயிர் எழுத்து, 'இ', அது குறில், ஆகவே 'கி'யும் குறில்தான். அதற்கும் ஒரு மாத்திரைதான் அளவு.

அதேசமயம், 'கீ' என்ற எழுத்தில் உள்ள உயிர் எழுத்து 'ஈ', அது நெடில், ஆகவே 'கீ' நெடில், அதற்கு இரண்டு மாத்திரை அளவு.

இப்படியே இருக்கும் எல்லா உயிர்மெய் எழுத்துகளையும்

குறில், நெடில் என வரையறுத்து, ஒன்று அல்லது இரண்டு மாத்திரைகளைக் கணக்கிடலாம்.

ஆக, தமிழில் மாத்திரைக் கணக்கு:

உயிர் எழுத்துகள்: குறில் என்றால் 1 மாத்திரை, நெடில் என்றால் 2 மாத்திரை

மெய் எழுத்துகள்: 1/2 மாத்திரை

உயிர்மெய் எழுத்துகள்: குறில் என்றால் 1 மாத்திரை, நெடில் என்றால் 2 மாத்திரை

ஆய்த எழுத்து: 1/2 மாத்திரை

சுருக்கமாகச் சொன்னால், தமிழ் எழுத்துகள் எல்லாமே இரண்டு சொடக்குப் போடும் நேரத்துக்குள் உச்சரிக்கப்பட்டுவிடும். 'மூன்று மாத்திரை எழுத்து' என்று எதுவுமே தமிழில் கிடையாது.

சில இடங்களில், குறிப்பாகப் பாடல்களில் இந்த மாத்திரைக் கட்டுப்பாடு மீறப்படுவதுண்டு. அதைப்பற்றி அப்புறம் வேறொரு சந்தர்ப்பத்தில் பேசுவோம்.

இப்போது, மறுபடி உயிர் எழுத்துகளுக்குத் திரும்புவோம். அந்தப் பன்னிரண்டு எழுத்துகளைப்பற்றி இன்னும் நிறைய விஷயங்கள் தெரிந்துகொள்ளவேண்டியிருக்கின்றன.

பள்ளியில் உயிர் எழுத்துகள், மெய் எழுத்துகள் வித்தியாசப் படுத்திக் காட்டுவதற்காக, ஓர் எளிய சூத்திரம் சொல்வார்கள், 'தலையில புள்ளி வெச்சது மெய் எழுத்து, புள்ளி வைக்காதது உயிர் எழுத்து.'

இந்தச் சூத்திரம், இன்றைக்குப் பொருந்தலாம். ஆனால் அன்றைக்கு (அதாவது, தொல்காப்பியம், நன்னூல் எழுதப்பட்ட நேரத்தில்) உயிர் எழுத்துகளிலும் இரண்டு எழுத்துகளுக்குத் தலையில் புள்ளி வைத்திருந்தார்கள். அவை: எ மற்றும் ஒ.

பின்னர் ஏதோ காரணத்தால் இந்தப் பழக்கம் தவிர்க்கப்பட்டுவிட்டது. ஆதலால் இப்போது, புள்ளி வைத்த உயிர் எழுத்துகள் எவையும் இல்லை.

உயிர் எழுத்துகளில் மூன்றைமட்டும் 'சுட்டெழுத்துகள்' என்பார்கள். அதாவது, 'சுட்டு எழுத்துகள்', அவை ஒரு பொருளைச் சுட்டிக்காட்டுகிற எழுத்துகள்.

உதாரணமாக, 'அப்பையன்' என்று சொல்லும்போது, அதில் வரும் 'அ' என்ற எழுத்து, சம்பந்தப்பட்ட பையனைச் சுட்டிக்காட்டுகிறதல்லவா? அதனால் அது சுட்டெழுத்து.

தமிழில் உள்ள மூன்று சுட்டெழுத்துகள் : அ, இ மற்றும் உ.

இந்த மூன்றுக்கும் என்ன வித்தியாசம்? எப்போது எதைப் பயன்படுத்தவேண்டும்?

'அ' என்பது, சேய்மைச் சுட்டு, தமிழில் 'சேய்மை' என்றால் தொலைவு என்று பொருள், தூரத்தில் உள்ள பொருள்களைச் சுட்டுவதற்கு 'அ' என்ற எழுத்தைப் பயன்படுத்தலாம்.

'இ' என்பது, அண்மைச் சுட்டு, அதாவது, அண்மையில், அருகில் உள்ள பொருள்களைச் சுட்டுவதற்கு 'இ' என்ற எழுத்தைப் பயன்படுத்தலாம்.

'உ' என்பது இந்த இரண்டுக்கும் நடுவே, பக்கத்திலும் இல்லாத, தூரத்திலும் இல்லாத, நடுவில் உள்ள பொருள்களைக் குறிக்கப் பயன்படுத்தலாம்.

உதாரணமாக, நான் ஒரு நாற்காலியில் உட்கார்ந்திருக்கிறேன், எதிரே ஒரு மேஜை இருக்கிறது, சற்றுத் தொலைவில் செய்தித்தாள் தரையில் கிடக்கிறது. இதை எப்படிச் சுட்டுவது?

'இந்நாற்காலி'யில் உள்ள நான், 'அச்செய்தித்தாளை' எடுத்து, 'உம்மேஜையில்' வைக்கிறேன் : இந்தக் காட்சியை அப்படியே கற்பனை செய்து பார்த்தால், அ, இ, உ வித்தியாசம் தெளிவாகப் புரிந்துவிடும்.

அ, இ என்ற சுட்டெழுத்துகளைப் புரிந்துகொள்வது மிகவும் சுலபம், காரணம், நாம் தினசரி வாழ்க்கையில் இவற்றைச் சர்வ சாதாரணமாகப் பயன்படுத்திவருகிறோம்.

உதாரணமாக, என் நண்பர் ஒருவர் இதே அறையில் இருக்கிறார், அவரைப்பற்றி உங்களிடம் பேசினால், ‘இவன் இருக்கானே, பெரிய திறமைசாலி’ என்பேன்.

அதே நண்பர் டெல்லியில் இருந்தால்? ‘இவன்’ என்று சொல்லமாட்டேன், ‘என் ஃப்ரெண்டு… அவன் இருக்கானே, பெரிய திறமைசாலி’ என்பேன்.

இந்த இரண்டுக்கும் நடுவே, மூன்றாவது சுட்டெழுத்தைப் பயன்படுத்தி ‘உவன் பெரிய திறமைசாலி’ என்றுகூடச் சொல்லலாம். ஆனால் அது இப்போது புழக்கத்தில் இல்லை.

மூன்று சுட்டெழுத்துகளையும் பயன்படுத்தி நம்மாழ்வார் ஓர் அருமையான பாசுரம் எழுதியிருக்கிறார்:

நாம் அவன், இவன், உவன், அவள், இவள், உவள், எவள்,

தாம் அவர், இவர், உவர், அது, இது, உது, எது,

வீம் அவை, இவை, உவை, அவை நலம் தீங்கு அவை

ஆம் அவை ஆயவை ஆய்நின்ற அவரே!

இதற்கு முழு விளக்கம் தருவதற்கு இது இடமல்ல, அதற்குப் பதிலாக, அவன், இவன், உவன், அவள், இவள், உவள், அவர், இவர், உவர், அது, இது, உது என நம்மாழ்வார் சுட்டெழுத்துகளின் பயன்பாடுகளை நன்கு காட்சிப்படுத்தியிருப்பதைமட்டும் பார்த்துக்கொள்ளுங்கள், இப்படி நாம் சுட்டுகிற எல்லாம் அந்த இறைவனே என்பது பாடலின் மையக் கருத்து.

இருப்பவை மூன்றே சுட்டெழுத்துகள்தாம். ஆனால் அதற்குள் பல வகைபாடுகள் உண்டு, ஏற்கெனவே அண்மைச் சுட்டு, சேய்மைச் சுட்டு பார்த்தோம், இன்னொரு வகைபாடு: அகச் சுட்டு, புறச் சுட்டு.

‘அகச் சுட்டு’ என்றால், அந்தச் சொல்லே ஒரு சுட்டாக இருக்கும், அதிலிருந்து சுட்டெழுத்தைப் பிரித்து எடுத்துவிட்டால், அர்த்தம் இருக்காது.

உதாரணமாக, 'அவன்' என்ற சொல், இதில் 'அ' என்பது சுட்டெழுத்து, அதைப் பிரித்துவிட்டால், 'வன்' என்று வரும், அதற்குப் பொருள் இல்லை. ஆகவே இது 'அகச் சுட்டு'.

மாறாக, 'அப்பையன்' என்ற சொல், இதில் 'அ' என்ற சுற்றெழுத்தைப் பிரித்துவிட்டால்கூட, 'பையன்' என்ற சொல் மீதமிருக்கும். ஆகவே, அது 'புறச் சுட்டு'.

ஆனால், நிஜ வாழ்க்கையில் நாம் 'அப்பையன்' என்று சொல்வதில்லையே, 'அந்தப் பையன்' என்றுதானே எழுதுகிறோம்? அது ஏன்?

'அப்பையன்' என்பதும் 'அந்தப் பையன்' என்பதும் ஒரே அர்த்தம்தான். ஆனால் இலக்கணப்படி 'அப்பையன்' மட்டுமே போதுமானது. 'அ' என்கிற சுட்டெழுத்தை நாம் 'அந்த' என்று திரித்துப் பயன்படுத்துகிறோம்.

இதேபோல், 'இ' என்ற சுட்டெழுத்து 'இந்த' என்று திரிகிறது, 'உ' என்ற சுட்டெழுத்து 'உந்த' என்று திரிகிறது.

அந்த, இந்த, உந்த என்ற இந்த மூன்று சொற்களையும் 'சுட்டுத் திரிபு' என்பார்கள். அதாவது, அ, இ, உ என்கிற சுட்டெழுத்துகளின் திரிந்த வடிவம்.

அது, இது, உது என்று ஒரு பொருளைச் சுட்டிக் காட்டும் எழுத்துகளைப்போலவே, 'எது?' என்று கேள்வி கேட்பதற்கும் சில எழுத்துகள் வேண்டுமல்லவா?

அவை 'வினா எழுத்துகள்'. அடுத்த அத்தியாயத்தில் அவற்றைப்பற்றி விரிவாகப் பேசலாம்.

அதற்குமுன்னால், இந்த அத்தியாயத்தில் நாம் பார்த்த முக்கியமான சொற்கள் / தலைப்புகள் / *Concepts* பட்டியலை இங்கே தருகிறேன், எதற்கு என்ன அர்த்தம், என்ன உதாரணம் என்று நினைவுபடுத்திப் பாருங்கள், ஏதேனும் புரியாவிட்டால், சிரமம் பார்க்காமல் மேலே சென்று ஒருமுறை படித்துவிடுங்கள்.

★ எழுத்து

★ அதில் இரண்டு வகை : முதலெழுத்து *(30)*, சார்பெழுத்து *(217)*

★ முதலெழுத்தில் இரண்டு வகை : உயிர் எழுத்து *(12)*, மெய் எழுத்து *(18)*

★ மாத்திரை அளவு

★ குறில் *(5)*, நெடில் *(7)*

★ மெய் எழுத்துகள், ஆய்த எழுத்துகளின் மாத்திரை அளவு

★ உயிர்மெய் எழுத்துகளின் மாத்திரை அளவு

★ புள்ளி வைத்த உயிர் எழுத்துகள்

★ சுட்டெழுத்துகள் *(3)*

★ சேய்மைச் சுட்டு, அண்மைச் சுட்டு

★ அகச்சுட்டு, புறச்சுட்டு

★ சுட்டுத் திரிபு

2

'**வி**னவுதல்' என்பதிலிருந்து வந்தது 'வினா', நமக்குப் பரிச்சயமான வார்த்தையைச் சொல்வதென்றால், 'கேள்வி'.

ஒரு பொருளைச் சுட்டுவதற்குத் தனி எழுத்துகள் உள்ளதுபோல், தமிழில் கேள்வி கேட்பதற்கென்றே சில எழுத்துகளை வரையறுத்திருக்கிறார்கள். அவை 'வினா எழுத்துகள்' எனப்படுகின்றன.

வினா எழுத்துகள் மொத்தம் ஐந்து : எ, யா, ஆ, ஓ மற்றும் ஏ.

உதாரணமாக, 'எங்கே?' என்ற வினாவின் தொடக்கத்தில் 'எ' என்ற எழுத்து வருகிறது, 'சாப்பிட்டாயா?' என்ற வினாவின் நிறைவுப் பகுதியில் 'ஆ' என்ற எழுத்து வருகிறது. இந்த எழுத்துகள்தான் அந்தச் சொல்லை ஒரு வினாவாக மாற்றுகின்றன. ஆகவே, அவை வினா எழுத்துகள்.

சுட்டெழுத்துகளைப்போலவே, வினா எழுத்துகளிலும் அக வினா, புற வினா உண்டு.

அக வினா என்றால், வினா எழுத்து அந்தச் சொல்லின் ஒரு பகுதியாகக் கலந்திருக்கும், அதை நீக்கிவிட்டால் சொல்லுக்குப் பொருள் இருக்காது.

உதாரணமாக, 'ஏன்?' என்ற கேள்வியில் வினா எழுத்து, 'ஏ', அதை நீக்கிவிட்டால் 'ன்' என்று பொருளற்ற ஒரு சொல்தான் நமக்குக் கிடைக்கும். ஆகவே, இது அக வினா.

மாறாக, 'எப்பரிசு?' என்ற கேள்வியில் 'எ' என்ற வினா எழுத்தை நீக்கிவிட்டால்கூட, 'பரிசு' என்ற பொருளுள்ள சொல் நமக்குக் கிடைக்கும். ஆகவே, இது புற வினா.

ஆனால், நாம் சாதாரணமாக 'எப்பரிசு?' என்று எழுதுவதில்லை. 'எந்தப் பரிசு?' என்றுதான் எழுதுகிறோம்.

சென்ற அத்தியாயத்தில் அ, இ, உ என்ற சுட்டெழுத்துகள் அந்த, இந்த, உந்த என்று திரிந்ததாகப் பார்த்தோம், அதுபோல, இங்கேயும் 'எ' என்ற வினா எழுத்து 'எந்த' என்ற சொல்லாகத் திரிந்துள்ளது.

உண்மையில் 'எந்த' என்ற சொல் நமக்கு அவசியமே இல்லை, 'எந்த வீடு' என்பதற்குப் பதில் 'எவ்வீடு' என்று கேட்டாலே போதும். ஆனாலும், பழக்கத்தால் அதைத் தொடர்ந்து பயன்படுத்திவருகிறோம்.

சுட்டெழுத்துகளுக்கும் வினா எழுத்துகளுக்கும் நிறைய ஒற்றுமைகளைப் பார்த்துவிட்டோம், அவற்றினிடையே ஒரு முக்கியமான வேறுபாடு உள்ளது.

ஒரு பொருளைச் சுட்டும் எழுத்து எப்போதும் அந்தப் பொருளுக்கு முன்பாகத்தான் வரும். நடுவிலோ நிறைவிலோ வராது. உதாரணமாக, அப்பழம், இம்மரம், உக்குடை.... இப்படி.

ஆனால், 'நல்லவன் இவன்' என்று சொல்லும்போது, சுட்டுச்சொல் பொருளுக்குப் பின்பாக வருகிறதே.

உண்மைதான். ஆனால், இங்கேயும், 'இ' என்ற சுட்டெழுத்து 'இவன்' என்ற சொல்லின் முன் பகுதியில்தான் வருகிறது, நடுவிலோ, பின்னாலேயோ வருவதில்லை.

வினா எழுத்துகள் அப்படியில்லை, சொல்லின் முதலில் வரலாம், அல்லது, பின்னால்கூட வரலாம், இப்படி இரண்டு விதங்களில் அவை வினாக்களாக ஒலிக்கும்.

அந்தவிதத்தில், ஐந்து வினா எழுத்துகளை நாம் மூன்று வகைகளாகப் பிரிக்கலாம்:

1. சொல்லின் முதல் பகுதியில்மட்டும் வரும் வினா எழுத்துகள்: எ, யா
2. சொல்லின் பின் பகுதியில்மட்டும் வரும் வினா எழுத்துகள்: ஆ, ஓ
3. சொல்லின் முன்பாகவோ பின்பாகவோ வரும் வினா எழுத்துகள்: ஏ

இதனைச் சில உதாரணங்களோடு பார்த்தால் புரிந்துவிடும்.

முதலில், சொல்லின் முதல் பகுதியில் மட்டும் வரும் வினா எழுத்துகளுக்கான (எ, யா) உதாரணங்கள் : எங்கே? எப்போது? எப்படி? எவர்? யார்? யாது?...

அடுத்து, சொல்லின் பின்பகுதியில் மட்டும் வரும் வினா எழுத்துகளுக்கான (ஆ, ஓ) உதாரணங்கள்: அவனா? நீயா? அவனோ? நீயோ? பாம்போ? கயிறோ? சரிதானா? முறைதானா?...

'ஏ' என்ற வினா எழுத்து மட்டும் சொல்லுக்கு முன்பாகவும் வரும் (உதாரணம்: ஏன்), சொல்லுக்குப் பின்பாகவும் வரும் (உதாரணம்: ஆரே?)

கொஞ்சம் பொறுங்கள், 'ஆரே' என்பது எப்படிக் கேள்வியாகும்?

இந்தச் சந்தேகம் நியாயமானதுதான். காரணம், 'ஆரே' என்ற சொல் இப்போது வினாவாகப் புழக்கத்தில் இல்லை. ஆனால் பழைய பாடல்கள், உரைநடைகளில் நிறையப் பயன்படுத்தப்பட்டிருக்கிறது.

பிரபலமான உதாரணம் வேண்டுமா? ஒரு நல்ல கண்ணதாசன் பாட்டு இருக்கிறது, 'ஆட்டுவித்தால் யாரொருவர், ஆடாதாரே கண்ணா?'

இங்கே ‘ஆடாதாரே’ என்பதில் ‘ஏ’ என்ற எழுத்து சொல்லின் பின்பகுதியில் வந்து, கேள்வியாக நிற்கிறது. இல்லையா?

இந்த ஐந்து எழுத்துகள்தவிர, இன்றைய உரைநடையில் ‘யா’ என்ற எழுத்து சொல்லின் பின்பகுதியிலும் வந்து கேள்வியாகிறது. உதாரணமாக, அப்படியா? கொலை செய்தது நீயா?

வினாச் சொற்களைப்பற்றி விரிவாகப் பார்த்துவிட்டோம், அடுத்த பகுதிக்குச் செல்லுமுன், இடைச்செருகலாக இன்னோர் இலக்கணக் குறிப்பு, வினாக்களைப்பற்றி.

தமிழில் எத்தனைவிதமான கேள்விகள் கேட்கப்படலாம் என்று ஒரு நன்னூல் சூத்திரம் விளக்குகிறது:

அறிவு, அறியாமை, ஐயுறல், கொளல், கொடை,

ஏவல்... தரும் வினா ஆறும் இழுக்கார்!

அதாவது, மொத்தம் ஆறுவிதமான கேள்விகள் கேட்கப்படலாம். அவை:

1. அறி வினா
2. அறியா வினா
3. ஐயுறல் வினா
4. கொளல் வினா
5. கொடை வினா
6. ஏவல் வினா

‘அறி வினா’ என்பது, பதில் தெரிந்தே கேட்கும் கேள்வி. உதாரணமாக, ஆசிரியர் மாணவனைக் கேட்கிறார், ‘இந்தியாவின் தலைநகரம் எது?’

‘அறியா வினா’ என்பது, பதில் தெரியாமல் கேட்கும் கேள்வி. உதாரணமாக, மகன் தாயைக் கேட்கிறான், ‘அம்மா, இன்னிக்கு என்ன டிஃபன்?’

'ஐயம்' என்றால் சந்தேகம், 'ஐயுறல்' என்றால், சந்தேகப்படுதல், ஆகவே, 'ஐயுறல் வினா' என்றால், சந்தேகமாகக் கேட்கும் கேள்வி, உதாரணமாக, *'நீங்க வெறும் தாஸா? லார்ட் லபக் தாஸா?'*

அடுத்து, 'கொளல் வினா', அதாவது, ஒன்றைப் பெற்றுக்கொள்வதற்காகக் கேட்கும் கேள்வி. உதாரணமாக, *'கடைக்காரரே, உளுத்தம்பருப்பு இருக்கா?'*

'கொடை வினா' என்பது இதற்கு எதிரானது, ஒன்றைக் கொடுப்பதற்காகக் கேட்கும் கேள்வி அது. உதாரணமாக, *'என்னய்யா? முகம் சோர்ந்திருக்கே? காலையில சாப்பிடலையா?'*. இந்தக் கேள்வியின் நோக்கம், *'இந்தா, சாப்பிடு!'* என்று எதையாவது தருவதுதான்.

நிறைவாக, 'ஏவல் வினா', தமிழில் ஏவுதல் என்றால், கட்டளை இடுதல், அதன்பொருட்டுக் கேட்கும் கேள்வி 'ஏவல் வினா', உதாரணமாக, *'என்னய்யா? சாப்டாச்சா?'* இந்தக் கேள்வியின் நோக்கம், *'போய்ச் சாப்பிடுய்யா'* என்று ஏவுவதுதான்.

இப்போது, உங்களுக்கு ஒரு சின்னப் பயிற்சி, ஏதேனும் புத்தகத்திலோ, இணையதளத்திலோ அல்லது பத்திரிகையிலோ இடம்பெற்ற பேட்டிக் கட்டுரை ஒன்றை எடுத்துக்கொள்ளுங்கள், அல்லது, வசனங்கள் மலிந்த ஒரு கதைப் பகுதியை எடுத்துக்கொள்ளுங்கள், அதில் இடம்பெறும் ஒவ்வொரு கேள்வியும் மேற்சொன்ன ஆறு வகைகளில் எதில் அடங்கும் என்று யோசியுங்கள்.

வினாக்களில் ஆறு வகை, அப்போ, விடைகளில்?

அதற்கும் ஒரு நன்னூல் சூத்திரம் இருக்கிறது:

> *சுட்டு, மறை, நேர், ஏவல், வினாதல்,*
> *உற்றது உரைத்தல், உறுவது கூறல்,*
> *இனமொழி எனும் எண்ணிறையுள் இறுதி*
> *நிலவிய ஐந்தும் அப் பொருண்மையின் நேர்ப!*

அதாவது, ஆறு கேள்விகளுக்கு, நாம் எட்டுவிதமான பதில்களைச் சொல்லலாமாம்:

1. சுட்டு விடை
2. மறை விடை
3. நேர் விடை
4. ஏவல் விடை
5. வினாதல் விடை
6. உற்றது உரைத்தல் விடை
7. உறுவது கூறல் விடை
8. இனமொழி விடை

'சுட்டு விடை' என்பது, ஒன்றைச் சுட்டிக்காட்டிச் சொல்வது, உதாரணமாக, 'அதோ அந்த வழியா நடந்தா ஆத்தங்கரைக்குப் போகலாம்.'

'மறை விடை' என்பது, எதிர்க் கருத்தைச் சொல்வது. உதாரணமாக, 'இந்த வேலையைச் செய்வாயா?' என்ற கேள்விக்கு, 'செய்யமாட்டேன்' என்ற பதில்.

'நேர் விடை' என்பது, நேர்க் கருத்தைச் சொல்வது. உதாரணமாக, 'இந்த வேலையைச் செய்வாயா?' என்ற கேள்விக்கு, 'செய்வேன்' என்ற பதில்.

இங்கே ஒரு விஷயம், 'நேர்மறை எண்ணங்கள்' என்று படித்திருப்பீர்கள். எனக்குத் தெரிந்து, அப்படி எழுதுவது சரியல்ல, 'நேர் எண்ணங்கள்' போதும்

உதாரணமாக, மேலே சொன்ன சூத்திரத்தில் 'மறை, நேர்' என்ற பகுதியைக் கவனியுங்கள். 'நேர்' என்றால் 'நேர்'தான், குழப்பம் இல்லை, அதற்கு *opposite*ஆக 'எதிர்' என்று சொல்லாமல் 'மறை' என்று பயன்படுத்துகிறார் பவணந்தி முனிவர், தமிழில் இதன் அர்த்தம், எதிர்மறுத்தல்.

ஆக, 'எதிர்மறை' என்றால், கொஞ்சம் ஸ்ட்ராங்காக இருமுறை 'எதிர்'க்கிறோம். அதுகூடக் கொஞ்சம் பரவாயில்லை. 'நேர்மறை' என்றால்? 'நேர் எதிர்' என்று அர்த்தமா?

சுருக்கமாகச் சொன்னால், 'நேர்மறை' என்று எழுதும் இடங்களில் 'நேர்' என்று மட்டும் எழுதினால் போதும். 'எதிர்மறை' என்று எழுதும் இடங்களில் 'எதிர்' என்றோ, 'மறை' என்றோ எழுதினால் மட்டும் போதும்.

மீண்டும் விடை வகைகளுக்குத் திரும்புவோம், நான்காவது வகை, ஏவல் விடை, அதாவது, கட்டளை இடுதல். உதாரணமாக, 'இந்த வேலையைச் செய்வாயா?' என்ற கேள்விக்கு, 'நீயே செய்' என்ற பதில்.

ஐந்தாவது வகை, 'வினாதல் விடை', அதாவது, ஒரு கேள்விக்குப் பதிலாக இன்னொரு கேள்வியையே கேட்பது. உதாரணமாக, 'இந்த வேலையைச் செய்வாயா?' என்ற கேள்விக்கு, 'செஞ்சா எனக்கு என்ன தருவே?' என்ற பதில்.

அடுத்து, 'உற்றது உரைத்தல் விடை', அதாவது நடந்ததைச் சொல்வது. உதாரணமாக, 'இந்த வேலையைச் செய்வாயா?' என்ற கேள்விக்கு, 'நேத்துலேர்ந்து எனக்கு ஒரே தலைவலி' என்ற பதில்.

மாறாக, 'உறுவது கூறல் விடை' என்பது இனிமேல் நடக்கப்போவதைச் சொல்வது. உதாரணமாக, 'இந்த வேலையைச் செய்வாயா?' என்ற கேள்விக்கு, 'செஞ்சா என் உடம்பு வலிக்கும்' என்ற பதில்.

நிறைவாக, 'இனமொழி விடை', அதாவது, ஒரு கேள்விக்கு நேரடிப் பதில் சொல்லாமல் அதோடு தொடர்புடைய, அதே இனத்தைச் சேர்ந்த இன்னொரு விஷயத்தைச் சொல்வது. உதாரணமாக, 'கடைக்காரரே, உளுத்தம்பருப்பு இருக்கா?' என்ற கேள்விக்கு, 'துவரம்பருப்பு இருக்கு' என்ற பதில்.

'இந்த எட்டில் முதல் மூன்றும் நல்ல விடைகள், அடுத்த ஐந்தும் அதைவிட நல்ல விடைகள்' என்கிறார் நன்னூலை எழுதிய பவணந்தி முனிவர்.

உயிர் எழுத்துகளைப் பலவிதமான குறுக்குவெட்டுத் தோற்றங்களில் அலசி ஆராய்ந்துவிட்டோம், அடுத்து, மெய்யெழுத்துகளுக்குள் புகுவோம்.

அதற்கு முன்னால், இந்த அத்தியாயத்தில் நாம் பார்த்த முக்கியமான சொற்கள் / தலைப்புகள் / Concepts பட்டியலை இங்கே தருகிறேன், எதற்கு என்ன அர்த்தம், என்ன உதாரணம் என்று நினைவுபடுத்திப் பாருங்கள், ஏதேனும் புரியாவிட்டால், சிரமம் பார்க்காமல் மேலே சென்று ஒருமுறை படித்துவிடுங்கள்.

- ★ *வினா எழுத்துகள் (5)*
- ★ *அக வினா, புற வினா*
- ★ *சொல்லின் முன்பகுதியில் மட்டும் இடம் பெறும் வினா எழுத்துகள் (2)*
- ★ *சொல்லின் பின்பகுதியில் மட்டும் இடம் பெறும் வினா எழுத்துகள் (2)*
- ★ *சொல்லின் முன்பகுதியிலும் பின்பகுதியிலும் இடம் பெறும் வினா எழுத்துகள் (1)*
- ★ *ஆறு வகை வினாக்கள் : அறி வினா, அறியா வினா, ஐயுறல் வினா, கொளல் வினா, கொடை வினா, ஏவல் வினா*
- ★ *எட்டு வகை விடைகள் : சுட்டு விடை, மறை விடை, நேர் விடை, ஏவல் விடை, வினாதல் விடை, உற்றது உரைத்தல் விடை, உறுவது கூறல் விடை, இனமொழி விடை*

3

தமிழில் 'மெய்' என்றால் உடம்பு, அது உயிரைச் சாராமல் தனித்து இயங்கமுடியாது. அதேபோல, உயிர் எழுத்துகளோடு இணைந்து மொழியை உருவாக்கும் முதல் எழுத்துகளை மெய் எழுத்துகள் என்று அழைக்கிறோம்.

க், ங், ச், ஞ் என்று தொடங்கும் இந்தப் பதினெட்டு எழுத்துகள் எல்லாருக்கும் நன்றாகத் தெரிந்திருக்கும். அவற்றை 'ஒற்று எழுத்துகள்' என்றும் சொல்வார்கள், தலைமேல் ஒரு புள்ளி இருப்பதால், 'புள்ளி எழுத்துகள்' என்று அழைப்பவர்களும் உண்டு.

உயிரெழுத்துகளில் குறில், நெடில் உள்ளதுபோல், மெய்யெழுத்துகளில் கிடையாது. எல்லாமே அரை மாத்திரை அளவு கொண்ட, அதாவது, குறிலைவிடக் குறுகி ஒலிக்கக்கூடிய எழுத்துகள்தாம்.

பதினெட்டு மெய்யெழுத்துகளை, தலா ஆறு எழுத்துகளைக் கொண்ட மூன்று வகைகளாகப் பிரிப்பார்கள். இதுவும் நம் எல்லாருக்கும் நன்றாகத் தெரிந்த விஷயம்தான்:

★ வல்லினம்

★ மெல்லினம்

★ இடையினம்

இந்தப் பெயர்களே அந்த எழுத்துகளின் தன்மையை நமக்கு உணர்த்திவிடும். 'வல்லினம்' அல்லது 'வல்லெழுத்துகள்' என்பவை மேஜைமேல் தட்டிப் பேசுவதுபோல் வன்மையாக ஒலிக்கக்கூடியவை, 'மெல்லினம்' அல்லது 'மெல்லெழுத்துகள்' பூவால் ஒற்றுவதுபோல் மென்மையாக ஒலிக்கக்கூடியவை, இந்த இரண்டு முனைகளுக்கும் 'இடை'யே உள்ளவை 'இடையின' எழுத்துகள்.

வல்லின, மெல்லின, இடையின வகையைச் சார்ந்த எழுத்துகள் எவை என்பதைச் சின்னப் பிள்ளைகூட அறியும். இந்த எளிய சூத்திரப் பாடலின்வழியாக:

கசடதபற வல்லினம்

ஙஞணநமன மெல்லினம்

யரலவழள இடையினம்

மூவகை மெய்யெழுத்துகளை நினைவில் வைத்துக்கொள்வதற்கு இந்தப் பாடல் உதவினாலும், அடிப்படையில் இதில் ஒரு சின்னப் பிரச்னை இருக்கிறது. க, ச, ட போன்றவை மெய்யெழுத்துகள் அல்ல, உயிர்மெய் எழுத்துகள். அதற்காக 'க்ச்ட்த்ப்ற் வல்லினம்' என்று பாடினால் பல் தெறித்துவிடும்!

ஆகவே, இந்தச் சூத்திரத்தில் வரும் ஒவ்வோர் எழுத்தின் தலையிலும் ஒரு புள்ளி வைத்து மனத்துக்குள் படித்துக்கொள்ளவேண்டும். அதாவது, க், ச், ட், த், ப், ற் வல்லினம்... இப்படி!

அது சரி, மெய்யெழுத்துகளை இப்படி மூன்று வகையாகப் பிரிக்கவேண்டிய அவசியம் ஏன் ஏற்பட்டது?

மறுபடி, உச்சரிப்புதான் காரணம். பதினெட்டு மெய்யெழுத்துகளையும் நாம் மூன்று வெவ்வேறுவிதமாக

உச்சரித்தால்தான் அவற்றின் சரியான ஒலி கிடைக்கும்:

- ★ வல்லின எழுத்துகள், மார்பிலிருந்து தொடங்கி ஒலிக்கவேண்டியவை (சொல்லிப்பாருங்கள்!)
- ★ மெல்லின எழுத்துகள், மூக்கிலிருந்து ஒலிக்கவேண்டியவை
- ★ இடையின எழுத்துகள், மார்புக்கும் மூக்குக்கும் இடையே, அதாவது கழுத்திலிருந்து ஒலிக்கவேண்டியவை

இந்த உச்சரிப்புமுறையை நாம் நன்கு நினைவில் வைத்துக்கொள்ளவேண்டும். காரணம், தமிழில் பெரும்பாலான எழுத்துகள் (18 மெய், 216 உயிர்மெய்) இந்த முறையில்தான் உச்சரிக்கப்படுகின்றன.

அதாவது, நாம் 'கி' என்று சொன்னாலும், அது 'க்' என்ற வல்லின மெய்யெழுத்தில் தொடங்கி, பின் 'இ' என்ற உயிரெழுத்தின் தன்மையைப் பெற்று முடியும். ஆகவே, அதை மார்பிலிருந்து தொடங்கி உச்சரிக்கவேண்டும். இதே சூத்திரம்தான் மீதமிருக்கும் எல்லா எழுத்துகளுக்கும்!

மெய்யெழுத்துகளில் நாம் தெரிந்துகொள்ளவேண்டிய ஒரு முக்கியமான விஷயம், தமிழில் எந்தச் சொல்லும் மெய்யெழுத்தில் தொடங்காது.

இதற்கு ஒரே ஒரு விதிவிலக்கு, ஒலிக்குறிப்புகள். உதாரணமாக, 'ச்சே', 'கதவு க்ரீச் எனச் சத்தமிட்டது' என்றெல்லாம் ஒரு சொல்லையன்றி, ஓர் ஒலியைக் குறிப்பிட்டு எழுதும்போதுமட்டும் இந்தக் கட்டுப்பாட்டை மீறலாம். அதையும் தவிர்க்கமுடிந்தால் ரொம்ப நல்லது.

இங்கே ஒரு சுவாரஸ்யமான விவாதம், வல்லினம், மெல்லினம், இடையினம் என்று ஏன் சொல்கிறோம்? அந்த வரிசை எப்படி ஏற்பட்டது?

நம் உடலில் மூக்கு உயரத்தில் இருக்கிறது, அதன்பிறகு கழுத்து, பின்னர் மார்பு. அந்த வரிசைப்படி பார்த்தால் மூக்கில் பிறக்கும் மெல்லினம்தான் முதலில் வரவேண்டும், அடுத்து, கழுத்தில் பிறக்கும் இடையினம், நிறைவாக, மார்பில் பிறக்கும் வல்லினம்.

ஒருவேளை நாம் மார்பிலிருந்து தொடங்கி மூக்குக்குச் செல்வதாக வைத்துக்கொள்வோம். அப்போது, இந்த வரிசை தலைகீழாக மாறும்: வல்லினம், இடையினம், மெல்லினம்.

ஆனால், நாம் இந்த இரண்டு வரிசைகளையுமே பயன்படுத்தாமல், வல்லினம், மெல்லினம், இடையினம் என்று தாவிக் குதிக்கிறோம். ஏன்?

இதற்கு இரண்டு காரணங்கள் சொல்வார்கள், ஒன்று ப்ராக்டிகலானது, இன்னொன்று கவித்துவமானது.

ப்ராக்டிகல் காரணம், தமிழில் அதிகம் பயன்படுவது வல்லின மெய்கள்தான். அதன்பிறகு மெல்லினம், மூன்றாவது இடம்தான் இடையினத்துக்கு. ஆகவே, வல்லினம், மெல்லினம், இடையினம் என்ற வரிசைதான் பொருத்தம்.

கவித்துவமான காரணம், “தமிழ்” என்ற சொல்லில், முதலில் வல்லின மெய் (த, அதாவது த்) வருகிறது, பிறகு மெல்லின மெய் (மி, அதாவது ம்), நிறைவாக இடையின மெய் (ழ்). இந்த வரிசைப்படி, வல்லினம், மெல்லினம், இடையினம் என்று சொல்வதுதான் அழகு.

இப்போது, உங்களுக்கு ஒரு ஜாலியான பயிற்சி. “தமிழ்”போல் வல்லினம், மெல்லினம், இடையினம் இதே வரிசையில் அமைகிற மூன்றெழுத்துச் சொற்கள் இன்னும் சிலவற்றை உருவாக்குங்கள். உதாரணமாக, சிமிழ், குமரி.

அடுத்து, இன எழுத்துகள்.

முதலெழுத்துகள் முப்பதையும் சில குறிப்பிட்ட விதங்களாக ஜோடி சேர்த்துக் குறிப்பிடுவதைத்தான் ‘இன எழுத்துகள்’ என்கிறது இலக்கணம்.

எழுத்துகளை ஏன் இனம் பிரிக்கவேண்டும்?

இதற்குப் பல காரணங்கள் உண்டு. அவற்றை இந்த நன்னூல் சூத்திரத்தில் காணலாம்:

தானம், முயற்சி, அளவு, பொருள், வடிவு

ஆன ஒன்று ஆதி ஓர் புடை ஒப்பு இனமே!

அதாவது, கீழ்க்காணும் ஐந்து அம்சங்களில் ஒன்றோ, அல்லது பலவோ ஒத்துவருகிற எழுத்துகளை 'இன எழுத்துகள்' என்று அழைக்கிறோம்:

★ ஒலி பிறக்கும் இடம்

★ ஒலி எழுப்புவதற்கான முயற்சி செய்யும் விதம்

★ ஒலி அளவு (மாத்திரை)

★ பொருள்

★ வடிவம்

உதாரணமாக, அ, ஆ என்ற இரண்டு உயிரெழுத்துகளை எடுத்துக்கொள்வோம். இவை இரண்டின் வடிவமும் பார்ப்பதற்கு ஒரேமாதிரி இருக்கிறது, இவற்றை உச்சரிக்கும் விதமும் ஒரேமாதிரி இருக்கிறது, இல்லையா?

இதனால், அ, ஆ ஆகியவை ஓர் இனம், இணைபிரியா நண்பர்கள் என்று கற்பனை செய்துகொள்ளுங்கள். இதுபோல, முதலெழுத்துகளில் பல இனங்கள் உண்டு.

உயிர் எழுத்துகளில் அடுத்தடுத்து வரும் குறிலும் நெடிலும் இனமாகும். ஐ, ஔ ஆகிய இரண்டு நெடில்களுக்கு மட்டும் இன எழுத்து கிடையாது. இப்படி:

★ அ, ஆ

★ இ, ஈ

★ உ, ஊ

★ எ, ஏ

★ ஐ (தனி எழுத்து, இன எழுத்து இல்லை)

★ ஒ, ஓ

★ ஔ (தனி எழுத்து, இன எழுத்து இல்லை)

மெய் எழுத்துகளில், வல்லின எழுத்துகள் ஆறும், மெல்லின எழுத்துகள் ஆறோடு சேர்ந்து இனமாகும், இடையின எழுத்துகள் ஆறும் தனி இனமாகும். இப்படி:

- ★ க், ங்
- ★ ச், ஞ்
- ★ ட், ண்
- ★ த், ந்
- ★ ப், ம்
- ★ ற், ன்
- ★ ய், ர், ல், வ், ழ், ள்

இன எழுத்துகளின் வகைகளைப் பார்த்துவிட்டோம், ஆனால், இவை எதற்காக என்பது இன்னும் புரியவில்லை. சும்மா எழுத்துகளை ஜோடி சேர்த்துவிட்டால் ஆயிற்றா? அதற்கு என்ன நோக்கம்?

இதற்குப் பல நோக்கங்கள் உண்டு. உதாரணமாக, கவிதை எழுதுகிறவர்கள் இன எழுத்துகளை வைத்து எழுதும்போது ஒலி நயம் கூடும்.

இதைப் புரிந்துகொள்வதற்கு, கீழே உள்ள இரண்டு வாக்கியங்களையும் அடுத்தடுத்து சொல்லிப்பாருங்கள்:

- ★ அன்பே, ஆருயிரே!
- ★ அன்பே, மான்விழியே!

இந்த இரண்டு வாக்கியங்களும் ஒரேமாதிரி ஒலிப்பவைதான். ஆனால், இரண்டாவது வாக்கியத்தைவிட, முதல் வாக்கியத்தைச் சொல்லும்போது ஒரு தனிப்பட்ட ஒலி அழகு சேர்ந்துகொள்ளும். அதைச் சொல்லும்போதே நம்மால் தெளிவாக உணரமுடியும்.

இதற்குக் காரணம், அ, ஆ இரண்டும் இன எழுத்துகள். அவற்றை அடுத்தடுத்த சொற்கள் அல்லது வாக்கியங்களின் தொடக்கத்தில் பயன்படுத்தும்போது, 'மோனை' என்கிற கவிதை அழகு சேர்கிறது.

கவிதைகளில் 'மோனை'யின் முக்கியத்துவத்தைப்பற்றி விளக்கமாகப் பேசுவதற்கு இது இடமல்ல. இப்போதைக்கு,

இன எழுத்துகளைப் பேச்சில், எழுத்தில் பயன்படுத்துவது தனி நயம் என்பதைமட்டும் புரிந்துகொண்டால் போதுமானது.

இதற்குக் கவிஞர்களெல்லாம் வேண்டாம், சாதாரணமாக நம் பாமரர்கள் சொல்லும் பழமொழிகளிலேயே இன எழுத்தைப் பயன்படுத்தி மோனை நயத்தைக் கூட்டுவார்கள். உதாரணமாக:

★ அகல உழுவதைவிட, ஆழ உழு

★ ஆடிக் காற்றில், அம்மியும் பறக்கும்

★ ஊர் வாயை மூட, உலை மூடி உண்டா?

★ ஒரு கை தட்டினால், ஓசை எழுமா?

இப்படி நூற்றுக்கணக்கான உதாரணங்களைச் சொல்லமுடியும். இன எழுத்துகளின் மிகப் பிரபலமான பயன்பாடு, இந்த மோனை நயம்தான்.

மெய்யெழுத்துகளைப் பொறுத்தவரை, இன எழுத்துகளால் வேறுவிதமான பயன்பாடு உண்டு, இரண்டு சொற்கள் இணைவதற்கான புணர்ச்சி இலக்கணத்தில்.

இந்தத் தொடரில் புணர்ச்சி இலக்கணம்பற்றி விரிவாகப் பேசவிருக்கிறோம். இப்போதைக்கு, இன எழுத்துகளின் முக்கியத்துவத்தை உணர்த்த ஒரே ஒரு சிறிய உதாரணத்தைமட்டும் பார்ப்போம்.

'பூந்தொட்டி' என்ற வார்த்தையை எடுத்துக்கொள்ளுங்கள், அது 'பூ' மற்றும் 'தொட்டி' என்ற இரண்டு சொற்கள் சேர்ந்து உருவானது. அதாவது, பூ + தொட்டி = பூந்தொட்டி

ஆனால், 'பூ', 'தொட்டி' இரண்டிலும் இல்லாத ஒரு புதிய எழுத்து ('ந்') இங்கே தோன்றியிருக்கிறது. அது எப்படி?

இதற்கான இலக்கண சூத்திரம், 'பூப் பெயர் முன் இன மென்மையும் தோன்றும்'. அதாவது, 'பூ' என்ற சொல்லுக்கு அருகே ஒரு வல்லின எழுத்து வந்தால், அதன் இன மென்மை, அதாவது, அதே இனத்தைச் சேர்ந்த மெல்லின எழுத்து அங்கே தோன்றும்.

பூ + தொட்டி ... இங்கே 'பூ' என்ற சொல்லுக்கு அருகே 'த்' என்ற வல்லின எழுத்து வந்துள்ளது, அதன் இனத்தைச் சேர்ந்த மெல்லின எழுத்து 'ந்' (மேலே உள்ள பட்டியலைப் பார்க்கவும்), ஆகவே, பூ + தொட்டி = பூந்தொட்டி.

வேறோர் உதாரணம் பார்ப்போம் : பூ + சோலை.

இங்கே 'பூ' என்ற சொல்லுக்கு அருகே 'ச்' என்ற வல்லின எழுத்து வந்துள்ளது. அதன் இனத்தைச் சேர்ந்த மெல்லின எழுத்து 'ஞ்', ஆகவே பூ + சோலை = பூஞ்சோலை.

மெய்யெழுத்துகளில் உள்ள இனங்களை நினைவு வைத்துக்கொள்வது சுலபம். பல சொற்களில் இவை மெல்லினம், அதன்பிறகு வல்லினம் என்ற வரிசையில் அருகருகே வந்து ஒலி நயத்தைக் கூட்டும்.

உதாரணமாக, க், ங் ஆகியவை இன எழுத்துகள். இவை அருகருகே வரும் சொற்கள், அங்கு, இங்கு, தங்கு, தங்கம், எங்கள், உங்கள் போன்றவை.

இதேபோல் மற்ற மெய்யெழுத்து இனங்களுக்கும் ஏகப்பட்ட உதாரணங்களைக் காட்டமுடியும் : பஞ்சு, குண்டு, பந்து, பாம்பு, இன்று போன்றவை.

இதோடு, நமது முதலெழுத்துப் பகுதி நிறைவு பெறுகிறது. ஒருவேளை முக்கியமான தலைப்புகள் ஏதேனும் விடுபட்டிருந்தால் சொல்லுங்கள், பின்னர் சேர்த்துக்கொள்ளலாம்.

அடுத்து, சார்பெழுத்துகள்!

அதற்குமுன்னால், இந்த அத்தியாயத்தில் நாம் பார்த்த முக்கியமான சொற்கள் / தலைப்புகள் / *Concepts* பட்டியலை இங்கே தருகிறேன், எதற்கு என்ன அர்த்தம், என்ன உதாரணம் என்று நினைவுபடுத்திப் பாருங்கள், ஏதேனும் புரியாவிட்டால், சிரமம் பார்க்காமல் மேலே சென்று ஒருமுறை படித்துவிடுங்கள்.

★ மெய்யெழுத்துகள் (18)

★ வல்லினம் (6), மெல்லினம் (6), இடையினம் (6)

- ★ வல்லினம், மெல்லினம், இடையினம் ஒலி தொடங்கும் இடம்
- ★ இன எழுத்துகள்
- ★ எழுத்துகளை இனம் பிரிப்பதற்கான அம்சங்கள்
- ★ உயிர் இன எழுத்துகள், மெய் இன எழுத்துகள்
- ★ மோனை
- ★ பூப்பெயர்ப் புணர்ச்சி
- ★ அருகருகே வரும் வல், மெல் இன எழுத்துகள்

4

தமிழில் முதலெழுத்துகளாகிய முப்பதைத் தவிர, மற்ற அனைத்தும் 'சார்பெழுத்துகள்' என்று சொல்லப்படும். அதாவது, முதல் எழுத்துகளைச் சார்ந்து அமைபவை.

மொத்தம் 247 எழுத்துகள், அதில் முப்பது முதலெழுத்துகள், அப்படியானால், சார்பெழுத்துகள் 247 - 30 = 217. சரிதானே?

ம்ஹூம், இல்லை. தமிழில் சார்பெழுத்துகளின் எண்ணிக்கை 217ஐவிட அதிகம்!

ஆ! இது எப்படி சாத்தியம்? இப்படித் தப்புத் தப்பாக் கணக்குப் போடறதாலதான் தமிழ் வாத்தியார்களுக்கும் கணக்கு வாத்தியார்களுக்கும் ஆவறதில்லையோ?

'அவர் ஒருத்தரே நாலு ஆள் வேலையைச் செஞ்சிடுவார்' என்று சொல்கிறோமில்லையா? அங்கே 1 = 4, கணக்குப்படி தவறு, ஆனால் எதார்த்தத்தில் சரி.

அதுபோல, தமிழில் சில எழுத்துகள் ஒரே வடிவத்தில் இருப்பினும், வெவ்வேறு இடங்களில் வெவ்வேறுவிதமாக

ஒலிக்கின்றன. ஆகவே, அவற்றைத் தனித்தனி எண்ணிக்கையாகக் கணக்கிடுகிறது இலக்கணம்.

இதன்படி, தமிழில் உள்ள சார்பெழுத்துகளை இத்தனை வகைகளாகப் பிரிக்கலாம்:

★ உயிர்மெய்
★ ஆய்தம்
★ உயிர் அளபெடை
★ ஒற்று அளபெடை
★ குற்றியலிகரம்
★ குற்றியலுகரம்
★ ஐகாரக் குறுக்கம்
★ ஔகாரக் குறுக்கம்
★ மகரக் குறுக்கம்
★ ஆய்தக் குறுக்கம்

முதலில், நம் எல்லாருக்கும் நன்றாகத் தெரிந்த உயிர்மெய் எழுத்துகள். உயிரும் மெய்யும், அதாவது 12 உயிர் எழுத்துகள், 18 மெய் எழுத்துகளோடு வெவ்வேறுவிதமாகச் சேர்ந்து உருவாகும் 12 ★ 18 = 216 எழுத்துகள்.

க் + அ = க
க் + ஆ = கா
க் + இ = கி
க் + ஈ = கீ
...
ன் + ஐ = னை
ன் + ஒ = னொ
ன் + ஓ = னோ
ன் + ஔ = னௌ

இங்கே அ + க் என்று எழுதாமல், க் + அ என்று நான் மாற்றி எழுதியிருப்பதைக் கவனியுங்கள். ‘உயிர் மெய்’ என்று பெயர் இருப்பதால், உயிர் எழுத்தைத்தானே முதலில் சொல்லவேண்டும்?

உண்மைதான். ஆனால், இந்த எழுத்தை உச்சரிக்கும்போது, எந்த ஒலி முதலில் வருகிறது என்று யோசியுங்கள். ஓரிரு உயிர்மெய் எழுத்துகளைச் சொல்லிப் பாருங்கள்.

'க' என்பதில், 'க்' ஒலி(அதாவது மெய்யெழுத்து)தான் முதலில் ஒலிக்கும், அதன்பிறகு அது 'அ' எனும் உயிரெழுத்தின் ஒலியைச் சேர்த்துக்கொள்ளும்.

இதுவே 'கோ' என்று ஆகும்போது, மறுபடி 'க்' ஒலிதான் முதலில் கேட்கும், பின்னர் அதன்மீது 'ஓ' எனும் உயிரெழுத்து ஒலி சவாரி செய்யும்.

இப்படி நாம் எந்த உயிர்மெய் எழுத்தை எடுத்துக்கொண்டாலும் சரி, முதலில் மெய்யெழுத்தின் ஒலி கேட்கும், பிறகுதான் உயிரெழுத்தின் ஒலி.

உயிரெழுத்துகளில் குறில், நெடில் உண்டு என்று பார்த்தோம், மெய்யெழுத்துகளில் வல்லினம், மெல்லினம், இடையினம் உண்டு என்று பார்த்தோம்.

அப்பா வழிச் சொத்தும் அம்மா வழிச் சொத்தும் பிள்ளைகளுக்கு வந்து சேர்வதுபோல, உயிர்மெய் எழுத்துகளில் குறில், நெடில் உண்டு, வல்லினம், மெல்லினம், இடையினமும் உண்டு:

★ குறில் வகை உயிரெழுத்துகளுடன் சேரும் மெய்யெழுத்துகள் குறில் வகை உயிர்மெய்யெழுத்துகளைத் தோற்றுவிக்கும். உதாரணமாக, க, ங, கி, ஙி முதலியன

  5 குறில் × 18 மெய் = 90 குறில் உயிர்மெய் எழுத்துகள்

★ நெடில் வகை உயிரெழுத்துகளுடன் சேரும் மெய்யெழுத்துகள் நெடில் வகை உயிர்ம்மெய்யெழுத்துகளைத் தோற்றுவிக்கும். உதாரணமாக, கா, ஙா, கீ, ஙீ முதலியன

  7 நெடில் × 18 மெய் = 126 நெடில் உயிர்மெய் எழுத்துகள்

★ வல்லின மெய்யெழுத்துகளுடன் சேரும் உயிரெழுத்துகள் வல்லின வகை உயிர்மெய்யெழுத்துகளைத் தோற்றுவிக்கும். உதாரணமாக, க, கா, கி, கீ, ப, பா, பி, பீ முதலியன

6 வல்லினம் × 12 உயிர் = 72 வல்லின உயிர்மெய் எழுத்துகள்

★ மெல்லின மெய்யெழுத்துகளுடன் சேரும் உயிரெழுத்துகள் மெல்லின வகை உயிர்மெய்யெழுத்துகளைத் தோற்றுவிக்கும். உதாரணமாக, ந, நா, நி, நீ, ம, மா, மி, மீ முதலியன

6 மெல்லினம் × 12 உயிர் = 72 மெல்லின உயிர்மெய் எழுத்துகள்

★ இடையின மெய்யெழுத்துகளுடன் சேரும் உயிரெழுத்துகள் இடையின வகை உயிர்மெய்யெழுத்துகளைத் தோற்றுவிக்கும். உதாரணமாக, ய, யா, யி, யீ, வ, வா, வி, வீ முதலியன

6 இடையினம் × 12 உயிர் = 72 இடையின உயிர்மெய் எழுத்துகள்

அடுத்து, மாத்திரைக் கணக்கு.

க் + அ = க என்கிறோம், இதில் 'க்' அரை மாத்திரை, 'அ' ஒரு மாத்திரை, அப்படியானால், 'க' என்ற உயிர்மெய் எழுத்துக்கு ஒன்றரை மாத்திரை. கரெக்டா?

மறுபடியும், அந்தக் கணக்குப் பாடத்தையெல்லாம் தாற்காலிகமாக மறந்துவிடுங்கள். இங்கே 'க'க்கு 1.5 மாத்திரை இல்லை, ஒரே ஒரு மாத்திரைதான்.

இதற்கு ஒரு சுவாரஸ்யமான விளக்கம் சொல்கிறார்கள்: ஒரு லிட்டர் தண்ணீரில், அரைக் கிலோ உப்பைக் கரைத்தால் என்ன ஆகும்? அது இன்னமும் ஒரு லிட்டர் தண்ணீராகத்தான் இருக்கிறதல்லவா? அதுபோல, இங்கே ஒரு மாத்திரையுடன் அரை மாத்திரையைச் சேர்த்தாலும், நமக்கு ஒரு மாத்திரைதான் கிடைக்கும்!

காரணம், 'க' என்பதை நாம் 'க்அ' என்று தனித்தனியே உச்சரிப்பதில்லை, சொல்லும்போதே அவை ஒன்றாகக் கலந்துவிடுகின்றன, நடுவில் காற்று நுழையவும் இடைவெளி இல்லாதபடி கட்டித் தழுவுகிற காதலர்களைப்போல!

இதனால், 'அ' என்பதை உச்சரிப்பதற்கு ஆகும் அதே நேரம்தான்,

‘க’ என்பதை உச்சரிப்பதற்கும் ஆகும், சந்தேகமிருந்தால் ஸ்டாப் வாட்ச் சகிதம் கணக்குப் போட்டுப் பாருங்கள்.

நன்னூல் இதனை ‘உயிர் அளவாய்’ என்று குறிப்பிடுகிறது. அதாவது, ஓர் உயிர் எழுத்தும், ஒரு மெய் எழுத்தும் இணையும்போது, அந்த உயிர்மெய் எழுத்தின் மாத்திரை அளவு = அந்த உயிர் எழுத்தின் மாத்திரை அளவு.

அதாவது, உயிர்மெய்க் குறில் எழுத்துகள் எல்லாம் 1 மாத்திரை அளவு, உயிர்மெய் நெடில் எழுத்துகள் எல்லாம் 2 மாத்திரை அளவு.

இதென்ன அநியாயம்! கொஞ்சம் நேரம் முன்புதான் உயிர் எழுத்துகளும் மெய் எழுத்துகளும் அம்மா, அப்பாமாதிரி, உயிர்மெய் எழுத்து பிள்ளைமாதிரி என்று சொன்னோம், ஆனால் இப்போது மெய் எழுத்தின் அரை மாத்திரையைக் கண்டுகொள்ளாமல் தவிர்ப்பது சரியில்லையே!

அதற்காகத்தானோ என்னவோ, உயிர்மெய் எழுத்துகளைப் பேனா பிடித்து எழுதும்போது, அங்கே உயிர் எழுத்துக்கு வேலை இல்லை, மெய் எழுத்துமட்டும்தான் தெரியும்.

அதாவது, ‘கு’ என்று எழுதும்போது, அதில் க் + உ என இரண்டு எழுத்துகள் இருப்பினும், நமக்கு ‘க்’ வடிவம்தான் தெரியும், ‘உ’ வடிவம் தெரியாது. மற்ற எல்லா உயிர்மெய் எழுத்துகளும் இப்படித்தான்.

இதையும் நன்னூல் குறிப்பிடுகிறது, ‘உயிர் அளவாய், அதன் வடிவு ஒழித்து’, அதாவது உயிர்மெய் எழுத்து உருவாகும்போது, அதன் மாத்திரை அளவு உயிருக்குச் சமமாக இருக்கும், ஆனால் எழுதும் வடிவம் உயிருக்குச் சம்பந்தமே இல்லாமல், மெய்யைச் சார்ந்து இருக்கும்.

ஆக, உயிருக்கும், மெய்க்கும் சரியாகப் போய்விட்டது. இனிமேல் சண்டை வேண்டாம்!

அடுத்து, ஆய்த எழுத்து. அதாவது, ஃ.

நம் பள்ளிகளில் ஆனா ஆவன்னா சொல்லித்தரும்போதே, ஐ, ஒ, ஓ, ஔ, ஃ என்று முடித்துவிடுவார்கள். இதனால், ‘ஃ’ என்பதும் உயிரெழுத்துகளில் ஒன்று என நாம் நினைக்க

வாய்ப்புள்ளது.

இன்னும் சிலர், ஆய்த எழுத்தின் உச்சியில் ஒரு புள்ளி இருப்பதால், அதை மெய்யெழுத்தில் சேர்க்கிறார்கள். ஆய்த எழுத்துக்கும் அரை மாத்திரை, மெய்யெழுத்துக்கும் அரை மாத்திரை என்பது இன்னொரு காரணம்.

ஆனால் இலக்கணப்படி, ஆய்த எழுத்து தனியாக, சிறப்பாகக் குறிப்பிடப்பட்டுள்ளது. அதை உயிரெழுத்துகளுடனோ மெய்யெழுத்துகளுடனோ சேர்க்கக்கூடாது.

இந்த ஆய்த எழுத்தை 'முற்றாய்தம்' என்றும் குறிப்பிடுவது உண்டு. அது ஏன் என்பதை 'ஆய்தக் குறுக்கம்'பற்றிப் பேசும்போது பார்க்கலாம்.

இப்போது, 'ஆய்த எழுத்து' என்ற பெயர் ஏன் வந்தது என்பதுபற்றிச் சில கருத்துகள்.

'ஆய்தம்' என்பதை 'ஆயுதம்' என்று எடுத்துக்கொண்டால், அது ஒரு போர்க் கருவியைக் குறிக்கும். கேடயம் மற்றும் சூலம் ஆகிய இரண்டு போர்க் கருவிகளில் ஏதேனும் ஒன்றில் இருந்துதான் 'ஆய்த எழுத்து' என்ற பெயர் வந்திருக்கவேண்டும் என்று ஊகிக்கிறார்கள்.

கேடயம் என்பது, தடுக்கும் கருவி. எப்போதாவது டிவியில் பிளாக் & வொயிட் சினிமா போடுவார்கள், அதில் வரும் போர்க் காட்சிகளைக் கவனித்துப் பார்த்தால், வீரர்கள் ஒரு கையில் வாள் அல்லது வேல் வைத்திருப்பார்கள், இன்னொரு கையில், எதிராளியின் தாக்குதலைத் தடுப்பதற்காகக் கேடயம் வைத்திருப்பார்கள். இப்போதும், கலவரங்களை அடக்க வரும் காவலர்கள் கையில் இதைப் பார்க்கலாம்.

அந்தக் கேடயத்தில் மூன்று புள்ளிகள் 'ஃ' வடிவத்தில் இருக்கும். அந்த டிஸைன்மாதிரியே இந்த எழுத்து அமைந்துவிட்டதால், இதனை 'ஆயுத எழுத்து' என்று சொல்வார்களாம்.

இதேபோல், திரிசூலத்தில் நடுவில் உள்ள கூர்மையான பகுதி நீண்டிருக்கும், அதற்கு இருபுறமும் சற்றே குட்டையான கூர்மைப் பகுதிகள் இருக்கும். தொலைவிலிருந்து பார்க்கும்போது, அந்த மூன்று கூர்மை நுனிகளின் தொகுப்பு 'ஃ'போலவே இருக்கும்.

இப்படி ஏதோ ஓர் ஆயுதத்தைக் குறிப்பிடும்வகையில்தான் ‘ஃ’க்கு ‘ஆய்த எழுத்து’ என்று பெயர் வந்துவிட்டதாகச் சொல்லப்படுகிறது, நம்பப்படுகிறது.

இந்த அழகான, *Logical* விளக்கம் கேட்க நன்றாக உள்ளது. ஆனால் இலக்கணபூர்வமாக இதற்குச் சாட்சிகள் இல்லை. பல அறிஞர்கள் ‘ஆய்தம்’ வேறு, ‘ஆயுதம் வேறு’ என்கிறார்கள்.

தமிழில் ஆய்தல் என்றால், ஒரு விஷயத்தை மேலோட்டமாகப் பார்க்காமல் உள்ளே இறங்கிச் சென்று நுணுக்கமாக ஆராய்ச்சி செய்தல்.

இதே ‘ஆய்தல்’க்கு இன்னொரு விளக்கமும் உண்டு. பெரிய ஒரு விஷயத்தைப் பிரித்துச் சிறிதாக்குதல், அதாவது, வலிமையானதை மென்மையாக்குதல்.

உதாரணமாக, ‘கீரை ஆய்ஞ்சு கொடு’ என்று சொல்கிறோமல்லவா? இதன் அர்த்தம், பெரிய கீரைக் கட்டைச் சிறு இலைகளாகப் பிரித்தல்.

இதேபோல், ‘ஃ’ என்கிற ஆய்த எழுத்தும், வல்லின எழுத்துகளுக்கு முன்பாக வரும்போது, அதை மென்மையாக்கிவிடும், அதாவது, மெல்லினமாக்கிவிடும்.

உதாரணமாக, இந்த இரண்டு சொற்களையும் சத்தமாகச் சொல்லிப் பாருங்கள்: மக்கு, எஃகு

இரு சொற்களிலும் ‘கு’ என்ற எழுத்து இருக்கிறது. ஆனால், ‘மக்கு’ என்பதில் வரும் ‘கு’வும், ‘எஃகு’ என்பதில் உள்ள ‘கு’வும் ஒரேமாதிரி ஒலிப்பதில்லை, சொல்லிப்பார்த்தால் தெளிவாகத் தெரியும், முதல் ‘கு’க்கும், இரண்டாவது ‘கு’க்கும் நம் வாய் திறக்கிற விதம், நாக்கு மடங்குகிற விதம் மாறுபடும்.

இதற்குக் காரணம், ‘எஃகு’ என்பதில் உள்ள ‘ஃ’தான். ‘கு’ என்ற வல்லின எழுத்தைக் கொஞ்சம் மாற்றி, மெல்லினம்போல் ஒலிக்கச் செய்துவிடுகிறது.

நுட்பமான இந்தக் காரணத்தால், ஆய்கிற / மென்மையாக்குகிற எழுத்து என்ற அர்த்தத்தில் அதனை ‘ஆய்த எழுத்து’ என்று அழைத்தார்களாம்.

இந்த இரண்டு காரணங்களில் எது சரி என்கிற ஆராய்ச்சி நம் நோக்கமல்ல, ஆய்த எழுத்தின் இலக்கணத்தை வாசிக்கும்போது இதையும் தெரிந்துகொள்கிறோம். அவ்வளவுதான்!

ஆய்த எழுத்து எப்போதும் தனித்து வராது. வேறு எழுத்துகளுடன் சேர்ந்துதான் வரும்.

எந்த எழுத்துகள்? அதையும் நன்னூல் வரையறுக்கிறது:

குறியதன் முன்னர் ஆய்தப் புள்ளி

உயிரொடு புணர்த்த வல் ஆறன் மிசைத்தே

இதன் பொருள், மூன்று புள்ளிகளைக் கொண்ட ஆய்த எழுத்து, வல்லினக் குறில் எழுத்துகளுக்கு முன்பாக வரும்.

உதாரணமாக, 'எஃகு' என்பதில் 'கு' என்ற எழுத்து வல்லினம் + குறில், அதற்கு முன்பாக 'ஃ' வந்துள்ளது. இதேபோல் அஃது, இஃது என்று பல உதாரணங்களைச் சொல்லலாம். ஒரே பிரச்னை, இவற்றையெல்லாம் நாம் அன்றாடப் பேச்சில் பயன்படுத்துவதில்லை.

அதற்குப் பதிலாக, இன்றைக்கு நாம் ஆய்த எழுத்தை ஒரு மிக விநோதமான காரணத்துக்காக உபயோகிக்கிறோம், பிற மொழிகளில் வரும் *'f'/ 'Ph'* போன்ற ஒலிகளைக் குறிப்பதற்காக!

உதாரணமாக, 'காஃபி' என்று எழுதினால், அது *Coffee*யைக் குறிப்பதாக நம்புகிறோம். 'ஃபோன்' என்று எழுதினால், அது *Phone*ஐக் குறிப்பதாக நம்புகிறோம், இது சரியா?

இலக்கணப்படி இந்த வழக்கத்துக்கு எந்த ஆதாரமும் இல்லை, இது பின்னர் நாமே உருவாக்கிக்கொண்ட ஒரு சமீபத்திய பழக்கமாக இருக்கவேண்டும்.

அப்படியானால், 'காஃபி' என்று எழுதுவது சரியா, தவறா?

'காபி' என்பதன் உச்சரிப்பு *'kaapi'*, இது *'coffee'* என்பதைக் குறிக்காது. நிறைவாக வரும் 'பி'யைக் கொஞ்சம் மென்மையாக்கி உச்சரிக்கவேண்டும்.

ஹிந்தி, கன்னடம், தெலுங்கு போன்ற மற்ற மொழிகளில் *pa, ppa, ba, bha* என்று வெவ்வேறு ஒலிகளுக்கு ஏற்ற உயிர்மெய் எழுத்துகள் உண்டு. தமிழில் அது இல்லை.

ஆகவே, 'பி' என்பதைப் '*pi*' என்றில்லாமல் '*fi*' என்று உச்சரிக்கச் செய்வதற்காக, அங்கே 'காஃபி' என்று எழுதுகிறோம், ஆய்தம் தன் இயல்புப்படி வல்லின 'பி'யை மெல்லினம்மாதிரி உச்சரிக்கச் செய்துவிடும், மேலே பார்த்த 'எஃகு' உதாரணத்தைப்போல.

அந்தவிதத்தில், இங்கே ஆய்தத்தைப் பயன்படுத்துவது தவறல்ல. ஆனால் அது தமிழ் இலக்கணப்படி சரியும் அல்ல. 'காபி' என்றுமட்டும் எழுதி, உச்சரிக்கும்போது, அது பயன்படும் சூழலைக் *(Context)* கருதி '*Coffee*' என்றோ '*Kaapi*' என்றோ உச்சரிப்பதுதான் முறை.

சிலர் 'காபி' என்று எழுதுகிறார்கள். அதற்கு 'காஃபி' பெட்டர்!

எதற்கு இத்தனை வம்பு, கொஞ்சம் தண்ணீர்மட்டும் சாப்பிட்டுவிட்டுப் பாடத்துக்குத் திரும்புவோம்!

அதற்குமுன்னால், இந்த அத்தியாயத்தில் நாம் பார்த்த முக்கியமான சொற்கள் / தலைப்புகள் / *Concepts* பட்டியலை இங்கே தருகிறேன், எதற்கு என்ன அர்த்தம், என்ன உதாரணம் என்று நினைவுபடுத்திப் பாருங்கள், ஏதேனும் புரியாவிட்டால், சிரமம் பார்க்காமல் மேலே சென்று ஒருமுறை படித்துவிடுங்கள்.

- ★ சார்பெழுத்தின் வகைகள்
- ★ உயிர்மெய் எழுத்து : குறில் (90), நெடில் (126), வல்லினம் (72), மெல்லினம் (72), இடையினம் (72)
- ★ உயிர்மெய் எழுத்துகளின் மாத்திரை அளவு (1 அல்லது 2)
- ★ உயிர்மெய் எழுத்துகளின் வடிவம்
- ★ ஆய்த எழுத்து : உயிரா? மெய்யா?
- ★ பெயர்க் காரணம்
- ★ வல்லினத்தை மென்மையாக்குதல்
- ★ *F/Ph* ஒலிகள் வரும் இடங்களில் 'ஃ' பயன்படுத்துவது சரியா?

5

நான் கன்னடம் பேசுவதற்குக் கற்கத் தொடங்கியிருந்த புதிது, அம்மொழியை அரைகுறையாக, இன்னும் சரியாகச் சொல்வதென்றால், குத்துமதிப்பாக மட்டுமே பேச அறிந்திருந்தேன். ('இப்பவும் அப்படித்தானே?' என்கிறது மனசாட்சி)

அப்போது, ஒரு நண்பர் என்னிடம் கேட்டார், 'நீங்க பெங்களூர் வந்து நாலஞ்சு வருஷமாச்சே, கன்னடம் கத்துக்கிட்டீங்களா? பேசுவீங்களா?'

'ஓ, அப்பப்போ பேசுவேன்.'

'அப்பப்போன்னா? எப்பப்போ?'

'எனக்கு முன்பின் அறிமுகமில்லாத பஸ் ட்ரைவர், கண்டக்டர், ஆட்டோ டிரைவர், கடைக்காரர்கிட்டயெல்லாம் பேசுவேன், ஏற்கெனவே நல்லாத் தெரிஞ்ச பக்கத்து வீட்டுக்காரர், ஆஃபீஸ் நண்பர்கிட்டேல்லாம் பேசமாட்டேன்.'

'ஏன் அப்படி?'

'தெரியாதவங்ககிட்ட பேசும்போது, ஏதாவது வார்த்தை தப்பா இருந்தாலோ, இலக்கணம் மாறினாலோ பிரச்னையில்லை, இஷ்டப்படி பேசலாம், ஆனா, தெரிஞ்சவங்ககிட்ட அப்படிப்

பேசமுடியாது, 'ஏன்டா எங்க மொழியைக் கொலை பண்றே?'ன்னு ஒருமாதிரி கேவலமா லுக் விடுவாங்க. அவமானமா இருக்குமே!'

இது வேடிக்கைக்காகச் சொன்னதல்ல. இன்றைக்கும், தெரிந்தவர்கள் முன்னால் நான் ஆங்கிலத்திலோ தமிழிலோ பேசிவிடுவதுதான் வழக்கம். ஒருவேளை தவிர்க்கமுடியாமல் கன்னடத்தில் ஓரிரு வார்த்தைகள் பேசவேண்டியிருந்தாலும், என் குரல் கொஞ்சம் தணிந்துதான் ஒலிக்கும்.

அதேபோல், சில குழந்தைகள் தங்கள் வீட்டில் கண்டபடி சத்தம் போட்டுப் பாட்டுப் பாடி ஆட்டம் ஆடுவார்கள், ஆனால் பள்ளிக்குச் சென்றுவிட்டால், சட்டென்று பெட்டிப் பாம்பாக சம்மணம் போட்டு உட்கார்ந்துவிடுவார்கள்.

இதற்குத் தமிழில் ஒரு வார்த்தை இருக்கிறது, குறுக்கம்.

நமக்கெல்லாம் நன்கு அறிமுகமான 'குறுகுதல்', 'குறுகி' என்ற வார்த்தையிலிருந்து வந்ததுதான் இது. 'கூனிக் குறுகி நின்றான்' என்று சர்வ சாதாரணமாகச் சொல்வோமே!

ஆக, குறுகுதல் என்றால், தன்னுடைய இயல்பான அளவிலிருந்து குறைதல் என்று அர்த்தம். கொஞ்சம் வெகுஜன மொழியில் சொல்வதென்றால், 'அமுக்கி வாசித்தல்'!

தமிழ் இலக்கணத்தில் நான்குவகையான 'குறுக்கம்' உண்டு. அவை:

★ ஐகாரக் குறுக்கம்

★ ஔகாரக் குறுக்கம்

★ மகரக் குறுக்கம்

★ ஆய்தக் குறுக்கம்

அதாவது, ஐ, ஔ, ம், ஃ என்ற நான்கு எழுத்துகளும், சில நேரங்களில் தங்களுடைய இயல்பான மாத்திரை அளவிலிருந்து சற்றே குறைந்து ஒலிக்கும். அதைத்தான் இந்த நான்கு வகைக் குறுக்கங்களாகக் குறிப்பிடுகிறோம்.

உதாரணமாக, ஐகாரக் குறுக்கத்தை முதலில் எடுத்துக்கொள்வோம், கீழே உள்ள வார்த்தைகள் ஒவ்வொன்றையும் அடுத்தடுத்து சிலமுறை சத்தமாகச் சொல்லிப் பாருங்கள், நீங்கள் சொல்லும் விதத்தை நீங்களே கவனியுங்கள், ஏதாவது வித்தியாசம் தெரிகிறதா?

★ ஐ!

★ ஐந்து

★ பையன்

★ இனிமை

★ சக்கை

★ இசை

★ உதைப்பேன்

★ தையல்

இந்தச் சொற்கள் அனைத்திலும் 'ஐ' அல்லது, அதன் குடும்ப எழுத்துகள் உள்ளன. மாத்திரைக் கணக்குப்படி பார்த்தால், இவை அனைத்தும் நெடில்கள், அதாவது, இரண்டு மாத்திரை அளவில் ஒலிக்கப்படவேண்டியவை.

ஆனால், நாம் உண்மையில் அப்படியா உச்சரிக்கிறோம்? 'ஐ!' என்று தனியே சொல்லும்போது உள்ள மாத்திரை அளவும் 'ஐந்து' என்ற சொல்லில் உள்ள 'ஐ' என்ற எழுத்தை உச்சரிக்கும் மாத்திரை அளவும் ஒன்றாகவா உள்ளது?

ம்ஹூம், இல்லை. மேலே நாம் பார்த்த சொற்கள் ஒவ்வொன்றிலும், 'ஐ' என்ற எழுத்து (அல்லது, அதன் குடும்ப எழுத்து) உச்சரிக்கப்படும் நேரம் மாறுபடுகிறது. அதாவது, ஐ குறுகி ஒலிக்கிறது.

இதை நன்னூல் இப்படிக் குறிப்பிடுகிறது:

தற்சுட்டு, அளபு ஒழி ஐ மூவழியும் நையும்

'நையும்' என்றால், நைந்து போகும், ஒரு கயிற்றை நெடுநாள்

தொடர்ந்து பயன்படுத்தினால், 'நஞ்சுபோச்சு', அதாவது 'நைந்துபோய்விட்டது' என்று சொல்கிறோமல்லவா? அதுபோல, இங்கே எழுத்து நைந்துபோகிறது!

'ஐ' என்ற எழுத்து, எப்போது நையும்? (அதாவது, எப்போது குறுகும்?)

'மூவழியும்' என்கிறது நன்னூல். அதாவது, சொல்லின் முதலில், நடுவில், நிறைவில் என மூன்று இடங்களில் ஐ எங்கே வந்தாலும் குறுகும்.

உதாரணமாக, மேலே நாம் பார்த்த 'பையன்' என்ற சொல்லில், ஐ குடும்ப எழுத்து (பை) முதலில் வருகிறது, 'உதைப்பேன்' என்ற சொல்லில், ஐ குடும்ப எழுத்து (தை) நடுவில் வருகிறது, 'இனிமை' என்ற சொல்லில், ஐ குடும்ப எழுத்து (மை) நிறைவாக வருகிறது.

இந்த மூன்று இடங்களிலும் ஐ குடும்பத்தைச் சேர்ந்த எழுத்து தன்னுடைய இயல்பான இரண்டு மாத்திரை அளவிலிருந்து குறைந்து ஒரு மாத்திரையாகவோ, ஒன்றரை மாத்திரையாகவோ ஒலிக்கும்.

கொஞ்சம் பொறுங்கள், எங்கேயோ இடிக்கிறது!

ஐ குடும்ப எழுத்துகள் சொல்லின் முதலில், நடுவில், நிறைவில் என்று மூன்றே இடங்களில்தான் வரமுடியும். அந்த மூன்று இடங்களிலுமே அதற்கு மாத்திரை குறைந்துவிடும் என்றால் என்ன அர்த்தம்? 'உங்க பையன் தமிழ், ஆங்கிலம், கணக்கு, அறிவியல், வரலாறுன்னு அஞ்சு பாடத்துலமட்டும் ஃபெயில் ஆகிட்டான்' என்று சொல்வதுபோலல்லவா இருக்கிறது இது?

அதாவது, 'ஐ' என்ற எழுத்துக்கு நாம் வேலை மெனக்கெட்டு இரண்டு மாத்திரை அளவு நிர்ணயித்தோமே, அதற்கு மரியாதையே கிடையாதா? எந்த இடத்திலும் அது குறுகாமல் முழுமையாக ஒலிக்காதா?

பதற்றம் வேண்டாம், இதே நன்னூல் சூத்திரத்தில் அதுவும் தெளிவாக விளக்கப்பட்டிருக்கிறது, 'தற்சுட்டு, அளபு ஒழி' என்கிற பகுதியைக் கவனியுங்கள்.

அதாவது, இரண்டே இரண்டு சூழ்நிலைகளில்மட்டும் ஐகாரம் குறுகாது, அதாவது, தனக்குரிய இரண்டு மாத்திரைகளில் முழுமையாக ஒலிக்கும். எப்போது?

★ தற்சுட்டு, அதாவது 'ஐ' என்ற எழுத்து வேறு எந்த எழுத்துடனும் கலக்காமல் தனியாக வந்து, தன்னைத்தானே சுட்டிக்காட்டும்போது அதற்கு இரண்டு மாத்திரை உண்டு

★ அளபெடுக்கும்போது (இதைப்பற்றிப் பின்னர் விரிவாகப் பார்க்கவிருக்கிறோம், ஆகவே, இப்போது இதற்குத் தனியே விளக்கம் வேண்டாம்)

இந்த இரண்டு சூழ்நிலைகளைத் தவிர்த்துப் பார்த்தால், மற்ற எல்லா இடங்களிலும் ஐகாரம் குறுகிதான் ஒலிக்கும். இதை நாம் சத்தமாகச் சொல்லிப் பார்த்தே உறுதி செய்யலாம்.

அடுத்து, ஔகாரக் குறுக்கம். அதாவது, ஔ மற்றும் அதன் குடும்பத்தைச் சேர்ந்த எழுத்துகள் தங்களது வழக்கமான மாத்திரை அளவிலிருந்து குறுகி ஒலிப்பது.

ஔகாரத்துக்கும் ஐகாரத்துக்கும் ஒரே ஃபார்முலாதான். தன்னைச் சுட்டும்போதும் அளபெடுக்கும்போதும் இரண்டு மாத்திரை, மற்றபடி வேறு எல்லா இடங்களிலும் அதைவிடக் குறைவு.

ஒரு வித்தியாசம், ஐகார எழுத்துகள் சொல்லின் முதலில், நடுவில், நிறைவில் என மூன்று இடங்களில் வரும் என்று பார்த்தோம், ஆனால் ஔகார எழுத்துகள் சொல்லின் தொடக்கத்தில் மட்டுமே வரும், நடுவிலோ, நிறைவிலோ வராது.

உதாரணமாக, முன்புபோலவே இந்தச் சொற்களைச் சத்தமாகச் சொல்லி மனத்தளவில் மாத்திரைக் கணக்கு போட்டுப் பாருங்கள். எங்கே இயல்பான எழுத்து, எங்கே குறுக்கம் என்று தெளிவாகப் புரியும்:

★ ஔ

★ ஔவை

★ பௌர்ணமி

★ கௌரவம்

★ மௌனம்

★ வௌவால்

ஐகாரக் குறுக்கம், ஔகாரக் குறுக்கம் இரண்டும் உயிரெழுத்துகளோடு சேர்ந்தவை. மூன்றாவதாக வரும் மகரக் குறுக்கம், மெய்யெழுத்தோடு சேர்ந்தது, அதாவது, 'ம்' என்ற எழுத்து குறுகி ஒலிப்பது.

மெய்யெழுத்துகளுக்கு எத்தனை மாத்திரை அளவு என்று உங்களுக்கு நினைவிருக்கும், அரை மாத்திரை.

அடடா, 'ஐ', 'ஔ' ஆகியவற்றுக்காவது இரண்டு மாத்திரை இருந்தது, அதில் கொஞ்சம் குறைந்தாலும் மிச்சத்தை வைத்து ஒருமாதிரி அட்ஜஸ்ட் செய்துகொள்ளலாம், இந்த 'ம்'க்கு இருப்பதே அரை மாத்திரைதான், அது இன்னும் குறுகுவது என்றால், கால் மாத்திரை ஆகிவிடுமா?

ஆமாம். சில நேரங்களில் 'ம்' என்ற எழுத்து தனது இயல்பான அரை மாத்திரை அளவிலிருந்து குறைந்து கால் மாத்திரையாக ஒலிக்கும். எப்போது?

'ணன முன்னும் வஃகான் மிசையும் ம குறுகும்' என்கிறது நன்னூல்.

அதாவது, கீழ்க்காணும் மூன்று சூழ்நிலைகளில் 'ம'கர எழுத்து குறுகி ஒலிக்கும்:

★ ண் (அல்லது) ன் ஆகிய எழுத்துகளுக்கு அடுத்து 'ம்' வரவேண்டும் (அல்லது)

★ முதல் சொல்லின் நிறைவில் 'ம்' இருந்து, அடுத்த சொல்லின் தொடக்கத்தில் 'வ' எழுத்து இருக்கவேண்டும்

இதில் முதல் வகைக்கு உதாரணம், 'மருண்ம்', இரண்டாவது வகைக்கு உதாரணம் 'போன்ம்'.

கொஞ்சம் பொறுங்கள், இவையெல்லாம் தமிழ் வார்த்தைகளா என்ன?!

உங்கள் குழப்பத்தில் நியாயம் உண்டு. மருண்ம், போன்ம் என்றெல்லாம் நான் சாதாரணமாக எழுதுவதில்லை, பேசுவதில்லை, அவை செய்யுளுக்கே உரிய சொற்கள்.

ஆகவே, இந்த முதல், இரண்டாவது வகை மகரக் குறுக்கங்களை நாம் அவ்வளவாகக் கண்டுகொள்ளவேண்டியதில்லை. நேரடியாக மூன்றாவது வகைக்குச் சென்றுவிடலாம்.

'பெரும் வளையல்' என்று சத்தமாகச் சொல்லிப் பாருங்கள். முதல் சொல்லின் நிறைவில் உள்ள 'ம்' என்ற எழுத்து ஒலிப்பதே தெரியாது, 'வாம்மா மின்னல்' என்பதுபோல் சட்டென்று காணாமல் போய்விடும்!

அதுதான் கால் மாத்திரை, மகரக் குறுக்கம். மேலே உள்ள நன்னூல் சூத்திரத்தைக் கவனியுங்கள், முதல் சொல்லின் நிறைவில் 'ம்' இருந்து, அடுத்த சொல்லின் தொடக்கத்தில் 'வ' என்ற எழுத்து இருந்தால், மகரம் குறுகி ஒலிக்கும்!

இப்போது, ஆய்தக் குறுக்கம். அதாவது, 'ஃ' குறுகுவது!

'ம்'போலவே, 'ஃ' என்ற ஆய்த எழுத்தும் அரை மாத்திரை கொண்டதுதான். சில நேரங்களில் அது இன்னும் குறுகி, கால் மாத்திரையாக ஒலிக்கும்!

எப்போது? அதற்கான நன்னூல் சூத்திரம் இது:

லள ஈற்று இயைபினாம் ஆய்தம் அஃகும்

அதாவது,

ஒரு குறில் எழுத்தின் அடுத்து லகர மெய்யோ ளகர மெய்யோ வந்து, அடுத்த சொல்லின் தொடக்கத்தில் தகரக் குடும்ப எழுத்து வந்து, அவை புணரும்போது மெய் மறைந்து அங்கே ஆய்தம் தோன்றும், அது தன் அரை மாத்திரையிலிருந்து குறுகி ஒலிக்கும்.

தலை சுற்றுகிறதா? ஒரு சின்ன உதாரணத்துடன் பார்த்தால் புரிந்துவிடும்.

உயர்திணை, அஃறிணை என்று கேள்விப்பட்டிருப்பீர்கள்.

'உயர்திணை' புரிகிறது, உயர்ந்த திணை, அதென்ன 'அஃறிணை'? அதற்கு என்ன அர்த்தம்?

அஃறிணை என்பது, அல் + திணை என்ற இரு சொற்கள் சேர்ந்து உருவானது. அதாவது உயர்வு அல்லாத திணை.

இங்கே 'அல்' என்ற சொல்லை எடுத்துக்கொள்வோம், தனியே ஒரு குறில் (அ) வருகிறது, அடுத்து லகர மெய் (ல்) வருகிறது. இல்லையா?

அடுத்து, 'திணை' என்ற சொல், இதன் தொடக்கத்தில், தகரக் குடும்பத்தைச் சேர்ந்த 'தி' என்ற எழுத்து வருகிறது.

மேலே சொன்ன சூத்திரப்படி, அல் + திணை சேரும்போது, லகர மெய் (ல்) மறைந்து, ஆய்த எழுத்து (ஃ) தோன்றும். இப்படித்தான் அது 'அஃறிணை' என்று மாறுகிறது.

'ஃ' புரிகிறது, 'றி' எப்படி வந்தது என்று கேட்காதீர்கள், புணர்ச்சி விதிகளைப்பற்றி இதே தொடரில் பின்னர் விரிவாகப் பார்க்கவிருக்கிறோம், இப்போதைக்கு, அந்த ஆய்த எழுத்தை மட்டும் கவனியுங்கள். அது அரை மாத்திரை அளவில் ஒலிக்காமல், கொஞ்சம் குறுகி ஒலிக்கிறது, அதைத்தான் ஆய்தக் குறுக்கம் என்கிறோம்.

இதேபோல் இன்னும் சில உதாரணங்கள் சொல்லலாம், ஆனால் அவையெல்லாம் நாம் அன்றாடம் பயன்படுத்துகிற சொற்களாக இருக்காது, ஆகவே, இப்போது இந்த விளக்கம் போதும்.

மேலே உள்ள சூத்திரத்தில் குறிப்பிட்டுள்ள சில இடங்களைத்தவிர, மற்ற இடங்களிலெல்லாம் ஆய்த எழுத்து தனக்குரிய அரை மாத்திரையில் முழுமையாக ஒலிக்கும். ஆகவே, அதை 'முற்றாய்தம்' என்று அழைப்பார்கள். அதற்கு எதிர்ப்பதம், குறுகி ஒலிக்கும் 'ஆய்தக் குறுக்கம்'.

நான்கு வகைக் குறுக்கங்களைப்பற்றித் தெரிந்துகொண்டோம், அடுத்து, குற்றியலுகரம், குற்றியலிகரத்தைப் பார்க்கலாம்!

அதற்கு முன்னால், இந்த அத்தியாயத்தில் நாம் பார்த்த

முக்கியமான சொற்கள் / தலைப்புகள் / *Concepts* பட்டியலை இங்கே தருகிறேன், எதற்கு என்ன அர்த்தம், என்ன உதாரணம் என்று நினைவுபடுத்திப் பாருங்கள், ஏதேனும் புரியாவிட்டால், சிரமம் பார்க்காமல் மேலே சென்று ஒருமுறை படித்துவிடுங்கள்.

★ குறுக்கம்

★ ஐகாரக் குறுக்கம் (சொல்லின் முதலில், நடுவில், நிறைவில்)

★ தற்சுட்டு

★ ஔகாரக் குறுக்கம் (சொல்லின் முதலில் மட்டும்)

★ மகரக் குறுக்கம் (ண்ம், ன்ம், ம் வ)

★ ஆய்தக் குறுக்கம் (தனிக்குறில் + ல் + தகரக் குடும்ப எழுத்து)

★ முற்றாய்தம்

6

சென்ற அத்தியாயத்தில், நான்கு வகைக் குறுக்கங்களைப்பற்றிப் பார்த்தோம், 'ஐ', 'ஔ' என்ற நெடில்கள், 'ஃ' என்ற ஆய்த எழுத்து, 'ம்' என்ற மெய்யெழுத்து ஆகிய நான்கும் தங்களுடைய இயல்பிலிருந்து குறுகி, அதாவது, குறைவான மாத்திரை அளவில் ஒலித்தன.

அப்படியானால், குறில்களில் குறுக்கம் கிடையாதா?

உண்டு. ஆனால் அவற்றைக் 'குறுக்கம்' என்று அழைப்பதில்லை, வேறு பெயர் வைத்திருக்கிறார்கள்:

- ★ குற்றியலுகரம்
- ★ குற்றியலிகரம்

முதலில், குற்றியலுகரத்தை எடுத்துக்கொள்வோம். குற்று (அதாவது, குறுகிய / குறுமையான) + இயல் + உகரம் என்று இதனைப் பிரித்துப் படிக்கவேண்டும்.

'இயல்' என்றால், இயல்பான அளவு, உகரத்தை, அதாவது, 'உ' என்ற எழுத்தையோ, அதன் குடும்ப எழுத்துகளாகிய கு, சு, டு, து, பு, று, நு, ஞு போன்றவற்றையோ உச்சரிப்பதற்குத் தேவைப்படுகிற மாத்திரை அளவு!

நாம் ஏற்கெனவே பார்த்திருக்கிறோம், குறில் எழுத்துகளை உச்சரிப்பதற்கு ஒரு மாத்திரை அளவு நேரம் வேண்டும். ஆக, உகரத்துக்குரிய இயல்பான அளவு, ஒரு மாத்திரை.

அது குறுகி, அரை மாத்திரையாக ஒலித்தால், அதன் பெயர் குற்றியலுகரம். அவ்வளவுதான் விஷயம்!

ஒருவேளை குறுகாமல் முழுமையாக, அதாவது, ஒரு மாத்திரையாகவே ஒலித்தால்?

அதற்கும் ஒரு பெயர் இருக்கிறது, முற்றியலுகரம் (முற்று / முழுமை + இயல் + உகரம்).

எப்போதெல்லாம் உகரம் குறுகி ஒலிக்கும்?

இதனைக் குறிப்பிடும் நன்னூல் சூத்திரம் இது:

> *நெடிலோடு ஆய்தம், உயிர், வலி, மெலி, இடைத்*
> *தொடர் மொழி இறுதி வன்மை ஊர் உகரம்*
> *அஃகும் பிறமேல் தொடரவும் பெறுமே*

அதாவது, மொத்தம் ஆறு இடங்களில் உகரம் அரை மாத்திரையாகக் குறுகும். அதை அடிப்படையாக வைத்து, குற்றியலுகரத்தை ஆறு வகைகளாகப் பிரிப்பார்கள்:

1. நெடில் தொடர்க் குற்றியலுகரம்
2. ஆய்தத் தொடர்க் குற்றியலுகரம்
3. உயிர்த் தொடர்க் குற்றியலுகரம்
4. வன் தொடர்க் குற்றியலுகரம்
5. மென் தொடர்க் குற்றியலுகரம்
6. இடைத் தொடர்க் குற்றியலுகரம்

இந்தப் பட்டியலை மேலே உள்ள சூத்திரத்தின் முதல் வரியோடு ஒப்பிட்டுப் பாருங்கள். வல்லினத்தோடு சேர்ந்த உகரம் (அதாவது, கு, சு, டு, து, பு, று) ஆகிய எழுத்துகள் சொல்லின் இறுதியில் வரும்போது, அதிலும் குறிப்பாக இந்த ஆறு வகை எழுத்துகளோடு சேர்ந்து ஒலிக்கும்போது, அளவில் குறைந்து, குற்றியலுகரமாக மாறும்.

இப்படிப் பொத்தாம்பொதுவாகச் சொன்னால் புரியாது. ஒவ்வொன்றாக உதாரணங்களுடன் பார்ப்போம்.

முதலில், நெடில் தொடர்க் குற்றியலுகரத்தை எடுத்துக்கொள்வோம். இதன் அர்த்தம், தனியாக வரும் ஒரு நெடில் எழுத்துடன் வல்லின உகர எழுத்துகள் (கு, சு, டு, து, பு, று) சேர்ந்து ஒலிப்பது. காடு, நாடு, வீடு, காசு, மாசு, காது, பாபு, ஆறு, பாகு... இப்படி.

வழக்கம்போல், இந்தச் சொற்களை நீங்கள் வாய்விட்டுச் சொல்லிப்பார்க்கவேண்டும், கு, சு, டு, து, பு, று ஆகிய ஆறு எழுத்துகளும் தங்களது இயல்பைவிடக் குறைவாக, அதாவது விரைவாக, வெறும் அரை மாத்திரை அளவே ஒலிப்பதை மிகத் தெளிவாக உணரலாம்.

அடுத்து, ஆய்தத் தொடர்க் குற்றியலுகரம். அதாவது, ஆய்த எழுத்தைத் (ஃ) தொடர்ந்து வரும் வல்லின உகரம். உதாரணமாக, அஃது, இஃது, எஃகு... இப்படி.

மூன்றாவது, உயிர்த் தொடர்க் குற்றியலுகரம், சொல்லின் நடுவே அமைந்துள்ள உயிர் எழுத்துகளைத் தொடர்ந்து வருகிற வல்லின உகரம், உதாரணமாக, 'பரிசு', 'அழகு'...

கொஞ்சம் பொறுங்கள், 'பரிசு' என்ற சொல்லில் நிறைவு எழுத்தாக வல்லின உகரம் (சு) உள்ளது, சரி, ஆனால் அதற்கு முன்னால் உயிர் எழுத்து இல்லையே, 'ரி' என்கிற உயிர்மெய் எழுத்துதானே இருக்கிறது, அப்புறம் எப்படி இது உயிர்த் தொடர்க் குற்றியலுகரமாகும்?

நீங்கள் நினைப்பது சரிதான், 'ரி' என்பதை ர் + இ என்று பிரித்து, 'இ' என்ற உயிர் எழுத்து 'சு' என்ற வல்லின உகரத்துக்கு முன்பாக வந்திருக்கிறது என்று நாம் இதைப் புரிந்துகொள்ளவேண்டும்.

இதேபோல், 'அழகு' என்ற சொல்லிலும், முதலில் ழ் + அ, பின்னர் 'கு' என்று வந்திருக்கிறது. ஆகவே, அது உயிர்த் தொடர்க் குற்றியலுகரமாகிறது.

அந்தவிதத்தில், இதனை நாம் 'உயிர்மெய்த் தொடர்க் குற்றியலுகரம்' என்றுகூட அழைக்கலாம், தப்பில்லை.

நான்காவது வகை, வன் தொடர்க் குற்றியலுகரம், வல்லின மெய் எழுத்துகளைத் தொடர்ந்து வருகிற வல்லின உகரம். உதாரணமாக, 'தட்டு', 'லட்டு', 'மெட்டு', 'நச்சு', 'கத்து', 'பற்று'...

இந்தச் சொற்கள் ஒவ்வொன்றிலும், க், ச், ட், த், ப், ற் ஆகிய வல்லின மெய் எழுத்துகளில் ஏதோ ஒன்று வந்திருக்கிறது, அதைத் தொடர்ந்து வரும் வல்லின உகரம் குறுகி ஒலிக்கிறது.

ஐந்தாவது வகை, மென் தொடர்க் குற்றியலுகரம், அதாவது ங், ஞ், ண், ந், ம், ன் ஆகிய மெல்லின மெய் எழுத்துகளைத் தொடர்ந்து வருகிற வல்லின உகரம். உதாரணமாக, 'பஞ்சு', 'நெஞ்சு', 'நஞ்சு', 'பந்து', 'நொங்கு'...

நிறைவாக, இடைத் தொடர்க் குற்றியலுகரம். அதாவது ய், ர், ல், வ், ழ், ள் ஆகிய இடையின மெய் எழுத்துகளைத் தொடர்ந்து வருகிற வல்லின உகரம். உதாரணமாக, 'மார்பு', 'மூழ்கு'...

இதுவரை நாம் பார்த்தவற்றைத் தொகுத்துச் சொல்வதென்றால்:

கு, சு, டு, து, பு, று ஆகிய ஆறு எழுத்துகள் சொல்லின் இறுதியில் வரும்போது, அவை

- ★ தனியே ஒரு நெடில் எழுத்துக்கு அடுத்தபடியாக வரலாம்
- ★ ஆய்த எழுத்துக்கு அடுத்தபடியாக வரலாம்
- ★ உயிர்மெய் எழுத்து ஒன்றுக்கு அடுத்தபடியாக வரலாம்
- ★ வல்லின, மெல்லின, இடையின மெய் எழுத்து ஒன்றுக்கு அடுத்தபடியாக வரலாம்

இந்தச் சந்தர்ப்பங்கள் அனைத்திலும், அந்த ஆறு எழுத்துகளின் மாத்திரை அளவு ஒன்றிலிருந்து குறைந்து, அரை மாத்திரையாக ஒலிக்கும். அவ்வளவுதான் குற்றியலுகரம்!

ஒரு வேடிக்கை தெரியுமா? 'குற்று இயல் உகரம்' என்பதில் வருகிற 'குற்று' என்ற வார்த்தையே குற்றியலுகரம்தான், வெல்லப் பிள்ளையாரைக் கொஞ்சூண்டு கிள்ளி, அதை அவருக்கே பிரசாதமாகப் படைப்பதுபோல, குற்றியலுகரத்துக்கு அதையே

பெயராகச் சூட்டிவிட்டார்கள்!

அப்போ முற்றியலுகரம்?

மேற்சொன்ன சந்தர்ப்பங்களைத்தவிர, மற்ற எந்த இடத்தில் உகர எழுத்துகள் சொல்லின் இறுதியில் வந்தாலும் சரி, அது முற்றியலுகரம் என்று அழைக்கப்படும். இங்கே உகரம் தனக்குரிய அளவு குறையாமல் முழுமையாக ஒரு மாத்திரை அளவில் ஒலிக்கும்.

உதாரணமாக, தொடு, எடு, கொடு, விடு, பசு, கொசு...

பட்டியல் சரிதான். ஆனால், இவை எப்படி முற்றியலுகரமாகிறது, ஏன் குற்றியலுகரம் ஆகவில்லை என்று கொஞ்சம் குழப்பமாக இருக்கிறது. இல்லையா?

இதைப் புரிந்துகொள்வதற்கு ஓர் எளிய வழி, கீழே உள்ள பட்டியலில் உள்ள சொற்களைத் தனித்தனியே உச்சரித்துப் பாருங்கள், குறிப்பாக ஒவ்வொரு சொல்லின் நிறைவாக வரும் உகர எழுத்தை மட்டும் கூர்ந்து கவனித்தாலே போதும், எங்கே அரை மாத்திரை வரும், எங்கே ஒரு மாத்திரை வரும், எது குற்றியலுகரம், எது முற்றியலுகரம் என்று நீங்களே கச்சிதமாகச் சொல்லிவிடுவீர்கள், மேலே பார்த்த நன்னூல் ஃபார்முலாவெல்லாம் அவசியமே இல்லை!

1. படு *Vs* பட்டு
2. பசு *Vs* பஞ்சு
3. தடு *Vs* தட்டு
4. மது *Vs* மத்து
5. நடு *Vs* நாடு

இப்போது, உங்களுக்கு ஒரு ஜாலியான பரீட்சை, கீழே உள்ள சினிமாப் பாடல் வரிகளில் இடம்பெற்றுள்ள சொற்களில் எவையெல்லாம் குற்றியலுகரம், எவையெல்லாம் முற்றியலுகரம் என்று கண்டுபிடித்து ஒரு வட்டம் போடுங்கள், பின்னர் குற்றியலுகரச் சொற்களைமட்டும் ஒரு தனிக் காகிதத்தில்

எழுதிக்கொள்ளுங்கள், அவை ஒவ்வொன்றும் நாம் பார்த்த 6 குற்றியலுகரங்களில் எந்த வகையைச் சேர்ந்தவை என்றும் பக்கத்திலேயே எழுதுங்கள்:

"ராக்கம்மா கையத் தட்டு, புது
ராகத்தில் மெட்டுக் கட்டு"

"சின்னச் சின்ன ஆசை,
சிறகடிக்க ஆசை,
முத்து முத்து ஆசை,
முடித்து வைத்த ஆசை!"

"இது ரோஜாப் பூவு, கொஞ்சம் லேசா நீவு"

"ஊரு விட்டு ஊரு வந்து, காதல் கீதல் பண்ணாதீங்க, பேரு கெட்டுப் போனதுன்னா, நம்ம பொழப்பு என்னாகும்ங்க?"

"ஒரு உறவு அழைக்குது, ஒரு உறவு தவிக்குது"

"தென்கிழக்குச் சீமையிலே, செங்காத்து பூமியிலே
ஏழைப்பட்ட சாதிக்கொரு ஈரம் இருக்கு,
காயப்பட்ட சொந்தத்துக்குக் கண்ணீர் விட்டா
சாயம் போன வாழ்க்கையிலும் சாரம் இருக்கு"

"அன்று வந்ததும் இதே நிலா,
இன்று வந்ததும் அதே நிலா"

"மாமாவுக்குக் குடுமா குடுமா, அறை ஒண்ணே ஒண்ணு!"

"காசு மேலே காசு வந்து,
கொட்டுகிற நேரம் இது"

பாட்டுப் பாடியது போதும், அடுத்து, குற்றியலிகரம்.

இதுவும் குற்றியலுகரத்தைப்போலவேதான் பிரியும்: குற்று (குறுமை) + இயல் + இகரம், அதாவது 'இ' என்ற எழுத்து (அல்லது அதன் குடும்பத்தைச் சேர்ந்த உயிர்மெய் எழுத்துகள்) தங்களுடைய இயல்பான ஒரு மாத்திரை அளவிலிருந்து குறுகி, அரை மாத்திரையாக ஒலிப்பது.

எப்போதெல்லாம் இகரத்தின் அளவு குறையும்? அதற்கான நன்னூல் சூத்திரம்:

யகரம் வர குறள் 'உ' திரி இகரமும்

அசைச்சொல் 'மியா'வின் இகரமும் குறிய

என்னது? நன்னூலில் 'மியாவ், மியாவ் பூனைக்குட்டி'யெல்லாம் வருகிறது என்று யோசிக்காதீர்கள். அதை 'மியா'வின் என்று படிக்கவேண்டும். 'மியா' என்பது ஓர் அசைச்சொல்.

பசை தெரியும், அசை கேள்விப்பட்டதில்லையே? 'அசைச் சொல்' என்றால், மாடு எதையாவது அசைபோடும்போது அதன் வாயிலிருந்து வந்து விழும் வார்த்தையா?

'அசைச் சொல்' என்பது, பாட்டுக்காகமட்டும் உருவாக்கப்பட்ட ஓர் இலக்கணம். நாம் புரிந்துகொள்வதற்காக, அதைக் கொஞ்சம் பேச்சிலும் பொருத்திப் பார்க்கலாம்.

'மச்சான், அன்னிக்கு பஸ்ல போய்க்கிட்டிருந்தபோது ஒருத்தியைப் பார்த்தேன்டா, அம்மா! எத்தனை அழகு!'

இந்த வாக்கியத்தின் நடுவே, சம்பந்தமில்லாமல் அந்தப் பையன் ஏன் தன் அம்மாவைக் கூப்பிடுகிறான்?

உண்மையில் அவன் கூப்பிடுவது தன்னுடைய அம்மாவை அல்ல, அந்த இடத்தில் வியப்பைக் குறிப்பிடுவதற்காக அந்தச் சொல்லைச் சேர்க்கிறான்.

மேலே பார்த்த வாக்கியத்தில், அந்த ஒரு சொல்லை நீக்கிவிட்டு இன்னொருமுறை படித்துப் பாருங்கள், அப்போதும், அதன் பொருளில் எந்த மாற்றமும் இருக்காது.

ஆக, அசைச்சொற்கள் என்பவை ஒரு பாடலில் (அல்லது பேச்சில்) உணர்வுகளைச் சேர்ப்பதற்காகப் பயன்படுத்தப்படுகின்றன, மற்றபடி அவை நேரடியாக அந்த வாசகத்துக்குப் பயன் எதுவும் தராது.

நமக்கு இது ஒன்றும் புது விஷயம் அல்ல. சாதாரணமாகவே நமது பேச்சின் நடுவே, 'ஏன்னா', 'எதுக்குச் சொல்றேன்னா', 'இது

எப்படி இருக்கு', 'actually', 'basically' என்பதுபோன்ற fillers நிறைய உண்டு. ஒருவேளை நாம் அவற்றை நீக்கினாலும்கூட, அந்தப் பேச்சுக்கு எந்தக் குறையும் ஏற்பட்டுவிடாது. அசைச்சொற்களும் அப்படித்தான் என்று வைத்துக்கொள்ளுங்கள்.

எங்கேயோ ஆரம்பித்து வேறு எங்கேயோ சென்றுவிட்டோம், மீண்டும் குற்றியலிகரத்துக்குத் திரும்புவோம். நன்னூல் என்ன சொல்கிறது?

இரண்டு சந்தர்ப்பங்களில் குற்றியலிகரம் நிகழும், அதாவது இகரம் தன்னுடைய ஒரு மாத்திரை அளவிலிருந்து குறுகி அரை மாத்திரையாக ஒலிக்கும்:

1. முதல் சொல்லின் நிறைவில் குற்றியலுகரம் அமைந்து, அடுத்து வரும் சொல்லின் தொடக்கத்தில் 'ய'கர எழுத்து வந்தால், அங்கே ஓர் 'இ'கரம் தோன்றும், அது குறுகி ஒலிக்கும்

2. 'மியா' என்ற அசைச்சொல்லில் உள்ள 'இ'கரம் மற்ற சொற்களுடன் சேரும்போது குறுகி ஒலிக்கும்

தலை சுற்றுகிறதா? வழக்கம்போல், உதாரணத்தோடு பார்த்தால்தான் இது புரியும்.

முதல் வகையை எடுத்துக்கொள்வோம், குற்றியலுகரம் + 'ய'கரம் சேர்ந்தால் அங்கே 'இ' தோன்றும். உதாரணமாக:

கொக்கு + யாது = கொக்கியாது

அடுத்த வகை, மற்ற சொற்கள், 'மியா'வுடன் சேரும். உதாரணமாக:

கேள் + மியா = கேண்மியா

அடிக்க வராதீர்கள், இந்த உதாரணங்களால் உங்களுக்கு எந்தப் பயனும் இல்லை, கொக்கியாது, கேண்மியா போன்ற வார்த்தைகளை நாம் சாதாரணப் பேச்சிலோ, உரைநடையிலோ நிச்சயம் உபயோகப்படுத்தப்போவதில்லை. ஆகவே, குற்றியலிகரத்தை இதோடு நிறுத்திவிடுவோம்!

அடுத்து, அளபெடை!

அதற்குமுன்னால், இந்த அத்தியாயத்தில் நாம் பார்த்த முக்கியமான சொற்கள் / தலைப்புகள் / *Concepts* பட்டியலை இங்கே தருகிறேன், எதற்கு என்ன அர்த்தம், என்ன உதாரணம் என்று நினைவுபடுத்திப் பாருங்கள், ஏதேனும் புரியாவிட்டால், சிரமம் பார்க்காமல் மேலே சென்று ஒருமுறை படித்துவிடுங்கள்.

★ குற்றியலுகரம் (6 வகை)

★ நெடில் தொடர்க் குற்றியலுகரம்

★ ஆய்தத் தொடர்க் குற்றியலுகரம்

★ உயிர்(மெய்)த் தொடர்க் குற்றியலுகரம்

★ வன் தொடர்க் குற்றியலுகரம்

★ மென் தொடர்க் குற்றியலுகரம்

★ இடைத் தொடர்க் குற்றியலுகரம்

★ முற்றியலுகரம்

★ குற்றியலிகரம்

★ அசைச்சொல்

7

சில சினிமா வசனங்களைச் சொல்கிறேன், இவற்றிடையே என்ன ஒற்றுமை என்று கொஞ்சம் யோசியுங்கள்:

★ அவ்வ்வ்வ்

★ கெளம்பிட்டான்ய்யா... கெளம்பிட்டான்

★ வரும்ம்ம்ம்ம், ஆனா வராது

★ அவனாஆ நீஈ?

★ அய்யோக்யப் பயலுகளா

இவை எல்லாம் காமெடி வசனங்கள், திரையில் வடிவேலு (அல்லது அவரது குழுவில் ஒருவர்) பேசிப் பெரும் புகழ் பெற்றவை, எந்த அளவுக்குப் புகழ் என்றால், இன்றைக்கும் குத்துமதிப்பாக ஏதாவது ஒரு சானலைத் தேர்ந்தெடுத்துப் போட்டால் அதில் இந்த வசனங்களில் ஏதாவது ஒன்று ஒலித்துக்கொண்டிருக்கும்.

ஆனால், மேலோட்டமாகப் பார்த்தால், இந்த வசனங்களில் நகைச்சுவை என்று பெரிதாக எதுவும் இல்லை. அவற்றைச்

சொல்லும் விதத்தில்தான் புன்னகையோ பெருஞ்சிரிப்போ வருகிறது.

உதாரணமாக, ‘வரும், ஆனா வராது’ என்றால் கடுப்புதான் வரும், ‘வரும்ம்ம்ம், ஆனா வராது’ என்று சொன்னால் எப்படியோ சிரிப்பு வருகிறது. மற்ற வசனங்களும் இதேபோல்தான்.

இங்கே ‘வரும்’ என்ற சொல்லை வேண்டுமென்றே ‘வரும்ம்ம்’ என்று சற்றே அளவு நீட்டியிருக்கிறார் வசனம் பேசியவர். அதன்மூலம், தான் நினைத்த உணர்ச்சியை அங்கே கொண்டுவந்திருக்கிறார்.

வசனங்களில்மட்டுமல்ல, பாடல்களிலும் இந்த வழக்கம் உண்டு.

‘காதல் கவிதைகள் படித்திடும் நேரம்’ என்று ஒரு பிரபலமான பாட்டைக் கேட்டிருப்பீர்கள். அதன் தொடக்கத்திலேயே, ‘காஆதல் கவிதைகள் படித்திடும் நேஏரம்’ என்று ஒலிப்பதைக் கேட்கலாம்.

அதே பாடலின் சரணத்தில், ‘பூ மாலைகள் கொஞ்சும், பாமாலைகள் கெஞ்சும்’ என்ற வரிகள் ‘கொஞ்சும்ம்’, ‘கெஞ்சும்ம்’ என்றுதான் ஒலிக்கின்றன. கேட்டுப்பாருங்கள்.

சினிமாவில் மட்டுமல்ல, நிஜ வாழ்க்கையிலும் இதைச் சாதாரணமாகப் பார்க்கலாம். ஒருவரைப்பற்றி இன்னொருவரிடம் கிண்டலாகப் பேசும்போது, ‘அவன் பெரிய்ய இவன்’ என்கிறோமே, அங்கே ‘பெரிய’ என்பது எப்படிப் ‘பெரிய்ய’ என்று மாறியது? ஏன் மாறியது?

சென்ற சில அத்தியாயங்களில் குறுக்கம், குற்றியலுகரம், குற்றியலிகரம் என்று சாதாரணமாக ஒரு குறிப்பிட்ட அளவில் ஒலிக்கும் சொல் ஒன்று, அதிலிருந்து குறைந்து ஒலிப்பதைப் பார்த்தோம், இப்போது அதற்கு நேர் எதிராக, ‘வரும்’ என்பது ‘வரும்ம்ம்ம்’ என்று நீள்வதுபோல, ‘பெரிய’ என்பது ‘பெரிய்ய’ என்று மாறுவதுபோல, சில எழுத்துகள் வெவ்வேறு காரணங்களுக்காக அளவில் மிகுந்து ஒலிப்பதைப் பார்க்கவிருக்கிறோம்.

இதற்கான இலக்கணப் பெயர், அளபெடை!

குறுக்கம், குற்றியலுகரம், குற்றியலிகரம் போன்றவற்றுக்கும் அளபெடைக்கும் ஒரு முக்கியமான வித்தியாசம், அங்கே எழுத்துகள் தானாகக் குறுகும், அவை குறுகாமல் இயல்பாக ஒலிக்கும் வாய்ப்பே கிடையாது.

ஆனால் அளபெடை என்பது அப்படியல்ல, பெரும்பாலான நேரங்களில் எழுதுகிறவர் (அல்லது பேசுகிறவர்) வேண்டுமென்றே அதனை நீட்டுவார், அவர் விரும்பினால் அதனை நீட்டாமல் அப்படியே விடலாம். அப்போதும் அதற்குப் பொருள் இருக்கும்.

உதாரணமாக, ‘வரும்’ என்பது பொருளுள்ள ஒரு வார்த்தை, அதனை ‘வரும்ம்’ என்று இழுத்தால் அது அளபெடை. ஒருவர் தன் விருப்பப்படி இவற்றில் ஒன்றைப் பயன்படுத்தலாம்.

‘அளபு’ என்பதன் பொருள், ‘அளவு’, ஆங்கிலத்தில் *Measurement*. அளபெடுத்தல் என்றால், இந்த அளவுதான் இருக்கவேண்டும் என்று வரையறுத்த ஓர் எழுத்து, அதிலிருந்து மிகுந்து ஒலிப்பது.

உதாரணமாக, ‘வரும்ம்ம்ம்’ என்பதில் அரை மாத்திரை ஒலிக்கவேண்டிய ‘ம்’, நிறைய நீண்டு ஒரு மாத்திரைக்குமேல் ஒலிக்கிறது. ’காஆதல்’ என்பதில் இரண்டு மாத்திரைகள் மட்டுமே ஒலிக்கவேண்டிய ‘கா’, அதைவிட இன்னும் அதிகமாக நீண்டு ஒலிக்கிறது.

அளபெடையைப் பல கோணங்களில் வெவ்வேறு வகைகளாகப் பிரிக்கலாம். அவற்றுள் அடிப்படையாக இரண்டு வகைகள், உயிரளபெடை, ஒற்றளபெடை.

பெயரைக் கேட்டாலே விளக்கம் தேவைப்படாது, உயிரெழுத்து (அல்லது அதன் குடும்பமான உயிர்மெய்யெழுத்து) அளவு மிகுந்து ஒலித்தால், உயிரளபெடை. மெய்யெழுத்து அளவு மிகுந்து ஒலித்தால், ஒற்றளபெடை.

உயிரெழுத்தில் ஏழு நெடில்களும் (ஆ, ஈ, ஊ, ஏ, ஐ, ஓ, ஔ), அவற்றைச் சார்ந்த உயிர்மெய் எழுத்துகளும் தங்களுக்குரிய இரண்டு மாத்திரை அளவிலிருந்து நீண்டு ஒலிப்பதைதான்

உயிரளபெடை (உயிர் + அளபெடை) என்கிறோம். உதாரணமாக, மேலே நாம் பார்த்த ‘காதல் கவிதைகள்’ என்பதில் முதல் எழுத்து ‘கா’ நீண்டு ஒலிக்கிறது.

ஆனால், எப்போது இப்படி நீட்டி உச்சரிக்கவேண்டும், எப்போது இயல்பாக உச்சரிக்கவேண்டும் என்கிற வித்தியாசம் வாசிப்பவர்களுக்குத் தெரியவேண்டுமல்லவா? அப்படி அளபெடையைக் குறிப்பிடுவதற்காக, உயிர் அல்லது உயிர்மெய் நெடிலைத் தொடர்ந்து அதன் இன எழுத்தை ஒருமுறை எழுதுவார்கள். இதற்கான தொல்காப்பியச் சூத்திரம்:

இன எழுத்துகளைப்பற்றி நாம் ஏற்கெனவே விரிவாகப் பார்த்திருக்கிறோம். நினைவில் இல்லாவிட்டால் அந்த அத்தியாயத்தைத் தேடிப் பிடித்துப் படித்துவிடுங்கள்.

இங்கே, ‘காதல்’ என்பதைக் ‘காஅதல்’ என்று எழுதுவார்கள். ஏனெனில், ‘கா’ என்பதில் உள்ள ‘ஆ’ என்பது நெடில், அதன் இன எழுத்து ‘அ’, ஆகவே, ‘காஅதல்’ என்று அளபெடையைக் குறிப்பிடுகிறோம்.

இன்னொரு பாட்டு, ‘கீதம் சங்கீதம்’ என்று வரும், அங்கே ‘கீ’ என்பது நீண்டு ஒலிக்கும், அதனைக் ‘கீஇதம்’ என்று எழுதவேண்டும். ‘ஈ’ நெடிலின் இன எழுத்து ‘இ’ குறில்.

ஆனால், ஐ, ஔ என்ற நெடில்களுக்குக் குறில் கிடையாதே. அவற்றை எப்படி அளபெடையில் குறிப்பிடுவது?

இதற்குத் தொல்காப்பியம் தரும் சூத்திரம்:

> ஐ, ஔ என்னும் ஆ ஈர் எழுத்திற்கு
>
> இகரம் உகரம் இசை நிறைவு ஆகும்

அதாவது, ஐ, ஔ என்ற எழுத்துகளின் இசையை நிறைக்க (அளவு நீளுதலைக் குறிப்பிட), முறையே இ மற்றும் உ என்ற எழுத்துகளைப் பயன்படுத்தலாம்.

ஆக, உயிரளபெடையில் மொத்தம் ஏழு வகை:

- ★ ஆஅ

- ஈஇ
- ஊஉ
- ஏஎ
- ஐஇ
- ஓஒ
- ஔஉ

அது சரி, உண்மையில் இந்த அளபெடையின் நோக்கம்தான் என்ன? 'காஅதல்', 'கீஇதம்' என்று இல்லாமல் அதைக் 'காதல்', 'கீதம்' என்று உச்சரித்தால் என்ன கெட்டுப்போய்விடும்?

நீங்களே பாடிப் பாருங்கள், இசை கெட்டுப்போய்விடும் என்பது புரியும். பாடலின் தன்மைக்கு ஏற்ப ஒரு நெடிலைச் சற்றே நீண்டு ஒலிக்கச் செய்கிறார்கள். அது காதுக்கு இனிமையாக இருக்கிறது. தொல்காப்பியம் இதனை 'இசை நிறைத்தல்' என்று அழகாகக் குறிப்பிடும்.

ஏற்கெனவே, உணர்ச்சிகளைச் சரியான விகிதத்தில் தெரியப்படுத்துவதற்காக அளபெடையைப் பயன்படுத்தலாம் என்று பார்த்தோம், வடிவேலு காமெடி உதாரணங்களுடன்.

இந்த இரண்டு தவிர, இன்னும் சில காரணங்களும் உண்டு.

நிறைய சினிமா உதாரணங்களைப் பார்த்துவிட்டோம், இப்போது ஓர் இலக்கிய உதாரணம், திருக்குறளில் அளபெடையை நிறைய பார்க்கலாம். உயிரளபெடைக்கு உதாரணமாக இந்தக் குறள், இதுவும் 'காஅதல் கவிதை'தான்:

உரன்நசைஇ உள்ளம் துணையாகச் சென்றார்

வரல்நசைஇ இன்னும் உளேன்

காதலன் லாப்டாப்பைத் தோளில் மாட்டிக்கொண்டு கம்பெனி பஸ்ஸில் புறப்பட்டுச் சென்றுவிடுகிறான். அவனைப் பிரிந்து வாடும் காதலி சொல்கிறாள், 'அவனுக்கு வேலை முக்கியம், கிளம்பிப் போய்ட்டான், அவன் வருவான்னு ஆசைப்பட்டுகிட்டு நான் இன்னும் இருக்கேன்.'

அந்த 'இன்னும் உளேன்' என்பதில் உள்ள 'உம்'முக்குள் பொங்கும் உணர்ச்சிகளை வியக்க இப்போது நேரம் இல்லை, நம் பாடத்துக்கு ஏற்ப 'நசைஇ' என்ற சொல்லைமட்டும் கவனிப்போம்.

'நசை' என்றால் விருப்பம். அதில் வரும் 'சை' என்ற எழுத்தை, அதில் வரும் 'ஐ' என்ற நெடிலைக் கொஞ்சம் நீட்டி, அதன் இன எழுத்தாகிய 'இ'யைச் சேர்த்து 'நசைஇ' என்கிறார் வள்ளுவர்.

இங்கே அளபெடையின் நோக்கம் இசையை ஒழுங்கு செய்வது அல்ல, இந்த அளபெடுத்தலினால், பெயர்ச்சொல்(-*Noun*)லாக இருந்த 'நசை', இப்போது வினைச்சொல்(*Verb*) லாகிவிட்டது. (இன்னும் சரியாகச் சொல்வதென்றால், வினையெச்சமாகிவிட்டது, அதைப் பற்றிப் பின்னால் விரிவாகப் பார்க்கலாம்) அதாவது, 'விருப்பம்' என்பது மாறி, அது 'விரும்பி' என்ற பொருளைத் தரத் தொடங்கிவிட்டது.

இப்படி அளபெடை என்பது எதற்காகச் செய்யப்படுகிறது என்பதைப் பொறுத்து அதில் பல வகைகள் உண்டு. அந்தப் பட்டியலைப் பார்ப்பதற்குமுன்னால், உயிரளபெடை எங்கெல்லாம் வரும் என்று தெரிந்துகொள்வோம்:

★ ஒரு சொல்லின் தொடக்கத்தில்

★ சொல்லின் நடுவே

★ சொல்லின் நிறைவாக

உதாரணமாக, நாம் ஏற்கெனவே பார்த்த 'காஅதல்' என்பதில், சொல்லின் தொடக்கத்தில் உயிரளபெடை வருகிறது, 'நசைஇ' என்பதில், சொல்லின் நிறைவாக உயிரளபெடை வருகிறது. 'வருவதூஉம்', 'எடுப்பதூஉம்', 'செறீஇய' போன்ற உதாரணங்களில் சொல்லின் நடுவே உயிரளபெடை வருகிறது.

'நசைஇ', 'செறீஇய' என்றெல்லாம் நாம் பேசுவதில்லையே, வேறு எளிய உதாரணங்களைத் தரக்கூடாதா?

தாராளமாக, சினிமாப் பாட்டிலேயே உதாரணம் சொல்லலாம், 'ஆத்தாடி இள மனசொண்ணு றெக்கை கட்டிப் பறக்குது

சரிதானா' என்ற பாடலின் முதல் வரியைக் கேளுங்கள்.

'ஆத்தாடி' என்ற சொல்லில் 'ஆ' இயல்பாகதான் ஒலிக்கிறது, ஆனால் 'தா' என்பது நீண்டு ஒலிக்கிறது, 'டி' என்ற குறில்கூட, 'டீ' என்று நீட்டப்பட்டு, பின்னர் இன்னும் நீண்டு ஒலிக்கிறது. இதேபோல் 'சரிதானா' என்பதிலும் 'தா' என்ற நெடில் இயல்பாக ஒலிக்க, 'னா' என்ற நெடில் நீண்டு ஒலிக்கிறது.

ஆக, இதனைச் செய்யுளில் எழுதினால் 'ஆத்தாஅடீஇ', 'சரிதானாஅ' என்று எழுதுவோம். அவற்றைப் படிக்கும்போது அந்தந்த இடத்தில் நீட்டிப் படிப்போம்.

இன்னும் சொல்லப்போனால், நாம் அதனைச் 'சரிதானாஅ' என்று எழுதுவதும் தவறு, 'சரிதானாஅஅ' என்று எழுதினால்தான் சரி!

எதற்கு இரட்டைக் குறில்?

இதனை 'ஈரளபெடை' என்பார்கள். அதாவது, இரட்டை அளபெடை.

'சரிதானா' என்பதில், 'னா' என்ற நெடில் சாதாரணமான அளபெடையைவிட இருமடங்காக (அல்லது அதைவிடவும் அதிகமாக) நீண்டு ஒலிக்கிறது. அதனால்தான் 'னாஅ' என்று எழுதுவதற்குப் பதில் 'னாஅஅ' என்று இரட்டைக் குறில்களால் அதனைக் குறிப்பிடுகிறோம்.

ஒரு விஷயம், இங்கே 'அ' அல்லது 'அஅ' என்று எழுதுவது வெறுமனே குறியீடுதான். ஒலிக்குறிப்பு அல்ல.

உதாரணமாக, ஒரு பாடலில் 'வருவதூஉம்', 'நசைஇ' என்று இருந்தால், அதை 'வருவதூ(★2)ம்', 'நசை(★2)' என்றுதான் படிக்கவேண்டும். அதாவது 'தூ', 'சை' என்ற எழுத்துகளை அவற்றின் இயல்பிலிருந்து மேலும் நீட்டிச் சொல்லவேண்டும், 'உ', 'இ' என்ற ஒலிக்குறிப்புகளைப் புதிதாகச் சேர்க்கக்கூடாது.

இதைப் புரிந்துகொள்ள ஓர் எளிய உதாரணம், சில கட்டுரைகளில் ★ என்று போடுகிறார்கள், அதன் அர்த்தம், அங்கே ஓர் அடிக்குறிப்பு உள்ளது என்பதுதான். அந்த இடத்தில் 'ஸ்டார்'

அல்லது 'நட்சத்திரம்' என்று படிக்கக்கூடாது. அதுபோல்தான் இந்த 'உ', நெடில் அளபெடுத்துள்ளது என்பதற்கான குறியீடு அது.

நெடில் சரி, குறில் அளபெடுக்குமா?

சரியான பதில், 'இல்லை', ஆனால் கொஞ்சம் சுற்றி வளைத்து 'ஆமாம்' என்றும் சொல்லலாம். காரணம், குறில் அளபெடுத்தால், தன்னுடைய இயல்பான அளவாகிய ஒரு மாத்திரையிலிருந்து நீண்டு ஒலித்தால், உடனே அது நெடிலாகிவிடுகிறது, அதன்பிறகு, அந்த நெடில் அளபெடுக்கமுடியும்.

உதாரணமாக, நாம் மேலே பார்த்த 'ஆத்தாடி' என்பதில் வரும் 'டி' என்ற குறில் 'டீ' என்ற நெடிலாக மாறி, அதன்பிறகு அளபெடுக்கிறது. வெறுமனே 'டி' என்ற குறில் தானாக அளபெடுக்கமுடியாது, வேண்டுமானால் சொல்லிப்பாருங்கள், கேட்பதற்கு நன்றாக இருக்காது.

ஆக, இரண்டு மாத்திரை நெடில் அளபெடுக்கும், ஒரு மாத்திரைக் குறில் அளபெடுக்காது. அப்படியானால், அரை மாத்திரை உள்ள மெய் எழுத்துகள்?

அவை தாராளமாக அளபெடுக்கும். 'வரும்ம்ம்ம்' என்று ஏற்கெனவே உதாரணம் பார்த்திருக்கிறோம்.

மெய்யெழுத்துகள் அளபெடுப்பதை 'ஒற்றளபெடை' என்று அழைக்கிறோம். ஒற்று + அளபெடை.

மொத்தம் பதினெட்டு மெய்யெழுத்துகள் உண்டு. ஆனால் அவை எல்லாம் அளபெடுக்காது. அவற்றுள் பத்து எழுத்துகளும், ஆய்த எழுத்து ஒன்றுமாக, ஒற்றளபெடையில் மொத்தம் 11 வகை:

அந்தப் பதினொரு எழுத்துகள்: ங், ஞ், ண், ந், ம், ன், வ், ய், ல், ள், ஃ. இவை அளபெடுக்கும்போது (இயல்பிலிருந்து நீண்டு ஒலிக்கும்போது) அதே உயிரெழுத்தைப் பக்கத்தில் இன்னொருமுறை எழுதுவார்கள்.

உதாரணமாக, 'வரும்' என்றால் அது அளபெடை இல்லை.

அதையே 'வரும்ம்' என்று எழுதினால், அங்கே மெய்யெழுத்து (ம்) நீண்டு ஒலிக்கிறது என்று பொருள்.

உயிரளபெடை சொல்லின் முதலில், நடுவே, நிறைவில் என மூன்று இடங்களில் வரும் என்று பார்த்தோம். ஒற்றளபெடை சொல்லின் நடுவிலும் நிறைவிலும்தான் வரும். காரணம், மெய்யெழுத்துகள் சொல்லின் தொடக்கத்தில் இடம்பெறாது.

உதாரணங்கள்:

★ சொல்லின் நடுவே: *அங்ங்கே பார்த்தேன், கெஞ்ஞ்சிக் கேட்ட்டேன்!*

★ சொல்லின் நிறைவில்: *தங்கம்ம், என்மேல் இரக்கம்ம் காட்ட்டக்கூடாதா?*

உயிரளபெடையும் சரி, ஒற்றளபெடையும் சரி, செய்யுள்கள், இசைப்பாடல்களில் குறியீடுகளாகக் காண்பிக்கப்படும், இயல்பாக நம் பேச்சிலும் பயன்படும், ஆனால் உரைநடையாக எழுதும்போது அவற்றை நாம் பயன்படுத்துவதில்லை. அப்படிப் பயன்படுத்தினாலும் தவறில்லை. வாசிப்பவர்களுக்குப் புரிந்தால் சரி.

உண்மையில், அளபெடை என்பது வெறும் இலக்கண உத்திமட்டுமல்ல, அதை இன்னும் *Creative*ஆகப் பயன்படுத்திப் பல நுட்பமான விஷயங்களைச் செய்யமுடியும், செய்திருக்கிறார்கள், உதாரணமாக, இந்தப் பாடல்:

'மன்ற மராஅத்த பேஎம்முதிர் கடவுள்
கொடியோர்த் தெறூஉம்' என்ப; யாவதும்
கொடியர் அல்லர் எம் குன்று கெழு நாடர்
பசைஇப் பசந்தன்று, நுதலே
ஞெகிழ ஞெகிழ்ந்தன்று தடமென் தோளே!

குறுந்தொகையில் கபிலர் எழுதிய பாடல் இது. மிகச் சுவாரஸ்யமான காஅதல் பாட்டு.

விஷயம் இதுதான், காதலியைப் பிரிந்து சென்றான் ஒரு காதலன், அப்போது 'கடவுள் மேல் ஆணையாக இந்தத் தேதிக்குள்

திரும்பி வருவேன்' என்று அவளிடம் ஒரு சத்தியம் செய்தான்.

இந்த ஆம்பளைப் பயல்கள் எப்போ வாக்குப்படி நடந்திருக்கிறார்கள்? சொன்ன தேதியில் அவன் திரும்பி வரவில்லை. எப்போது வருவேன் என்று ஈமெயில்கூட அனுப்பவில்லை.

இப்போது, காதலிக்கு இரண்டு பிரச்னைகள், ஒருபக்கம், அவனைப் பிரிந்த துயரம், 'அவன் எப்ப வருவானோ!' என்கிற ஏக்கம், இன்னொருபக்கம், சத்தியத்தை மீறியதற்காக அவனைக் கடவுள் தண்டித்துவிடுமோ என்கிற கவலை. அவள் கடவுளிடம் சென்று அவனுக்காகப் பரிந்து பேசுகிறாள்:

'இந்த மன்றத்தின் மரங்களில் குடிகொண்டிருக்கும் முதிர்ந்த தெய்வங்களே, உங்களை வணங்குகிறேன்,

சொன்ன சொல் தவறுகிற கொடியவர்களை நீங்கள் தண்டித்துவிடுவீர்கள் என்று கேள்விப்பட்டிருக்கிறேன். அதுபற்றி உங்களிடம் கொஞ்சம் பேசவேண்டும்.

என் காதலன் கொடியவன் அல்லன். என்னிடம் அவன் திரும்பி வருவதாகச் சத்தியம் செய்தது உண்மைதான். உரிய காலத்தில் திரும்பாததும் உண்மைதான்.

ஆனால், அவனால் என்னுடைய நெற்றியில் பசலை படர்ந்தது, தோளெல்லாம் நெகிழ்ந்துவிட்டது என்று ஊர் பேசுகிறது. இது உண்மை அல்ல, பொய்.

என்னுடைய மனத்தில் அவன்மீது காதல் தோன்றியது. அது பெருகிய வேகத்தால்தான் எனது நெற்றிமீது பசலை படர்ந்தது, எனது தோள்கள் நெகிழ்ந்தன, இதற்கும் அவனுக்கும் எந்தச் சம்பந்தமும் இல்லை, எனக்காகக் கோபப்பட்டு அவனைத் தண்டித்துவிடாதீர்கள்.'

என்னதான் காதலன் சொன்ன சொல்லைக் காப்பாற்றாவிட்டாலும், அவன்மீது இவளுக்குக் கோபம் இல்லை, அக்கறைதான், அவனைக் கடவுள் தண்டித்துவிடுமோ என்கிற பயம்தான். அதைப் பாட்டில் எழுத வரும் கபிலர்,

ஊரார் பேச்சை அவள் சொல்லும்போது வரிசையாக மூன்று அளபெடைகளைப் பயன்படுத்துகிறார்: 'மன்ற மராஅத்த பேஎம்முதிர் கடவுள் கொடியோர்த் தெறூஉம்'.

இந்த வரியை இன்னொருமுறை படித்துப் பாருங்கள், அவளுடைய குரல் பயத்தில் நடுங்குவதுபோல் கேட்கிறதல்லவா?

கபிலர் இதற்காகதான் அந்தப் பாடலை அளபெடைகளால் நிறைத்திருப்பதாக அ. வெ. சுப்பிரமணியன் குறிப்பிடுகிறார். மிகவும் சுவாரஸ்யமான பார்வை!

அளபெடைகளைப்பற்றிச் சொல்வதற்கு இன்னும் கொஞ்சம் மீதமிருக்கிறது. அவற்றை அடுத்த அத்தியாயத்தில் பார்க்கலாம்.

அதற்குமுன்னால், இந்த அத்தியாயத்தில் நாம் பார்த்த முக்கியமான சொற்கள் / தலைப்புகள் / Concepts பட்டியலை இங்கே தருகிறேன், எதற்கு என்ன அர்த்தம், என்ன உதாரணம் என்று நினைவுபடுத்திப் பாருங்கள், ஏதேனும் புரியாவிட்டால், சிரமம் பார்க்காமல் மேலே சென்று ஒருமுறை படித்துவிடுங்கள்.

★ அளபு, அளபெடுத்தல், அளபெடை

★ உயிரளபெடை (7)

★ ஒற்றளபெடை (11)

★ சொல்லின் முதலில், நடுவே, நிறைவில் வரும் அளபெடைகள்

★ ஈரளபெடை

8

சென்ற அத்தியாயத்தில் அளபெடைகளைப்பற்றிப் பேசும்போது, வேண்டுமென்றே ஒரு முக்கியமான சினிமாப் பாடலைக் குறிப்பிடாமல் விட்டுவிட்டேன்.

'இன்னிசை அளபெடையே' என்று ஒரு பாட்டில் வைரமுத்து எழுதியிருப்பார். அதன் அர்த்தம் என்ன?

அளபெடை எதற்காகச் செய்யப்படுகிறது என்பதைப் பொறுத்து அதில் பல வகைகள் உண்டு என்று ஏற்கெனவே பார்த்திருக்கிறோம். அவை:

★ செய்யுளிசை அளபெடை (அல்லது) இசை நிறை அளபெடை

★ சொல்லிசை அளபெடை

★ இன்னிசை அளபெடை

★ இயற்கை அளபெடை

இவற்றுள் மிக எளிமையானது, 'இயற்கை அளபெடை'தான். ஆகவே, அதை முதலில் பார்த்துவிடலாம்.

இங்கே 'இயற்கை' என்பது, ஒரு சொல் இயல்பாக எப்படி ஒலிக்கிறது என்பதைக் குறிக்கும். அதாவது, இயல்பாகவே அளபெடையாக நீண்டு ஒலிக்கும் சொற்கள், இவை எப்போதும் அளபெடுத்துதான் எழுதப்படவேண்டும்.

உதாரணமாக, கல்லூரி மாணவர்கள் தங்களுக்கிடையே பல சங்கேதச் சொற்களைப் பயன்படுத்திக்கொள்வதைப் பார்க்கலாம். 'டேய், விருந்து சாப்பிடப் போலாமா?' என்றால், அவர்கள் பாஷையில் 'சைட் அடிக்கப் போகலாமா' என்கிற அர்த்தம் இருக்கலாம். அது மற்றவர்களுக்குப் புரியாது.

'யூத்து'கள் மத்தியில் மட்டுமல்ல, இல்லத்தரசிகள், ஒரு குறிப்பிட்ட நிறுவனத்தில் பணியாற்றுகிறவர்கள், ஒரு குறிப்பிட்ட தலைப்பில் ஆர்வம் கொண்ட வாசகர்கள் என்று பல மட்டங்களில் இதுபோன்ற 'எங்களுக்குமட்டும்தான் புரியும்' ரகச் சொற்கள் உண்டு. இந்தமாதிரி ஒரு குழுவுக்குள் உள்ளவர்கள் பயன்படுத்துகிற, அவர்களுக்குமட்டுமே பொருள் விளங்குகிற விசேஷச் சொற்களைக் 'குழூஉக்குறி' என்பார்கள்.

இங்கே 'குழூஉக்குறி' என்பது இயற்கை அளபெடை. அதனைக் 'குழூக்குறி' என்று ஒருபோதும் எழுதக்கூடாது, சொல்லக்கூடாது, சொன்னாலும் அதற்குப் பொருள் இருக்காது.

மற்ற அளபெடைகள் அப்படியில்லை. செய்யுளிசை அளபெடை அல்லது சொல்லிசை அளபெடை அல்லது இன்னிசை அளபெடையில், சம்பந்தப்பட்ட எழுத்துகளை அளபெடுத்தும் சொல்லலாம், அளபெடுக்காமலும் சொல்லலாம், இரண்டுக்கும் பொருள் இருக்கும்.

ஆக, இயற்கை அளபெடை என்பது பேசுகிறவர், எழுதுகிறவரின் விருப்பத்தாலன்றி, இயல்பாகவே அளபெடுக்கும் சொற்கள். இதற்கு வேறு சில உதாரணங்கள்: மரூஉ, குரீஇ போன்றவை.

அடுத்து, செய்யுளிசை அளபெடை. இதைத் தெரிந்துகொள்வதற்கு, கொஞ்சம்போல் மரபுக் கவிதை இலக்கண அறிவு தேவை. ரொம்பப் படுத்தாமல் மேலோட்டமாகச் சொல்கிறேன். பல்லைக் கடித்துக்கொண்டு படித்துவிடுங்கள்.

புதுக் கவிதைகளை எழுதும்போது, அவற்றில் நம் இஷ்டப்படி எந்த வார்த்தையையும் பயன்படுத்தலாம். கருத்துமட்டும் ஒழுங்காக இருந்தால் போதுமானது.

ஆனால், மரபுக் கவிதைகள் அப்படியில்லை, ஓர் அடியில்

இத்தனை சொற்கள்தான் இருக்கவேண்டும், அவை இந்தவிதமான சொற்களாக அமையவேண்டும், அவற்றினிடையே எதுகை, மோனை, இயைபு போன்ற ஒற்றுமைகள் அந்தந்த இடங்களில் வரவேண்டும், இந்த வகை வார்த்தைக்குப்பிறகு இந்த வகை வார்த்தைதான் வரவேண்டும் என்று பல கட்டுப்பாடுகள் உண்டு.

உதாரணமாக, 'வெண்பா' வகையைச் சேர்ந்த மரபுக் கவிதை ஒன்றில் 'அன்பே' என்று ஒரு வார்த்தை இருந்தால் அடுத்த வார்த்தை 'நல்லா இருக்கியா?' என்று வரக்கூடாது, 'நலமா?' என்று அதை மாற்றி எழுதவேண்டியிருக்கும்.

'அன்பே'க்குப்பிறகு 'நல்லா இருக்கியா' ஏன் வரக்கூடாது, 'நலமா' ஏன் வரலாம் என்பதைப்பற்றிப் பேசுவது நம் தொடரின் நோக்கம் அல்ல. ஒரு குறிப்பிட்ட வகைச் சொல்லுக்குப்பிறகு இந்த வகைச் சொற்கள்தான் வரலாம் என்கிற இலக்கணம் மரபுக் கவிதைகளில் உண்டு. இப்போதைக்கு நாம் அதைமட்டும் தெரிந்துவைத்துக்கொண்டால் போதும்.

இன்னொரு விஷயம், எந்தச் சொல்லுக்குப்பிறகு எந்தச் சொல் வரலாம் என்கிற கணக்கை மனப்பாடம் செய்துவைத்துக்கொண்டு எல்லா வகைக் கவிதைகளுக்கும் பயன்படுத்தமுடியாது. இந்தக் கட்டுப்பாடுகள் ஒவ்வொரு வகைக்கும் மாறுபடும்.

உதாரணமாக, 'கண்ணே சங்கீதா' என்பது வெண்பாவில் தப்பு, ஆனால் ஆசிரியப்பாவில் சரி!

ஏன் அப்படி? ஒவ்வொரு வகைக் கவிதைக்கும் வெவ்வேறு ரூல்ஸ் என்று படுத்தாமல், எல்லாவற்றுக்கும் ஒரே செட் கட்டுப்பாடுகளை விதித்துவிடுவது சுலபமல்லவா?

மரபுக் கவிதைகள் ஒவ்வொன்றுக்கும் தனித்துவமான ஓசை உண்டு. உதாரணமாக, வெண்பாவுக்குச் செப்பலோசை, ஆசிரியப்பாவுக்கு அகவலோசை, கலிப்பாவுக்குத் துள்ளலோசை, வஞ்சிப்பாவுக்குத் தூங்கலோசை என்று சொல்வார்கள்.

இந்த ஓசைகள் ஒவ்வொன்றும், மேலே நாம் பார்த்த அந்தச் சொல் கட்டுப்பாடுகளால்தான் வருகின்றன. 'கண்ணே

சங்கீதா' என்ற ஓசை வெண்பாவுக்குப் பொருந்தாது, ஆனால் ஆசிரியப்பாவுக்குப் பொருந்தும். அதனால்தான் இதுபோன்ற கட்டுப்பாடுகளை அமைத்திருக்கிறார்கள்.

இப்படி ஒவ்வொரு வகை மரபுக் கவிதையையும் எழுதுவதற்கு என்னென்ன கட்டுப்பாடுகள் உண்டு என்று தெரிந்துகொண்டு, அதற்குள் நின்று விளையாடுவதில் தனி சுவாரஸ்யம் இருக்கிறது. இதன் நடுவே ஒரு நல்ல கருத்தையும் கவிதையில் சொல்வதென்றால் இரட்டை சந்தோஷம்.

அது நிற்க, மறுபடி செய்யுளிசை அளபெடைக்கு வருவோம். அதற்கும் மரபுக் கவிதைக்கும் என்ன சம்பந்தம்?

மரபுக் கவிதைக்கென்று ஓர் ஓசை உண்டு என்று பார்த்தோம். அதைதான் இங்கே 'செய்யுளிசை' என்று அழைக்கிறோம். அதாவது, செய்யுளுக்கான இசை.

சில சொற்களால் அந்த இசை கெடும்போது, அளபெடையைப் பயன்படுத்தி ஒட்டுப்போட்டுச் சரிசெய்துவிடலாம். அதுவே 'செய்யுளிசை அளபெடை', இதனை 'இசை நிறை அளபெடை' என்றும் குறிப்பிடுவார்கள்.

உதாரணமாக, இந்தத் திருக்குறளைப் பாருங்கள்:

> *தெய்வம் தொழாஅள் கொழுநன் தொழுதெழுவாள்*
> *பெய்யெனப் பெய்யும் மழை*

(கடவுளுக்குப் பதிலாகக் கணவனைக் கும்பிடும் பெண் ஒருத்தி வானத்தைப் பார்த்துக் கட்டளை போட்டால், உடனே மழை பொழியும்)

இங்கே இரண்டாவது சொல் 'தொழாள்' (தொழாதவள்) என்றுதான் இருக்கவேண்டும். ஆனால், அது வெண்பா இலக்கணத்துக்குப் பொருந்தாது. அதாவது, அங்கே 'தொழாள்' என்று எழுதினால், இது வெண்பா ஆகாது.

ஆகவே, வள்ளுவர் அதனைத் 'தொழாஅள்' என்று நீட்டுகிறார். இந்த அளபெடையின்மூலம் வெண்பா இலக்கணம் பொருந்துகிறது, அதன் இசையும் நிறைகிறது.

இதுதான் செய்யுளிசை அளபெடை, செய்யுளின் தன்மைக்கு ஏற்ப ஓர் எழுத்தை நீட்டிச் சொல்வது. அதன்மூலம் மரபுக் கவிதை இலக்கணம் கெட்டுவிடாமல் பார்த்துக்கொள்வது.

இதற்குக் கொஞ்சம் காமெடியாக ஓர் உதாரணம் சொல்வதென்றால், ஒரு மேடையில் ஐந்து நிமிடம் பேசியாகவேண்டும் என்று ஒருவர் கட்டுப்பாடு விதிக்கிறார். ஆனால் நாம் நான்கு நிமிடத்துக்குதான் தயார் செய்துகொண்டு வந்திருக்கிறோம். என்ன செய்வது?

பிரச்னையில்லை. நான்கு நிமிடச் சரக்கைக் கொஞ்சம் நீட்டி, முழக்கி, மானே, தேனே, பொன்மானே எல்லாம் சேர்த்து 5 நிமிடங்களுக்குப் பேசிவிடுகிறோம், அவர்களுக்கும் திருப்தி, நமக்கும் சந்தோஷம். இதுதான் செய்யுளிசை அளபெடை!

அடுத்த வாரம், நாம் கவனமாக ஐந்து நிமிடத்துக்குப் பேச்சைத் தயார் செய்துகொண்டு செல்கிறோம். ஆனால் இப்போது அவர் 'ஐந்து நிமிடமோ, ஏழு நிமிடமோ பேசுங்கள்' என்கிறார்.

உடனே, நாம் என்ன செய்வோம்? ஐந்து நிமிடத்தில் பேசிவிட்டுக் கீழே இறங்குவோமா, அல்லது இன்னும் சில சுவாரஸ்யங்களைச் சேர்த்து ஏழு நிமிடத்துக்குப் பேசுவோமா?

இந்த இரண்டு சூழ்நிலைகளுக்கும் இடையே முக்கியமான வித்தியாசம், முதல் வாரத்தில் நம்மிடம் குறை இருந்தது (ஐந்து நிமிடப் பேச்சுக்குப் பதிலாக நான்கு நிமிடத்துக்கு உரிய பேச்சைதான் கைவசம் வைத்திருந்தோம்!), அதைச் சரி செய்வதற்காகக் கொஞ்சம் நீட்டி முழக்கினோம்.

ஆனால் இரண்டாவது வாரத்தில், நம்மிடம் குறை எதுவும் இல்லை, சரியாக ஐந்து நிமிடங்களுக்குப் பேச்சு இருந்தது. அதை இன்னும் இனிமையாக்குவதற்காகக் கூடுதல் விஷயங்களைச் சேர்த்தோம்.

அதுவும் 'சேர்த்தல்'தான், இதுவும் 'சேர்த்தல்'தான், ஆனால் சாம்பாருக்கு உப்புப் போடுவதற்கும் (அவசியத் தேவை) பாயசத்துக்கு முந்திரி போடுவதற்கும் (சுவை கூட்டுதல்)

வித்தியாசம் இருக்கிறதல்லவா? அதே வித்தியாசம்தான் இந்த இரு அளபெடைகளுக்கும்.

இதைப் புரிந்துகொள்வதற்கு இன்னொரு திருக்குறள் உதாரணத்தைப் பார்க்கலாம்:

உடுப்பதூஉம் உண்பதூஉம் காணின் பிறர்மேல்
வடுக்கண் வற்றாகும் கீழ்

(அடுத்தவர்கள் நல்ல ஆடைகளை அணிந்து, நன்றாக உண்டு வாழ்ந்தால் அதைப் பார்த்துப் பொறாமை கொள்கிற சிலர், அவர்கள்மீது ஏதாவது ஒரு குற்றத்தைக் கண்டுபிடித்துச் சொல்வார்கள்)

இந்தப் பாடலில் 'உடுப்பதூஉம்' என்ற சொல்லுக்குப் பதிலாக 'உடுப்பதும்' என்றுமட்டும் எழுதியிருந்தாலோ, 'உண்பதூஉம்' என்பதற்குப் பதிலாக 'உண்பதும்' என்று எழுதியிருந்தாலோ வெண்பா இலக்கணம் கெட்டுப்போகாது. அப்போதும் அது வெண்பாதான்.

ஆனால், வள்ளுவர் அதனை மேலும் இனிமையாக ஒலிக்கச் செய்வதற்காக, அளபெடையைப் பயன்படுத்துகிறார். நீங்களே சொல்லிப் பார்த்தால் தெரியும் 'உடுப்பதும் உண்பதும்' என்பதைவிட, 'உடுப்பதூஉம் உண்பதூஉம்' என்பது காதுக்கு அதிகக் குளிர்ச்சியாக ஒலிக்கிறது. பாயசத்துக்கு முந்திரிப்பருப்புபோல!

இப்படி இலக்கணத்துக்காக அன்றி, மரபுக் கவிதையின் இசைக் கட்டுப்பாடுகளுக்காக அன்றி, இன்னிசைக்காக அளபெடுப்பதால் இதன் பெயர் 'இன்னிசை அளபெடை'.

மூன்றாவது வகை, சொல்லிசை அளபெடை. இதன் அர்த்தம், ஒரு சொல்லை வேறுவிதமாகத் தொனிக்கச் செய்வதற்காக அதில் ஓர் எழுத்தை அளபெடுக்கவைப்பது.

இந்தமுறையும் திருக்குறள் உதாரணம்தான்:

இன்சொலால் ஈரம் அளைஇப் படிறிலவாம்
செம்பொருள் கண்டார்வாய்ச் சொல்

(எவையெல்லாம் இனிய சொற்கள்?

1. அன்பு கலந்து பேசப்படுபவை

2. வஞ்சம் இல்லாமல் பேசப்படுபவை

3. மெய்ப்பொருளை உணர்ந்தவர்களுடைய பேச்சுகள்!)

இந்தப் பாடலில் 'அளைஇ' என்ற சொல்லைக் கவனியுங்கள். அது எந்த வகை அளபெடை?

'அளை' என்றால் துழாவுதல், கலத்தல் என்று பொருள். 'தண்ணியில அளையாதே' என்று குழந்தைகளை அதட்டுகிறோமில்லையா, அந்த வார்த்தைதான் இது.

இந்தப் பாடலில் அது 'ஈரம் அளை' என்று வருகிறது. அதன் அர்த்தம், ஈரம், அதாவது, அன்பைக் கலத்தல்.

ஆனால், இங்கே நமக்கு 'அன்பைக் கலத்தல்' என்கிற பொருள் அவசியமில்லை, 'அன்பைக் கலந்து' என்கிற பொருள்தான் வேண்டும்.

அதற்காக, திருவள்ளுவர் அளபெடையைப் பயன்படுத்துகிறார். 'அளைஇ' என்றால், அளைந்து, அதாவது கலந்து என்கிற பொருள் தானாக வருகிறது.

இப்படி இசையை நிறைப்பதற்காகவோ, இன்னிசையைக் கூட்டுவதற்காகவோ அல்லாமல், ஒரு சொல்லை வேறுவிதமாக மாற்றுவதற்காக வரும் அளபெடையைச் 'சொல்லிசை அளபெடை' என்கிறோம்.

சுருக்கமாகச் சொல்வதென்றால்:

★ மரபுக் கவிதை இலக்கணம் மீறும் நேரத்தில் அதைச் சரி செய்ய வரும் Patch Up: செய்யுளிசை அல்லது இசை நிறை அளபெடை

★ இலக்கணம் மீறாதபோதும், இனிய இசைக்காக நீண்டு வருவது : இன்னிசை அளபெடை

★ ஒரு சொல்லை வேறுவிதமாக மாற்றுவது : சொல்லிசை அளபெடை

★ இயல்பாகவே (எப்போதும்) அளபெடுத்து ஒலிப்பது : இயற்கை அளபெடை

அளபெடைகள் அங்கொன்றும் இங்கொன்றுமாக வரலாம். அல்லது, ஒரே வரியில் அடுத்தடுத்து வரலாம். இதை வைத்தும் அவற்றைப் பல வகைகளாகப் பிரிப்பார்கள்.

★ இணை அளபெடை

★ பொழிப்பு அளபெடை

★ ஒரூஉ அளபெடை

★ கூழை அளபெடை

★ மேற்கதுவாய் அளபெடை

★ கீழ்க்கதுவாய் அளபெடை

★ முற்று அளபெடை

இந்தப் பெயர்கள் கொஞ்சம் குழப்புவதுபோல் தெரிந்தாலும், இவற்றை ஞாபகம் வைத்துக்கொள்வது மிகச் சுலபம். ஒரே ஒரு சின்னக் கற்பனையைச் செய்துகொண்டால் போதும்.

ஒரு வகுப்பில் இருபத்தெட்டு பையன்கள் இருக்கிறார்கள். அவர்களை வரிசைக்கு நான்கு பேராக மொத்தம் ஏழு வரிசைகளில் நிறுத்திவைத்திருக்கிறோம்.

ஒவ்வொரு வரிசையிலும் உள்ள பையன்களை *A, B, C, D* என்று அழைப்போம். முதல் வரிசையில் *A, B* இருவரும் ஒரேமாதிரி உடை அணிந்திருக்கிறார்கள். இதற்கு 'இணை' என்று பெயர்.

இரண்டாவது வரிசையில், *A, C* ஒரேமாதிரி உடை அணிந்துள்ளார்கள். இதற்குப் 'பொழிப்பு' என்று பெயர்.

மூன்றாவது வரிசையில், *A, D* ஒரேமாதிரி உடை அணிந்துள்ளார்கள். இதற்கு 'ஒரூஉ' என்று பெயர்.

நான்காவது வரிசையில் *A, B, C* மூவரும் ஒரேமாதிரி உடை அணிந்துள்ளார்கள். இதற்குக் 'கூழை' என்று பெயர்.

ஐந்தாவது வரிசையில் *A, C, D* ஒரேமாதிரி உடை அணிந்துள்ளார்கள். இதற்கு 'மேற்கதுவாய்' என்று பெயர்.

ஆறாவது வரிசையில் *A, B, D* ஒரேமாதிரி உடை அணிந்துள்ளார்கள். இதற்கு 'கீழ்க்கதுவாய்' என்று பெயர்.

நிறைவாக, ஏழாவது வரிசையில் *A, B, C, D* நால்வரும் அச்சடித்தாற்போல் ஒரேமாதிரி உடை அணிந்துள்ளார்கள். இதற்கு 'முற்று', அதாவது முழுமை!

இந்த உதாரணத்தில் பையன்களுக்குப் பதிலாக, செய்யுளின் சொற்கள், வரிசைக்குப் பதில் செய்யுளின் அடிகள், ஆடைகளுக்குப் பதில் அளபெடைகள் என்று கற்பனை செய்துகொள்ளுங்கள். அவ்வளவுதான் மேட்டர்.

உதாரணமாக, நாம் மேலே பார்த்த 'உடுப்பதூஉம் உண்பதூஉம் காணின் பிறர்மேல்' என்ற குறளில், முதல், இரண்டாவது சொற்கள் *(A, B)* அளபெடுத்துள்ளன. ஆகவே, இது 'இணை அளபெடை'.

வேறொரு பாடலில் 'பூஉக் குவளைப் போஓது அருந்தி' என்ற அடியில் முதல், மூன்றாவது சொற்கள் *(A, C)* அளபெடுத்துள்ளன. ஆகவே, இது 'பொழிப்பு அளபெடை'. இதைப்போலவே மற்ற அனைத்து அளபெடைகளுக்கும் உதாரணம் சொல்லமுடியும்.

அளபெடைப் புராணம் போதும், அடுத்து, தமிழ் எழுத்துகளின் உச்சரிப்பு இலக்கணத்தைப்பற்றிப் பேசுவோம். முதலில், அந்த டிவி பெட்டியை நிறுத்திவிட்டு வாருங்கள்.

அதற்குமுன்னால், இந்த அத்தியாயத்தில் நாம் பார்த்த முக்கியமான சொற்கள் / தலைப்புகள் / *Concepts* பட்டியலை இங்கே தருகிறேன், எதற்கு என்ன அர்த்தம், என்ன உதாரணம் என்று நினைவுபடுத்திப் பாருங்கள், ஏதேனும் புரியாவிட்டால், சிரமம் பார்க்காமல் மேலே சென்று ஒருமுறை படித்துவிடுங்கள்.

★ செய்யுளிசை அளபெடை (அல்லது) இசை நிறை அளபெடை (சாம்பாருக்கு உப்பு)

★ இன்னிசை அளபெடை (பாயசத்துக்கு முந்திரி)

★ சொல்லிசை அளபெடை

★ இயற்கை அளபெடை

★ மரபுக் கவிதைகள், சொல் கட்டுப்பாடுகள், ஓசை

★ இணை அளபெடை *(A, B)*

★ பொழிப்பு அளபெடை *(A, C)*

★ ஒரூஉ அளபெடை *(A, D)*

★ கூழை அளபெடை *(A, B, C)*

★ மேற்கதுவாய் அளபெடை *(A, C, D)*

★ கீழ்க்கதுவாய் அளபெடை *(A, B, D)*

★ முற்று அளபெடை *(A, B, C, D)*

9

கல்லூரி மாணவர் ஒருவருடன் பேசிக்கொண்டிருந்தேன். 'எப்படி இருக்கிறது வாழ்க்கை?' என்று நான் குசலம் விசாரித்தபோது, 'ரொம்பப் பறபறப்பா இருக்குங்க' என்றார்.

'நீங்க என்ன ஏரோநாடிகல் எஞ்சினியரிங்கா படிக்கறீங்க?' என்றேன் கடிக்கும் நோக்கத்துடன்.

'இல்லையே, கம்ப்யூட்டர் சைன்ஸ்!' அப்பாவியாகப் பதில் சொன்னார்.

'அப்புறம் எதுக்குப் பறபறப்பெல்லாம்? சிம்பிளா பரபரப்புன்னு சொன்னாப் போதுமே!'

அவருக்கு நான் என்ன சொல்லவருகிறேன் என்றே புரியவில்லை. காகிதத்தில் 'பரபரப்பு' என்று எழுதிக்காட்டி 'சரிதானே?' என்றார்.

'இது சரிதான், ஆனா பேசும்போது பறபறப்புன்னு சொல்றீங்க, இடையின ரகரத்துக்குப் பதிலா வல்லின றகரம் வருது.'

'சின்ன வயசுலேர்ந்தே இந்த ர, ற, ல, ழ, ள, ண, ன, ந எல்லாம் எனக்கு ரொம்பக் குழப்பம் சார்' என்று முகம் சோர்ந்தார்

அவர், 'ஸ்கூல்ல எங்க தமிழ் வாத்தியார் என்னைக் கண்டபடி திட்டுவார், சரியாப் புரியலைன்னு சொன்னா, நாக்கு ஒழுங்கா மடங்கினா எல்லாம் புரியும்ன்னு அதட்டுவார்.'

அவர் சொல்வது ஓரளவுதான் உண்மை. வெறுமனே நாக்குமட்டும் மடங்கினால் போதாது, தமிழ் எழுத்துகளின் உச்சரிப்பு அதற்கு முன்பாகவே தொடங்கிவிடுகிறது.

அதுபற்றிப் பேசுவதற்கு முன்னால், ஒரு மொழிக்கு உச்சரிப்பு எந்த அளவுக்கு முக்கியம்?

கொஞ்சம் சிக்கலான விவாதம்தான் இது. சரியாக உச்சரித்துப் பழகாதவர்கள், அல்லது அதில் குழப்பம் உள்ளவர்கள், 'செய்தி சென்று சேர்ந்தால் போதுமே' என்பார்கள். 'பறபறப்பு' என்று அந்த இளைஞர் தவறாக உச்சரித்தபோதும், நான் அதைப் 'பரபரப்பு' என்று புரிந்துகொண்டுவிட்டேனல்லவா? அதற்குமேல் என்ன வேண்டும்?

இந்த வாதம் எல்லா இடங்களிலும் பயன்படாது. உதாரணமாக, 'மரப்பேனா' என்றால் ஓர் அர்த்தம், அதையே 'மறப்பேனா' என்று உச்சரித்தால் முற்றிலும் மாறுபட்ட இன்னோர் அர்த்தம். இதுபோல் குழப்பம் தரும் இணைச் சொற்கள் தமிழில் ஏராளமாக உண்டு:

★ பல்லி, பள்ளி
★ இரங்கு, இறங்கு
★ இரை, இறை
★ ஊன், ஊண்
★ தன்மை, தண்மை
★ அலை, அளை, அழை
★ வால், வாள், வாழ்

இப்படி இன்னும் நிறைய சொல்லமுடியும். இந்த இணைச் சொற்களை அடிப்படையாக வைத்து நகைச்சுவைத் துணுக்குகளும் சமத்கார வாசகங்களும் கவிதை(?)களும் எக்கச்சக்கம். (உதாரணம்: பணி செய்வது தொண்டர், பனி செய்வது ஐஸ் க்ரீம் கடைக்காரர்!)

அப்படிக் குழப்பமே வராவிட்டாலும்கூட, தமிழ் எழுத்துகளை இப்படிதான் உச்சரிக்கவேண்டும் என்று ஒரு தெளிவான இலக்கணம் இருக்கிறது. சரியாக எழுதுவது எந்த அளவு முக்கியமோ, அதே அளவு, சொல்லப்போனால் அதைவிட அதிகமாகவே சரியாகப் பேசுவதும் முக்கியம் என்கிற அக்கறை நமக்கு வரவேண்டும். காரணம், தமிழைப் படிக்கிறவர்களைவிட, கேட்கிறவர்கள் அதிகம்.

அந்த அக்கறையைக் கோட்டைவிட்ட காரணத்தால்தான், வானொலி, தொலைக்காட்சியில் தொடங்கி சினிமாப் பாட்டுகள், வசனங்கள்வரை சகலத்திலும் பிழை மலிந்த உச்சரிப்புகளைப் பார்க்கிறோம். தெரியாமல் தவறு செய்பவர்கள் ஒருபக்கம், ஸ்டைலுக்காக வேண்டுமென்றே தமிழை மாற்றி உச்சரிப்பவர்கள் இன்னொருபக்கம்.

தமிழின் அழகு, அதைச் சரியாக உச்சரிப்பதில் இருக்கிறது. ஒழுங்காக உச்சரித்தால் அத்துணை இனிமையாக இருக்கும், அதையே மாற்றி உச்சரித்தால் காது வலிக்கும். சந்தேகமிருந்தால், உதித் நாராயண் பாடிய பாடல்களைத் தொடர்ந்து இருபத்தேழு நிமிடங்கள் கேட்டுப்பாருங்கள்.

பெரும்பாலானோர் நினைப்பதுபோல், தமிழ் உச்சரிப்பு சிரமமான விஷயமே அல்ல. மிகச் சில எழுத்து இணைகளைத்தவிர மற்ற எல்லாம் எளிமையாக உச்சரிக்கக்கூடியவை, குழப்பமே இல்லாதவை.

இருந்தாலும், ஒவ்வோர் எழுத்தையும் எங்கிருந்து தொடங்கி, எங்கே கொண்டுவந்து எப்படி உச்சரிக்கவேண்டும் என்று இலக்கண நூல்கள் புட்டுப்புட்டு வைத்திருக்கின்றன. அவற்றைப் புரிந்துகொண்டு உச்சரித்துப் பழகினால் சில நாள்களில் இருக்கிற குழப்பமெல்லாம் தீர்ந்துவிடும்.

குறிப்பாக, இதை ஒரு விளையாட்டுபோல சொல்லித்தந்தால், குழந்தைகள் இதை லட்டுமாதிரி பிடித்துக்கொள்வார்கள். 'என் பிள்ளை எவ்ளோ ஸ்பஷ்டமா இங்க்லீஷ் பேசறான்' என்று பெருமைப்படுகிற பெற்றோர் அவ்வப்போது தமிழையும் கேட்டுக் கைதட்டலாம்.

அது சரி, இப்போது நாம் பழகவேண்டியது எழுத்து உச்சரிப்பா? அல்லது, சொல் உச்சரிப்பா?

தமிழில் அந்தப் பிரச்னையே இல்லை. இங்கே எழுத்து உச்சரிப்பைக் கற்றுக்கொண்டால் போதும், சொல் உச்சரிப்பு என்று தனியாக எதையும் படிக்கவேண்டாம்.

உதாரணமாக, ஆங்கிலத்தில் '*C*' என்ற எழுத்தை 'சி' என்று உச்சரிக்கப் பழகுகிறோம். ஆனால் அதுவே '*Car*' என்ற சொல்லில் வரும்போது 'க' என்ற உச்சரிப்போடு வருகிறது.

ஆனால் தமிழில் அந்தக் குழப்பங்கள் கிடையாது. 'சி' என்ற எழுத்து எந்தச் சொல்லில் வந்தாலும் அதை 'சி' என்றுதான் உச்சரிப்போம். சில நேரங்களில் ச்சி, ஜி என்று சிறு மாற்றங்கள் வரக்கூடுமேதவிர, சம்பந்தமே இல்லாமல் 'க' என்று உச்சரிப்பு மாறாது.

ஆங்கிலத்தைக் குறைத்துப் பேசுவதற்காக இதைச் சொல்லவில்லை. தமிழ் உச்சரிப்பு பழகுவது மிக எளிது என்பதற்காகச் சொல்கிறேன். பன்னிரண்டு உயிரெழுத்துகள், ஓர் ஆய்த எழுத்து, பதினெட்டு மெய்யெழுத்துகள் என்று மொத்தம் 31 ஒலிகளைப் பழகிக்கொண்டுவிட்டால் போதும். தமிழில் உள்ள லட்சக்கணக்கான சொற்களையும் எந்தப் பிழையும் இல்லாமல் சரியாக உச்சரிக்கலாம்.

பீடிகை போதும். தமிழ் உச்சரிப்புக்கான உடல் பாகங்களை முதலில் பட்டியல் போட்டுவிடுவோம்.

உண்மையில், எழுத்துகளை உச்சரிக்க உதவும் இந்த உடல் பாகங்களை இரண்டு பிரிவுகளாகப் படிக்கவேண்டும். நம்முடைய வசதிக்காக, அவற்றைத் தொட்டி, குழாய் என்று குறிப்பிடுவோம்.

அதென்ன தொட்டி, குழாய்?

வீட்டில் நாம் குழாயைத் திறந்தால் நீர் கொட்டுகிறது. ஆனால் உண்மையில் மேலே தொட்டியில் உள்ள நீர்தான் இப்போது குழாய் வழியே வருகிறது.

ஒருவேளை அந்தத் தொட்டியில் நீருக்குப் பதில் தேனோ பாலோ இருப்பதாக வைத்துக்கொள்வோம். அப்போது நாம் குழாயைத் திறந்தால் தேன் அல்லது பால் கொட்டும்.

ஆக, தொட்டியில் என்ன இருக்கிறது என்பதைப் பொறுத்துதான் குழாயில் வருவது மாறும். வெறுமனே குழாயைமட்டும் பார்த்துக் குழம்பிக்கொண்டிருக்கக்கூடாது.

அதுபோல, தமிழ் எழுத்துகளின் உச்சரிப்பும் ஓர் இடத்தில் தொடங்குகிறது (அதை நாம் 'தொட்டி' என்று அழைப்போம்), இன்னோர் இடத்தில் வெளிவருகிறது (அதை நாம் 'குழாய்' என்று அழைப்போம்). மேல்பார்வைக்குக் குழாய்மட்டும்தான் தெரியும், ஆனால் நம் கவனம் தொட்டியிலும் இருக்கவேண்டும்.

இதைப் புரிந்துகொள்ள மிகச் சுலபமான உதாரணம், 'ப' என்ற எழுத்து. அதை நீங்கள் எப்படி உச்சரிக்கிறீர்கள் என்று யோசித்துப்பாருங்கள், சொல்லிப்பாருங்கள்.

மேலுதடும் கீழுதடும் கண நேரம் சேர்ந்து பிரிகிறது. 'ப' என்ற ஒலி உண்டாகிவிடுகிறது. அவ்வளவுதான்.

ம்ஹூம், அதே மேலுதடும் அதே கீழுதடும் அதே கண நேரம் சேர்ந்து பிரியும்போது, 'ம' என்ற ஒலியும் உண்டாகிறதே. அது எப்படி?

இதற்குதான் குழாயைப் பார்த்துக்கொண்டு நிற்கக்கூடாது. தொட்டி எது என்று கவனிக்கவேண்டும். தொட்டி மாறினால் அதே குழாயிலிருந்து தண்ணீருக்குப் பதில் தேனோ பாலோ வரக்கூடும்!

'ப' என்ற எழுத்து, நம்முடைய மார்பிலிருந்து பிறக்கிறது. பின்னர் உதடுகளில் வெளிப்படுகிறது. மார்புதான் தொட்டி, உதடுதான் குழாய்.

'ம' என்ற எழுத்து, நம்முடைய மூக்கிலிருந்து பிறக்கிறது. பின்னர் உதடுகளில் வெளிப்படுகிறது. அதே குழாய்(உதடு)தான், ஆனால் வேறு தொட்டி. ஆகவே 'ப' என்ற ஒலி அன்றி, 'ம' என்ற இன்னோர் ஒலி கிடைக்கிறது.

இப்படித் தமிழில் ஒவ்வோர் எழுத்தும் எங்கிருந்து பிறக்கிறது (தொட்டி), எங்கே வெளிப்படுகிறது (குழாய்) என்று தெளிவாக வரையறுக்கப்பட்டுள்ளது. நன்னூலும் தொல்காப்பியமும் இதை மிக அழகாகப் பதிவு செய்துள்ளன.

நம் உடலில் உள்ள தொட்டிகள், அதாவது ஒலி பிறக்கும் இடங்கள் நான்கு. அவை:

★ மார்பு

★ கழுத்து

★ மூக்கு

★ ஒட்டுமொத்தத் தலை

அடுத்து, குழாய்கள், அதாவது ஒலி வெளிப்படும் இடங்கள் நான்கு. அவை:

★ பல்

★ உதடு

★ நாக்கு

★ அண்ணம்

மற்றதெல்லாம் புரிகிறது. அதென்ன அண்ணம்?

சாப்பாடு அல்ல, பாலில் இருந்து தண்ணீரைப் பிரித்துப் பருகும் வெள்ளைப் பறவையும் அல்ல, அவையெல்லாம் 'அன்னம்', இது 'அண்ணம்', நம்முடைய உடல் பாகங்களில் ஒன்று, ஆனால் நாம் பேச்சுவழக்கில் அதிகம் பயன்படுத்தாத சொல்.

'அண்ணம்' என்பது வாயின் மேல் பகுதி. உங்கள் நுனி நாக்கினால் அதனை வருடிப் பார்த்தால் லேசாகக் கூச்சம் ஏற்படும். சிலர் பேசமுடியாமல் தவிக்கும்போது, 'என்ன? நாக்கு மேலண்ணத்துல ஒட்டிக்கிச்சா?' என்பார்கள்.

வேடிக்கையாகத் தோன்றினாலும், இது மிகவும் உண்மையான வாசகம். ஒருவருடைய நாக்கு சுழலாமல் எங்கேயாவது

ஒட்டிக்கொண்டுவிட்டால் போச்சு, பெரும்பாலான எழுத்துகளை உச்சரிக்கமுடியாது.

நாக்கு, அண்ணம் போன்றவற்றைப்பற்றிப் பின்னர் ‘குழாய்’களை விவரிக்கும்போது விரிவாகப் பார்ப்போம். இப்போது நாம் ‘தொட்டி’களைக் கவனிக்கவேண்டியிருக்கிறது.

நம் உடலில் நான்கு உச்சரிப்புத் தொட்டிகள் இருப்பதாகப் பார்த்தோம். அவற்றில் எந்த எழுத்து எங்கே பிறக்கிறது?

★ உயிரெழுத்துகள் அனைத்தும் கழுத்திலிருந்து பிறக்கும்

★ மெய்யெழுத்துகளில் வல்லினங்கள் அனைத்தும் மார்பிலிருந்து பிறக்கும்

★ மெல்லினங்கள் அனைத்தும் மூக்கிலிருந்து பிறக்கும். யாருக்காவது ஜலதோஷம் பிடித்திருந்தால் ‘மூக்கால பேசறான்’ என்பார்கள், அப்போது கவனித்துப்பார்த்தால், அவர்கள் பேசுவதெல்லாம் மெல்லினம்போலவே கேட்கும்

★ இடையினங்கள் அனைத்தும், மார்புக்கும் மூக்குக்கும் இடையே, அதாவது கழுத்திலிருந்து பிறக்கும்

★ ஆய்த எழுத்துமட்டும் ஒட்டுமொத்தத் தலையிலிருந்து பிறக்கும்

★ உயிர்மெய் எழுத்துகள் அனைத்தும் தங்களுடைய மெய்யெழுத்துகள் எங்கிருந்து பிறக்கிறதோ, அங்கிருந்தே பிறக்கும். உதாரணமாக, ‘க்’ என்ற மெய்யெழுத்து மார்பிலிருந்து பிறப்பதால், க, கா, கி, கீ போன்றவையும் மார்பிலிருந்துதான் பிறக்கும்

மேலே தந்திருக்கும் பட்டியலை நீங்கள் அப்படியே நம்பவேண்டியதில்லை. ஒவ்வோர் எழுத்தாக எடுத்துக்கொண்டு சத்தமாகச் சொல்லிப்பாருங்கள். எந்த ஒலி எங்கிருந்து பிறக்கிறது என்று நீங்களே தெளிவாக உணரலாம்.

சரி, ஒவ்வோர் எழுத்துக்கும் தொட்டிகள் எவை எவை என்று புரிந்துவிட்டது. குழாய்கள்?

ஒரு தொட்டியிலிருந்து கிளம்பும் திரவம், வெவ்வேறு குழாய்களின்வழியே வெளிவருவதுபோல, ஓர் உடல்பாகத்திலிருந்து பிறக்கின்ற எழுத்துகள், பின்னர் வெவ்வேறு உடல்பாகங்களின்மூலம் வெளிவருகின்றன. அதன்மூலம்தான் வெவ்வேறு சத்தங்கள் உண்டாகின்றன.

உதாரணமாக, உயிரெழுத்துகளைப்பற்றி முதலில் பார்ப்போம். இவை அனைத்தும் 'கழுத்து' எனும் தொட்டியிலிருந்து பிறப்பவை என்பதை நினைவில் வைத்துக்கொள்ளுங்கள். குழாய், உச்சரிக்கும் விதம்மட்டும் எழுத்துக்கு எழுத்து மாறும்:

★ அ, ஆ என்ற இரு எழுத்துகளும், உதடுகளை நன்கு பிரித்து வாயை அகலத் திறப்பதன்மூலம் பிறக்கும்

★ இ, ஈ என்ற இரு எழுத்துகளையும் உச்சரிப்பதற்கு, அதேபோல் உதடுகளை நன்கு பிரிக்கவேண்டும், அதேசமயம், நாக்கின் விளிம்பு மேல்பல்லின் அடியைத் தொடவேண்டும் (சொல்லிப்பாருங்கள்)

★ எ, ஏ, ஐ ஆகிய மூன்று எழுத்துகளையும் உச்சரிக்கும் முறை இ, ஈ போலவேதான்

★ உ, ஊ என்ற இரு எழுத்துகளை உச்சரிப்பதற்கு, உதடுகளைக் குவிக்கவேண்டும்

★ ஒ, ஓ, ஔ என்ற மூன்று எழுத்துகளையும் உச்சரிக்கும் முறை உ, ஊ போலவேதான்

'என்னய்யா, ஆனா, ஆவன்னா எப்படிச் சொல்றதுன்னெல்லாம் ஒண்ணாங்கிளாஸ்லயே நாங்க படிச்சுட்டமே!' என்று சலித்துக்கொள்ளவேண்டாம். அதில் பிழை செய்பவர்களுக்கு இந்த விவரங்கள் உதவும்.

அடுத்து, மெய்யெழுத்துகளில் முதல் ஆறு:

★ க, ங: அடி நாக்கு, அடி அண்ணத்தைத் தொடவேண்டும்

★ ச, ஞ: நாக்கின் நடுப்பகுதி, அண்ணத்தின் நடுப்பகுதியைத் தொடவேண்டும்

★ ட, ண : நாக்கின் நுனிப்பகுதி, அண்ணத்தின் நுனிப்பகுதியைத் தொடவேண்டும்

இந்த ஆறு எழுத்துகளையும் சத்தமாகப் பலமுறை சொல்லிப்பாருங்கள். நாக்கும் அண்ணமும் கச்சிதமாக ஒன்றை ஒன்று தொட்டுக்கொண்டு ஜோடியாக நகர்வது ஒரு நடனத்தைப்போல் இருக்கும். இயற்கையில் பூவின் இதழ்கள் ஒத்திசைந்து அமைந்துள்ள ஒழுங்கைப் பார்க்கும்போது ஏற்படும் அதே வியப்பு உண்டாகும்.

இப்போது, மீதமுள்ள மெய்யெழுத்துகளைப் பார்த்துவிடலாம்:

★ த, ந : மேல் பல்லின் அடிப்பாகத்தை, நாக்கின் நுனி அழுத்தவேண்டும்

★ ப, ம : உதடுகள் இரண்டும் அழுந்தப் பொருந்தவேண்டும்

★ ய : நாக்கின் அடிப்பகுதி, அண்ணத்தின் அடிப்பகுதியைத் தொடவேண்டும் (க, ங போலவேதான், ஆனால் ய ஒலி கழுத்திலிருந்து பிறக்கும், இந்த மூன்று எழுத்துகளையும் சொல்லிப்பாருங்கள், நுணுக்கமான வித்தியாசம் புரியும்)

★ ர, ழ : நாக்கின் நுனிப்பகுதி அண்ணத்தைத் தடவவேண்டும்

★ ற, ன : நாக்கின் நுனிப்பகுதி அண்ணத்தில் நன்றாகப் பொருந்தவேண்டும்

★ ல : நாக்கின் விளிம்பு தடித்துக்கொண்டு, மேல் பல்லின் அடியைத் தொடவேண்டும்

★ ள : நாக்கின் விளிம்பு தடித்துக்கொண்டு, அண்ணத்தைத் தொடவேண்டும்

★ வ : மேல் பல் கீழ் உதட்டைத் தொடவேண்டும்

உயிர்மெய் எழுத்துகளின் உச்சரிப்பு எப்படி அமையும்?

★ முதலில், அவற்றில் உள்ள மெய்யெழுத்தை உச்சரிக்கவேண்டும் (மேற்சொன்ன முறைப்படி)

★ அதோடு சேர்த்து, அவற்றில் உள்ள உயிரெழுத்தை உச்சரிக்கவேண்டும் (மேற்சொன்ன முறைப்படி)

உதாரணமாக, 'கு' என்ற எழுத்தை உச்சரிக்க, முதலில் 'க்', பிறகு 'உ' ஆகிய உச்சரிப்புகளைக் கலக்கவேண்டும். அதாவது, அடி நாக்கு அடி அண்ணத்தைத் தொட (க்), பின்னர் உதடுகள் குவியவேண்டும் (உ).

இந்தப் பட்டியலில் கிட்டத்தட்ட ஒரேமாதிரி உச்சரிக்கப்படும் எழுத்துகளை நினைவில் வைத்துக்கொள்ள வசதியாகத் தொகுத்து வகைப்படுத்தித் தந்துள்ளேன். மற்றபடி இவை அனைத்தும் நன்னூல், தொல்காப்பியத்தில் உள்ளவைதான். அவை எழுதப்பட்டு இத்துணை ஆண்டுகளில் உச்சரிப்பில் எந்த மாற்றமும் கிடையாது.

இவற்றில் பெரும்பாலான எழுத்துகளை நீங்கள் ஏற்கெனவே சரியாக உச்சரிக்கப் பழகியிருப்பீர்கள். அவற்றை ஒருமுறை இந்தப் பட்டியலில் உள்ளபடி சொல்லிப் பார்த்து உறுதிப்படுத்திக்கொண்டுவிடுவது நல்லது. பின்னர், குழப்பம் வரும் எழுத்துகளைமட்டும் தனியே பயிற்சி எடுக்கலாம். உதாரணமாக:

★ ல, ள & ழ

★ உதாரணங்கள்:

1. வாழைப்பழம் கொழகொழவென நழுவிக் கீழே விழுந்தது
2. பள்ளிக்குச் சென்ற அழகுப் பிள்ளைக்குப் பல்லி மிட்டாய் கிள்ளித் தா
3. திருவிழாவின்போது பலாப் பழமும் வாழைப் பழமும் களாக்காயுடன் தின்றோம்
4. சிலர் வளவளவென்று பேசி வழவழா கொழகொழா என்று உளறுவார்கள்

★ ர, ற

★ உதாரணங்கள்:

1. ஓடுற நரியில ஒரு நரி சிறு நரி, சிறு நரி முதுகுல ஒரு பிடி நரைமயிர்

2. பருந்தைப் பார்த்த கருங்குயில் பரபரவென்று சிறகடித்துப் பறந்தது
3. பிறர்மீது இரக்கம் இல்லாதவர்கள் இறக்கம் காண்பது உறுதி
4. அரத்தால் அறுக்கலாம், அறத்தால் சிறக்கலாம்

★ ன, ண & ந

★ உதாரணங்கள்:

1. நான் கண்ணனுடைய வீட்டின்முன்னால் நாவல் பழம் சாப்பிட்டேன்
2. அண்ணாந்து பார்த்தால் முந்நூறு காக்காய்
3. சின்னப் பையன் கன்னல் தமிழில் பாடியது இன்னும் என் கண்ணுக்குள் நிற்கிறது
4. பதநியும் பனம் பழமும் வாங்கப் பணம் ரெண்டு வேணும்

இப்படி இன்னும் ஏராளமான வார்த்தை விளையாட்டுகள் தமிழில் இருக்கின்றன. ஒவ்வொரு தமிழ் எழுத்தையும் எப்படிச் சரியாக உச்சரிக்கவேண்டும் என்று தெளிவாகப் படம் வரைந்து பாகம் குறிக்கும் கட்டுரைகள் பலவும் இணையத்தில் உண்டு. நம்முடைய இலக்கணப் பகுதிக்கு அவசியமான விஷயங்களைமட்டுமே இங்கே விவரித்துள்ளோம். மற்றவற்றைத் தேடிப் படித்துக்கொள்ளுங்கள்.

இத்துடன், தமிழ் எழுத்து இலக்கணத்தின் அடிப்படைப் பகுதிகள் நிறைவு பெறுகின்றன. அடுத்த வாரம் சொல் இலக்கணத்தைப்பற்றிப் பேசத் தொடங்குவோம்!

அதற்குமுன்னால், இந்த அத்தியாயத்தில் நாம் பார்த்த முக்கியமான சொற்கள் / தலைப்புகள் / *Concepts* பட்டியலை இங்கே தருகிறேன், எதற்கு என்ன அர்த்தம், என்ன உதாரணம் என்று நினைவுபடுத்திப் பாருங்கள், ஏதேனும் புரியாவிட்டால், சிரமம் பார்க்காமல் மேலே சென்று ஒருமுறை படித்துவிடுங்கள்.

- ★ *உச்சரிப்பு பிறக்கும் இடங்கள் : தொட்டி (மார்பு, கழுத்து, மூக்கு, தலை)*
- ★ *உச்சரிப்பு வெளிப்படும் இடங்கள் : குழாய் (பல், உதடு, நாக்கு, அண்ணம்)*
- ★ *மார்பில் பிறக்கும் எழுத்துகள் (வல்லினம்)*
- ★ *கழுத்தில் பிறக்கும் எழுத்துகள் (உயிரெழுத்துகள், இடையினம்)*
- ★ *மூக்கில் பிறக்கும் எழுத்துகள் (மெல்லினம்)*
- ★ *தலையில் பிறக்கும் எழுத்துகள் (ஆய்தம்)*
- ★ *உயிர்மெய் எழுத்துகளின் பிறப்பிடம் (மெய்யெழுத்துகளின் பிறப்பிடம்)*
- ★ *வெவ்வேறு எழுத்துகள் உச்சரிக்கப்படும் விதம் (உயிர், மெய், உயிர்மெய்)*
- ★ *ல, ள, ழ, ர, ற, ன, ண, ந உச்சரிப்பு வித்தியாசம்*

10

நாற்காலிகளில் பல வகைகள் உண்டு. ஓர் உதாரணத்துக்காக, அதில் இரண்டு வகைகளைமட்டும் எடுத்துக்கொள்வோம்:

★ மர நாற்காலி

★ பிளாஸ்டிக் நாற்காலி

இந்த இரண்டுக்கும் இடையே என்ன ஒற்றுமை? என்ன வித்தியாசம்?

இரண்டும் நாற்காலிகள்தாம். உட்காரப் பயன்படும். நான்கு கால்கள் இருக்கும், முதுகு இருக்கும், கைப்பிடிகள் இருக்கலாம், உட்காரும் இடத்திலும் முதுகு வைக்கும் இடத்திலும் குஷன் தைத்திருக்கலாம், பிளாஸ்டிக் நாற்காலி விலை மலிவு, மர நாற்காலி காஸ்ட்லி...

அதையெல்லாம் விடுங்கள். முக்கியமான வித்தியாசம், மர நாற்காலி பல பாகங்களை ஒருங்கிணைத்து உருவாக்கப்பட்டது, ஆனால் பிளாஸ்டிக் நாற்காலி அப்படியே முழுமையாகச் செய்யப்பட்டது.

அதாவது, முதல் நாற்காலியில் ஒரு தச்சர் நான்கு கால்கள், கைப்பிடியின் துண்டுகள், முதுகின் துண்டுகள், உட்காரும் பலகை என்று எல்லாவற்றையும் மரத்தால் தனித்தனியே

செய்திருக்கிறார், அவற்றைச் சரியாகப் பொருத்தி மர ஆணிகளை அடித்து நாற்காலியாக உருமாற்றியிருக்கிறார்.

நீங்கள் விரும்பினால், அந்த மர நாற்காலியைத் தனித்தனியே பிரித்துவிடலாம், திரும்பவும் பழையபடி பூட்டிவிடலாம்.

கொஞ்சம் பொறுங்கள். நீங்கள் விரும்பினால்மட்டும் போதாது, எங்கே பிரிக்கவேண்டும், எப்படிப் பிரிக்கவேண்டும், எப்படி மறுபடியும் ஒன்று சேர்க்கவேண்டும் என்பதும் உங்களுக்குத் தெரிந்திருக்கவேண்டும்.

இதெல்லாம் தெரியாவிட்டால், மர நாற்காலி முழுவதும் ஒரே பாகமாகதான் உங்களுக்குத் தோன்றும். அதில் ஒரு கால் உடைந்துவிட்டாலும், மொத்த நாற்காலியையும் தூக்கிப் போட்டுவிட நினைப்பீர்கள்.

அதே உடைந்த நாற்காலியை ஒரு தச்சரிடம் காட்டினால், 'இதென்ன சார் பெரிய மேட்டர்? உடைஞ்ச காலைப் பிரிச்சு எடுத்துட்டு, வேற மரத்துல புதுக் கால் செஞ்சு போட்றலாம்' என்பார்.

'அட, இது எனக்குத் தோணலியே!'

உண்மைதான். காரணம், அந்த நாற்காலியை நீங்கள் தனித்தனிப் பாகங்களாகப் பார்க்கவே இல்லை. அதனை ஒரே பொருளாகதான் பார்க்கிறீர்கள்.

அதேசமயம், பிளாஸ்டிக் நாற்காலியை நீங்கள் விரும்பினாலும் விரும்பாவிட்டாலும் ஒன்றாகதான் பார்த்தாகவேண்டும். காரணம், அது நிஜமாகவே ஒரே பொருள், தனித்தனி பாகங்கள் ஒருங்கிணைந்தது அல்ல. ஏதாவது உடைந்துவிட்டால், முழு நாற்காலியையும் தூக்கி வீசவேண்டியதுதான்.

இலக்கணப் பாடத்தை நிறுத்திவிட்டு நாம் தச்சுக்கலை பயிலத் தொடங்கியது ஏன் என்று குழம்பவேண்டாம். பகுபதம், பகாப்பதம் ஆகியவற்றைப் புரிந்துகொள்வதற்குதான் இந்த நாற்காலி உதாரணங்கள்.

அதென்ன பதம்?

'ஒரு பானை சோற்றுக்கு ஒரு சோறு பதம்' என்று சொல்கிறோம். அங்கே 'பதம்' என்றால், சரியாக வெந்துள்ளது என்று அர்த்தம். 'பார்த்துப் பதமா நடந்துக்கோ' என்று சொல்வதும் இதே அர்த்தத்தில்தான், 'சரியாக நடந்துகொள்'.

'பாதம்' என்பதைப் 'பதம்' என்று சொல்வதும் உண்டு. 'பாவை என் பதம் காண நாணமா?' என்று புகழ் பெற்ற நாதஸ்வர வித்வானைக் கிண்டலடிப்பார் தில்லானா மோகனாம்பாள்.

ஆனால் இங்கே நாம் பார்க்கும் 'பதம்' என்ற சொல்லுக்கு இந்த இரண்டு அர்த்தங்களும் இல்லை. 'எழுத்தே தனித்தும் தொடர்ந்தும் பொருள் தரின் பதமாம்' என்கிறது நன்னூல்.

அதாவது, ஓர் எழுத்து தனியாகவோ, அல்லது மற்ற எழுத்துகளுடன் சேர்ந்தோ ஒரு பொருளைத் தந்தால், அது 'பதம்' எனப்படும். நமக்குப் புரியும்படி சொல்வதென்றால், 'பதம்' என்றால், இப்போது நாம் பயன்படுத்துகிற 'சொல்' அல்லது 'வார்த்தை' என்று அர்த்தம்.

இது ஒன்றும் நமக்குப் புதிய விஷயம் அல்ல. 'எதிர்ப் பதம்' என்று பள்ளியில் படித்திருப்போம், *opposite word* என்பதுதானே அது?

அடுத்து, 'பகுத்தல்' என்றால் 'பிரித்தல்' என்று அர்த்தம். 'பகுத்து உண்டு பல் உயிர் ஓம்புதல், நூலோர் தொகுத்தவற்றுள் எல்லாம் தலை' என்பார் திருவள்ளுவர்.

ஆக, 'பகுபதம்' என்றால், பிரிகிற, நம்மால் பிரிக்கக்கூடிய பதம் (மர நாற்காலி), 'பகாப் பதம்' என்றால், பிரியாத, பிரிக்கமுடியாத, சொல்லப்போனால் பிரிக்கக்கூடாத பதம் (பிளாஸ்டிக் நாற்காலி).

உதாரணமாக, 'படித்தான்' என்ற வார்த்தையை எடுத்துக்கொள்வோம். இது மர நாற்காலியா, அல்லது பிளாஸ்டிக் நாற்காலியா? இதைப் பிரிக்கமுடியுமா?

மேலோட்டமாகப் பார்த்தால், பிரிக்கமுடியாது என்றுதான் தோன்றும். காரணம், நமக்கு அதன் பாகங்கள் தெரியவில்லை.

ஆகவே, பிளாஸ்டிக் நாற்காலி என்று நினைத்துவிடுகிறோம்.

ஆனால் உண்மையில், இது மர நாற்காலி. இதனைப் படி + த் + த் + ஆன் என்று பிரிக்கலாம்.

ஏன் அப்படி? ப + ட் + இத் + தான் என்று பிரிக்கக்கூடாதா?

ம்ஹூம், கூடாது. மர நாற்காலியை நம் இஷ்டம்போல் பிரித்தால், கையோ காலோ வெட்டுப்பட்டுப் பயனின்றிப் போய்விடும். அதற்கென்று உள்ள வழிமுறைகளை அறிந்து அதன்படிதான் பிரிக்கவேண்டும்.

இன்னோர் உதாரணம் வேண்டுமென்றால், உங்கள் பள்ளி வேதியியல் வகுப்பை நினைவுபடுத்திக்கொள்ளுங்கள். வெவ்வேறு வேதிப் பொருள்கள் சேர்ந்து இன்னோர் வேதிப் பொருள் உருவாகும்போது, எது எதனுடன் எப்படிச் சேரவேண்டும் என்பதற்குத் தெளிவான வரையறைகள் உண்டல்லவா?

அதுபோல்தான் இங்கேயும். சொல்லைப் பிரிப்பது எப்படி என்று பின்னால் விரிவாகப் பேசுவோம். இப்போதைக்கு, 'படித்தான்' என்பதைப் 'படி + த் + த் + ஆன்' என்று பிரிக்கமுடிகிறது என்பதுதான் மேட்டர்.

இதில் உள்ள 'படி' என்ற சொல்லைமட்டும் எடுத்துக்கொள்வோம். இதைப் பிரிக்கமுடியுமா? இது மர நாற்காலியா, அல்லது பிளாஸ்டிக் நாற்காலியா?

'படி' என்ற சொல்லை இதற்குமேல் பிரிக்கமுடியாது. அது பிளாஸ்டிக் நாற்காலிதான். (முன்பு மர நாற்காலியில் அது ஒரு பாகமாக இருந்தது என்பதையும் நினைவுபடுத்திக்கொள்ளுங்கள்.)

ஆக, 'படித்தேன்' என்பது மேலும் பிரிக்கக்கூடிய பதம், அதாவது பகுபதம், 'படி' என்பது இதற்குமேல் பிரிக்கமுடியாத பதம், அதாவது பகாப்பதம்.

இதைச் சுலபமாக ஞாபகத்தில் வைத்துக்கொள்ள ஒரு மொக்கைக் கவிதை தரட்டுமா?

'என் அன்பே,

தமிழாசிரியர் சொல்கிறார்,

'நாம்' என்பது பகாப்பதமாம்,

பிரிக்கமுடியாதாம்,

பிரிக்கக்கூடாதாம்!

அவருக்கு நம் காதல் விஷயம் எப்படித் தெரிந்தது?'

அடிக்க வராதீர்கள். கவிதை(?) சுமாராக இருந்தாலும், மேட்டர் மனத்தில் பதிந்திருக்கும். அதுதானே நமக்கு முக்கியம்?

அது சரி, பகுபதம், பகாப்பதத்தை நாம் ஏன் தெரிந்துகொள்ளவேண்டும்.

ஏற்கெனவே நாற்காலி உதாரணத்தில் நாம் பார்த்ததுபோல், ஒரு சொல்லைப் பிரிக்கத் தெரிந்துகொண்டால், அதன் வேர்ச்சொற்களை அடையாளம் காண்பது சுலபம், அதை ரிப்பேர் செய்து வேறுவிதமாக மாற்றுவதும் சுலபம்.

உதாரணமாக, படி + த் + த் + ஆன் என்ற பகுபதத்தில் 'ஆன்'க்குப் பதில் 'ஆள்' சேர்த்தால் என்ன ஆகும்?

படி + த் + த் + ஆள், அதாவது, படித்தாள். ஆண்பால் மாறிப் பெண்பால் ஆகிவிடுகிறது.

இதே உதாரணத்தில் 'ஆன்'க்குப் பதில் 'அது' சேர்த்தால்?

படி + த் + த் + அது, அதாவது, படித்தது, உயர்திணை மாறி அஃறிணை ஆகிவிடுகிறது.

இதேபோல், நடித்தான், நடந்தான், வந்தான், போனான் என்று பல சொற்களில், கடைசியாக வரும் 'ஆன்' என்பதை எடுத்துவிட்டு 'ஆள்' சேர்த்தால், பெண்பால் வந்துவிடுகிறது, 'அது' சேர்த்தால் அஃறிணை வந்துவிடுகிறது.

ஆக, 'ஆன்' என்ற பாகம் ஏதோ ஒருவிதத்தில் ஆணைக் குறிக்கிறது, அதே முறைப்படி 'ஆள்' என்ற பாகம் பெண்ணைக் குறிக்கிறது, 'அது' என்ற பாகம் அஃறிணையைக் குறிக்கிறது.

அடுத்து, இதே படி + த் + த் + ஆன் என்ற பகுபதத்தின்

தொடக்கத்தில் வரும் 'படி' என்பதை நீக்கிவிட்டு, அங்கே 'கடி' என்றோ, 'கொடு' என்றோ இன்னொரு பதத்தைச் சேர்த்தால் என்ன ஆகும்?

'படித்தான்' என்று இருந்த சொல் மாறி, 'கடித்தான்', 'கொடுத்தான்' என்று ஆகிவிடுகிறது.

ஆக, ஒரு பகுபதத்தின் முதல் பாகத்தை மாற்றினால், அதன் அர்த்தமே மாறுகிறது. நிறைவுப் பாகத்தை மாற்றினால், ஆண், பெண், உயர்திணை, அஃறிணை வித்தியாசம் ஏற்படுகிறது.

இதுவரை நாம் குத்துமதிப்பாகப் பார்த்த விஷயங்களை, பகுபதம்பற்றிய அத்தியாயத்தில் இன்னும் விரிவாகப் பேசுவோம், சரியான உதாரணங்கள், விதிவிலக்குகளுடன் தெரிந்துகொள்வோம். இப்போதைக்கு, ஒரு பதத்தைப் பிரித்து அறியப் பழகுவது அவசியம் என்பதுமட்டும் புரிந்தால் போதும்.

தொடர்ந்து படிப்பதற்குமுன்னால், உங்கள் திறமையைப் பதம் பார்க்க ஒரு சின்னப் பரீட்சை, 'விசு'த்தனமான ஒரு கேள்வி: 'பகுபதம்' என்ற பதம், பகுபதமா அல்லது பகாப்பதமா?

தமிழில் இந்தக் குழப்பமே வராத சொற்கள் சிலது உண்டு. உதாரணமாக, இவையெல்லாம் பகுபதங்களா அல்லது பகாப்பதங்களா? : பூ, வா, போ, நீ, பை, தீ, கை...

என்னய்யா? எங்களை வெச்சுக் காமெடி கீமெடி பண்றீங்களா? இங்கே ஒவ்வொரு சொல்லிலும் இருப்பதே ஓர் எழுத்துதான், அதை எப்படிப் பகுக்கமுடியும்?

'பதம்'க்கு விளக்கமாக முன்பு நாம் பார்த்த நன்னூல் சூத்திரத்தை இங்கே மீண்டும் நினைவுபடுத்திக்கொள்ளுங்கள். 'எழுத்தே தனித்தும் தொடர்ந்தும்...'. அதாவது, எழுத்து தனியாக இருந்தும் பொருள் தரலாம். அதற்கு 'ஓரெழுத்து மொழி' என்று பெயர்.

மேலே நாம் பார்த்த பூ, வா, போ, நீ போன்ற ஓரெழுத்து மொழிகள் எல்லாருக்கும் தெரிந்தவை. ஆனால், அதிகப் பேர் அறியாத, சுவாரஸ்யமான சில ஓரெழுத்து மொழிகள் இங்கே:

- கா : காப்பாற்று

★ ஈ : கொடு (உதாரணம்: ஈதல் இசைபட வாழ்தல்)

★ ஐ : தலைவன் (உதாரணம்: ஐயன் வள்ளுவன்)

★ மா : பெரிய (உதாரணம்: மாமகம்), மாங்காய்

★ நை : நைந்துபோதல்

★ நோ : வருந்துதல், நோதல்

★ ஆ : மாடு (உதாரணம்: ஆவின் பால்)

★ நா : நாக்கு

★ கோ : அரசன் (உதாரணம்: கோமகன்)

★ மீ : அதிகம் (உதாரணம்: மீச்சிறு மடங்கு)

ஓரெழுத்து சரி. ஈரெழுத்துக்கு வருவோம். தேர்தல் கூட்டணி, கொள்கைக் கூட்டணிமாதிரி கொஞ்சம் விவகாரமான விஷயம் அது.

அதாவது, ஓர் எழுத்து தனியே இயங்கினால் எந்த வம்பும் இல்லை. பக்கத்தில் இன்னோர் எழுத்து வந்து நின்றால்தான், அது சரியா, தவறா என்கிற மயக்கம் ஏற்படும்.

உண்மையில், தமிழ் இலக்கணம் இந்தத் துறையையே 'மயக்கம்' என்றுதான் அழைக்கிறது. அதாவது, ஓர் எழுத்தும், இன்னோர் எழுத்தும், ஒரு சொல்லை உண்டாக்குவதற்காக ஒன்றுடன் ஒன்று சேர்ந்து நிற்பது.

உதாரணமாக, 'ஏ' என்ற எழுத்து, 'ர்' என்ற இன்னோர் எழுத்துடன் சேர்ந்து மயங்கி, 'ஏர்' என்ற சொல்லை உருவாக்குகிறது. இதேபோல் மூன்று, நான்கு எனப் பல எழுத்துகள் ஒரு சொல்லில் சேரலாம்.

ஆனால், இப்படி எழுத்துகள் ஒன்றோடொன்று சேரும்போது, இதற்குப் பக்கத்தில் இதுதான் வரும், இந்தக் கூட்டணிகளுக்குதான் அனுமதி என்று சில நெறிமுறைகள் தமிழில் உண்டு. அவற்றை மீறினால் காது வலிக்கும்.

உதாரணமாக, சிலர் 'அதற்க்கு' என்று எழுதுவார்கள்.

உண்மையில் அது 'அதற்கு' என்று இருக்கவேண்டும். இரு சொற்களையும் உச்சரித்துப்பாருங்கள், பிரச்னை புரியும்.

எந்தெந்த எழுத்துகள் எந்தெந்த எழுத்துகளுடன் கூட்டணி சேரும்? எவை எவற்றுடன் சேராது? இதைச் சொல்லித்தருவதுதான் "மயக்கம்".

இப்படி ஆரம்பிப்போம், உயிர் + மெய், மயங்குமா?

நிச்சயமாக, 'ஏர்' என்று நாம் சற்றுமுன் பார்த்த உதாரணமே உயிர் + மெய் அருகருகே வரும் கூட்டணிதானே?

அடுத்து, மெய் + உயிர், மயங்குமா?

தாராளமாக மயங்கும். அப்படி மயங்கியதால்தான் 216 உயிர்மெய் எழுத்துகள் தோன்றியிருக்கின்றன? க் + அ = க என்று தொடங்கி ஏகப்பட்ட உதாரணங்களை ஏற்கெனவே பார்த்திருக்கிறோம்.

அடுத்து, உயிர் + உயிர், மயங்குமா?

ம்ஹூம், எப்போதும் ஓர் உயிரெழுத்துக்குப்பிறகு இன்னோர் உயிரெழுத்து வராது. ஆக, 'உயிர் மயக்கம்' என்று ஒன்று தமிழில் கிடையாது.

கொஞ்சம் பொறுங்கள். அளபெடைகளைப்பற்றிப் பேசும்போது நெடிலைத் தொடர்ந்து குறில் வரும் என்று பார்த்தோம். அப்படியானால் 'ஆஅ', 'ஈஇ' என்றெல்லாம் எழுதுவது சாத்தியம்தானே? அப்போது, இரண்டு உயிரெழுத்துகள் அடுத்தடுத்து வருமே!

உண்மைதான். ஆனால், அங்கே இரண்டாவதாக வரும் குறில் முதலில் வரும் நெடிலின் ஒலியை நீட்டிப்பதற்கான குறியீடுமட்டுமே. தனி எழுத்து அல்ல.

ஆக, தமிழில் உயிரெழுத்தைத் தொடர்ந்து உயிரெழுத்து வராது. 'உயிர் மயக்கம்' இல்லை.

அடுத்து, மெய் மயக்கம். அதாவது, ஒரு மெய்யெழுத்துக்குப் பக்கத்தில் இன்னொரு மெய்யெழுத்து வருவது.

உதாரணமாக, 'அம்மா' என்ற சொல்லை எடுத்துக்கொள்வோம். முதலில் 'அ' உயிரெழுத்து, பின்னர் 'ம்' மெய்யெழுத்து, பின்னர் 'மா' என்ற உயிர்மெய்யெழுத்து.

அடுத்து, 'மா' என்ற உயிர்மெய் எழுத்தை நாம் ம், ஆ என்று பிரிக்கவேண்டும். ஆக, இது 'அம்ம்ஆ' என்று மாறும். 'ம்' என்ற மெய்யெழுத்துக்குப் பக்கத்தில் அதே மெய்யெழுத்து இன்னொருமுறை வந்துள்ளது.

ஒரு மெய்யெழுத்துக்குப் பக்கத்தில் அதே மெய்யெழுத்துதான் வரவேண்டும் என்று எந்தக் கட்டாயமும் இல்லை. இதற்கு இன்னோர் உதாரணம், 'கற்கண்டு', இதை நாம் 'க்அற்க்அண்ட்உ' என்று பார்க்கவேண்டும். 'ற்'க்குப் பக்கத்தில் 'க்', 'ண்'க்குப் பக்கத்தில் 'ட்' என ஒரே சொல்லில் நான்கு வெவ்வேறு மெய்யெழுத்துகள், இரண்டு வெவ்வேறு மெய் மயக்கங்களைப் பார்க்கலாம்.

மெய் மயக்கத்தில் இரண்டு வகைகள்:

★ உடன்நிலை மெய் மயக்கம் (ஒரே மெய்யெழுத்து அடுத்தடுத்து வருவது)

★ வேற்றுநிலை மெய் மயக்கம் (வெவ்வேறு மெய்யெழுத்துகள் அடுத்தடுத்து வருவது)

தமிழில் மொத்தம் 18 மெய்யெழுத்துகள் உண்டு. இவற்றில் 16 மெய்யெழுத்துகள் தன்னுடன் தானே மயங்கும். அதாவது க்க், ச்ச், த்த் என்பதுபோல் அமையும்.

16/18தானா? மீதமுள்ள இரண்டு?

ர், ழ் என்ற மெய்யெழுத்துகள்மட்டும் தன்னுடன் தானே மயங்காது. அதாவது, 'ர்ர்', 'ழ்ழ்' என்ற அமைப்பை நாம் தமிழில் பார்க்கமுடியாது. (தண்ணியடித்துவிட்டு உளறுகிறவர்கள். 'சார்ர்ர்ர், ஒர்ரே க்ளாஸ் கழ்ழுதான் குடிச்சேன்' என்று சொல்வது இந்தக் கணக்கில் வராது!)

உடன்நிலை மெய் மயக்கத்துக்குச் சில உதாரணங்கள் இங்கே: கத்தி (த்த்), அக்கா (க்க்), முந்நூறு (ந்ந்), கண்ணன் (ண்ண்),

எவ்வளவு (வ்வ்), பள்ளி (ள்ள்).

16 மெய்யெழுத்துகளுக்கு உடன்நிலை மெய் மயக்கம் உண்டு என்று பார்த்தோம். அதில் ஆறுக்குமட்டும் மேலே உதாரணங்களைத் தந்திருக்கிறோம். மீதமுள்ள பத்துக்கும் நீங்களே உதாரணம் கண்டுபிடியுங்கள்.

உடன்நிலை மெய் மயக்கம் கொஞ்சம் ஈஸி, அதிகபட்சம் பதினெட்டு காம்பினேஷன்கள்தாம். அதோடு ஒப்பிடும்போது, வேற்றுநிலை மெய் மயக்கம் சிக்கலானது.

பதினெட்டு மெய்யெழுத்துகள், அவை ஒவ்வொன்றும், மீதமிருக்கும் 17 மெய்யெழுத்துகளுடன் கூட்டணி சேரலாம். ஆக, வேற்றுநிலை மெய் மயக்கத்தில் மொத்தம் 306 சாத்தியங்கள் உண்டு. அவற்றில் பல அனுமதிக்கப்பட்டுள்ளது, சில அனுமதிக்கப்படவில்லை. அவற்றையெல்லாம் அடுத்த அத்தியாயத்தில் அலசலாம்.

அதற்குமுன்னால், இந்த அத்தியாயத்தில் நாம் பார்த்த முக்கியமான சொற்கள் / தலைப்புகள் / Concepts பட்டியலை இங்கே தருகிறேன், எதற்கு என்ன அர்த்தம், என்ன உதாரணம் என்று நினைவுபடுத்திப் பாருங்கள், ஏதேனும் புரியாவிட்டால், சிரமம் பார்க்காமல் மேலே சென்று ஒருமுறை படித்துவிடுங்கள்.

★ பகுபதம், பகாப்பதம்

★ ஓரெழுத்து மொழி

★ மயக்கம்

★ உயிர் + மெய் மயக்கம்

★ மெய் + உயிர் மயக்கம்

★ உயிர் + உயிர் மயக்கம்

★ மெய் + மெய் மயக்கம்

★ உடன்நிலை மெய் மயக்கம் (16)

★ வேற்று நிலை மெய் மயக்கம்

11

ஒரு வகுப்பில் பதினெட்டு பையன்கள். இவர்களில் நான்கு பேர்மட்டும் தனிமை விரும்பிகள்.

அதாவது, இந்த நான்கு பேரும், மற்ற பதினான்கு பையன்களுடன் பழகமாட்டார்கள். தங்களுக்குள்ளும் பழகமாட்டார்கள். தனக்குத் தானே பழகிக்கொள்வார்கள்.

அந்தப் பதினெட்டு பையன்கள், தமிழில் உள்ள பதினெட்டு உயிரெழுத்துகள். அவற்றுள் நான்குமட்டும் தனிமை விரும்பிகள். அவை: க், ச், த் & ப்.

அதாவது, இந்த நான்கு எழுத்துகளுக்குப் பின்னால் வேறு மெய்யெழுத்துகள் வராது. அதே எழுத்துதான் வரும்.

உதாரணமாக, 'உப்பு' என்ற சொல்லில் 'ப்' என்ற மெய்யெழுத்தைத் தொடர்ந்து மீண்டும் 'ப்' வந்துள்ளது (உ + ப் + ப் + உ), அதேபோல் 'சொத்து' என்ற சொல்லில் 'த்' என்ற மெய்யெழுத்தைத் தொடர்ந்து மீண்டும் 'த்' வந்துள்ளது (ச் + ஒ + த் + த் + உ).

இதுபோல, மேலே நாம் பார்த்த அந்த நான்கு எழுத்துகளும் தங்களுடன்மட்டுமே மயங்கும். மற்ற எந்த

மெய்யெழுத்துகளுடனும் மயங்காது. 'க்' என்ற எழுத்து வந்துவிட்டால், அதற்குப்பின்னால் க், க, கி, கெ, கோ என்பதுபோன்ற அதே வர்க்க எழுத்துமட்டும்தான் வரும். இதேபோல்தான் ச், த், ப் போன்றவையும்.

ஆனால் ஒன்று, இந்த எழுத்துகளுக்கு முன்னால் வேறு மெய்யெழுத்துகள் வரலாம். உதாரணமாக, 'பந்து' (ப் + அ + ந் + த் + உ) என்ற சொல்லில் 'த்' என்ற மெய்யெழுத்துக்கு முன்பாக 'ந்' என்ற வேறொரு மெய்யெழுத்து வந்துள்ளது.

அடுத்து, மீதமுள்ள பதினான்கு பையன்களைப் பார்ப்போம். நாம் ஏற்கெனவே குறிப்பிட்டதுபோல், இவர்கள் தனிமை விரும்பிகள் இல்லை, மற்றவர்களுடன் கலந்து பழகுவார்கள்.

உதாரணமாக, 'பாய்ச்சல்' என்ற சொல்லில் 'ய்'க்கு அடுத்து 'ச்' வருகிறது, 'நேர்த்தி' என்ற சொல்லில் 'ர்'க்கு அடுத்து 'த்' வருகிறது. இப்படி ஆயிரக்கணக்கில் எடுத்துக்காட்டுகளை அடுக்கமுடியும்.

அப்படியானால், இந்தப் பதினான்கு எழுத்துகளும் எப்படி வேண்டுமானாலும் மற்ற எழுத்துகளுடன் கூட்டணி சேரலாமா?

இல்லை. அதற்கும் சில தெளிவான வரையறைகள் உண்டு. அவற்றை ஒவ்வொன்றாகப் பார்க்கலாம். இங்கே குறிப்பிடப்பட்டுள்ளவற்றைத்தவிர மற்ற *Combinations* வராது என்று நீங்களே புரிந்துகொள்ளலாம்.

1. 'ங்'க்குப் பின்னால் 'க்' வரும். உதாரணம்: ப'ங்கு' கொடு த'ங்கை'யே

2. 'வ்'க்குப் பின்னால் 'ய்' வரும். இது அவ்வளவாகப் பயன்பாட்டில் இல்லை. 'தெவ்யாது' என்ற புழக்கத்தில் இல்லாத சொல்லை உதாரணமாகக் கேள்விப்பட்டேன், நமக்குத் தெரிந்த சொல்தான் வேண்டும் என்று ரொம்ப யோசித்தால், 'காவ்யம்' என்கிற (வடமொழிச்) சொல் தோன்றுகிறது. இவைதவிர வேறு ஏதேனும் நல்ல, பிரபலமான தமிழ்ச் சொல் உங்களுக்குத் தோன்றினால் சொல்லுங்கள்

3. ‘ஞ்’க்குப் பின்னால் ‘ச்’ வரும். உதாரணம்: ப‘ஞ்சு’ மெத்தையில் த‘ஞ்ச’ம் அடைந்தேன்

4. ‘ந்’க்குப்பிறகு ‘ய்’ வரும். இதுவும் அவ்வளவாகப் பயன்பாட்டில் இல்லை. பொருந்யாது என்பதுபோன்ற சில புழக்கத்தில் இல்லாத சொற்களை உதாரணமாகச் சொல்கிறார்கள்

5. ‘ட்’க்குப் பின்னால் ‘க்’, ‘ச்’, ‘ப்’ ஆகியவை வரும். உதாரணம்: தொலைக் கா‘ட்சி’, வானொலியில் கே‘ட்ப’தையெல்லாம் உண்மை என்று நம்பிவிடலாமா? வெ‘ட்க’மாக இல்லையா?

6. ‘ற்’க்குப் பின்னாலும் அதே ‘க்’, ‘ச்’, ‘ப்’ ஆகியவை வரும். உதாரணம்: தமிழைக் க‘ற்க’வேண்டும் என்று இங்கே வந்தேன், அதில் நல்ல பயி‘ற்சி’ எடுத்துக்கொண்டேன், க‘ற்பி’த்த உங்களுக்கு நன்றி

7. ‘ண்’க்குப் பின்னால் ‘ட்’, ‘க்’, ‘ச்’, ஞ்’, ‘ப்’, ‘ம்’, ‘ய்’, ‘வ்’ ஆகிய ஒன்பது மெய்யெழுத்துகளும் வரும். சில உதாரணங்கள்: வ‘ண்டி’, பெ‘ண்க’ள், ப‘ண்பா’டு, ஆ‘ண்மை’ போன்றவை

8. ‘ன்’க்குப் பின்னால் மேலே சொன்ன அந்த எட்டு மெய்யெழுத்துகளில் ‘ட்’ தவிர மீதமுள்ள எல்லாம் வரும். கூடுதலாக, ‘ற்’ வரும். சில உதாரணங்கள்: ந‘ன்றி’, ந‘ன்மை’, இ‘ன்ப’ம், எ‘ன்கி’றான் போன்றவை

9. ’ம்’க்குப் பின்னால் ‘ப்’, ‘ய்’ மற்றும் ‘வ்’ ஆகியவை வரும். இதில் முதலாவதாக வரும் ம் + ப் கூடணிக்குப் பிரபலமான உதாரணங்கள், தம்பி, கம்பி, எம்பி, நம்பி போன்றவை. அடுத்து வருகிற ம் + ய், ம் + வ் கூட்டணிச் சொற்கள் அதிகப் பயன்பாட்டில் இல்லை

10. ‘ய்’, ‘ர்’, ‘ழ்’ ஆகிய எழுத்துகளுக்குப் பின்னால், ‘க்’, ‘ச்’, ‘த்’, ‘ப்’, ’ந்’, ‘ம்’, ‘ஞ்’, ‘ய்’, ‘வ்’, ‘ங்’ ஆகிய பத்து மெய்யெழுத்துகளும் வரும். சில உதாரணங்கள்: பொ‘ய்கை’, பா‘ர்த்’தேன், வா‘ழ்க்’கை, சூ‘ர்யா’, வா‘ழ்வா’ன் போன்றவை

11. ‘ல்’, ‘ள்’ ஆகிய மெய்யெழுத்துகளுக்குப் பின்னால், ‘க்’, ‘ச்’, ‘ப்’, ‘வ்’, ‘ய்’ ஆகிய ஐந்து மெய்யெழுத்துகளும் வரும். சில உதாரணங்கள்: ந‘ல்கி’னான், க‘ல்வி’, க‘ல்யா’ணம், கே‘ள்வி’ போன்றவை

கொஞ்சம் நீளமான பட்டியல்தான். நல்லவேளையாக, இத்தனையையும் நினைவில் நிறுத்தவேண்டிய அவசியம் இல்லை. அவ்வப்போது சந்தேகம் வரும்போது எடுத்துப் பார்த்துக்கொள்வதற்காக வைத்துக்கொண்டால் போதும்.

ஒருவழியாக மயக்கத்திலிருந்து வெளியே வருகிறோம். மீண்டும் பகுபதம், பகாப்பதம் ஆகியவற்றைப்பற்றி விரிவாகப் பார்க்கத் தொடங்குவோம்.

பகுபதத்துக்கும் பகாப்பதத்துக்கும் எல்லை வகுத்திருக்கிறது தமிழ் இலக்கணம். அதாவது, இவற்றில் அதிகபட்சமாக எத்தனை எழுத்துகள் இடம்பெறலாம் என்கிற எல்லை.

★ பகாப்பதம் : 2 முதல் 7 எழுத்துகள்

★ பகுபதம் : 2 முதல் 9 எழுத்துகள்

அப்படியானால் தமிழில் ஒன்பது எழுத்துகளுக்குமேல் கொண்ட தனிச் சொற்களே இல்லையா?

அப்படி வெளிப்படையாகக் குறிப்பிடப்படாவிட்டாலும், நன்னூலில் உள்ள பகுபத, பகாப்பத இலக்கணத்தின்படி, தமிழில் இந்த எல்லையைவிட அதிக எழுத்துகளைக் கொண்ட சொற்கள் இருக்கமுடியாது என்றே தோன்றுகிறது. நான் யோசித்தவரை அத்துணை பெரிய சொற்கள் எவையும் அகப்படவில்லை. அப்படியே தென்பட்டாலும் அவற்றைத் தனித்தனிச் சொற்களாகப் பிரித்துவிடமுடிகிறது.

உங்களுக்குத் தெரிந்து ஒன்பது எழுத்துக்குமேல் கொண்ட தமிழ்ச் சொல் ஏதேனும் இருந்தால் சொல்லுங்கள். அலசுவோம்.

இப்போது, பகாப்பதத்தில் உள்ள நான்கு வகைகளைப் பார்ப்போம். ஏற்கெனவே பார்த்ததுபோல், இவை பிரிக்கமுடியாத, பிரிக்கக்கூடாத சொற்கள்:

★ பெயர்ப் பகாப்பதம்
★ வினைப் பகாப்பதம்
★ இடைப் பகாப்பதம்
★ உரிப் பகாப்பதம்

முதல் இரண்டையும் விளக்குவது எளிது, பெயர்ச்சொல் என்றால் ஒரு பொருளையோ, மனிதரையோ குறிப்பிடுவது, ஆங்கிலத்தில் *Noun*. வினைச்சொல் என்றால், ஒரு செயலைக் குறிப்பிடுவது, ஆங்கிலத்தில் *Verb*.

உதாரணமாக, 'பேனா' என்பது பெயர்ச்சொல். 'எழுது' என்பது வினைச்சொல். இரண்டும் பகாப்பதங்கள். ஆகவே, 'பெயர்ப் பகாப்பதம்', 'வினைப் பகாப்பதம்' என்று இவற்றைக் குறிப்பிடலாம்.

அடுத்து, இடை, உரி... சேர்த்துப் படித்தால் ரொம்பக் கவர்ச்சியாகத் தோன்றுகிறதே!

'இடை உரி' என்றால் இடுப்பில் கட்டிய ஆடை என்றுதான் அர்த்தம். அந்தக் கிளுகிளு அர்த்தத்தை மறந்துவிட்டு, இலக்கணப் பாடத்துக்குத் திரும்புவோம்.

தமிழில் 'இடைச்சொல்' என்றால், அவை தனித்து இயங்காது, இன்னொரு பெயர்ச்சொல் அல்லது வினைச்சொல்லுடன் சேர்ந்துதான் இயங்கும்.

உதாரணமாக, 'பாண்டியனும் சேரனும் வந்தார்கள்' என்பதைப் 'பாண்டியன்' + 'உம்', 'சேரன்' + 'உம்' என்று பிரிக்கிறோம். இதில் பாண்டியன், சேரன் பெயர்ச் சொற்கள். 'உம்' என்பது இடைச்சொல். அது தனியே வராது, வந்தாலும் அதற்குப் பொருள் இருக்காது.

இதேபோல், 'எழுதுவதுபோல நடித்தான்' என்பதை 'எழுதுவது' + 'போல' + 'நடித்தான்' என்று பிரிக்கிறோம். இதில் எழுதுவது, நடிப்பது வினைச் சொற்கள், 'போல' என்பது இடைச்சொல். இதுவும் தனியே வராது.

ஆனால், இதை ஏன் 'இடைச்சொல்' என்று சொல்லவேண்டும்? அது பாண்டியன், சேரனுக்குப் பின்னால்தானே வருகிறது? 'கடைச்சொல்' என்றால் பொருத்தமாக இருக்குமல்லவா?

'இடைச்சொல்' என்றால் என்ன பொருள்? இதற்கு முன்னால் ஒரு சொல், பின்னால் ஒரு சொல் வருகிறது என்பதுதானே அர்த்தம்?

அதன்படி, மேலே உள்ள வாக்கியங்களை ஒருமுறை பாருங்கள். பாண்டியன், உம், சேரன், உம், வந்தார்கள் என்று ஒரு வாக்கியம், எழுதுவது, போல, நடித்தான் என்பது இன்னொரு வாக்கியம். இதில் வருகிற இரண்டு 'உம்'கள், ஒரு 'போல' அனைத்துக்கும் முன்னால், பின்னால் வெவ்வேறு சொற்கள் உள்ளன. இல்லையா?

அதுதான் இடைச்சொல்லின் இலக்கணம். அதற்கு முன்னால் பெயர்ச்சொல்லோ வினைச்சொல்லோ வரும், அதற்குப் பின்னாலும் ஒரு சொல் வந்தால்தான் அந்த வாக்கியம் முடிவடையும். வெறுமனே 'பாண்டியனும்' என்றால் அந்த வாக்கியத்துக்குப் பொருள் இல்லை. வெறுமனே 'எழுதுவதுபோல' என்றாலும் அந்த வாக்கியத்துக்குப் பொருள் இல்லை.

ஆக, அது இடைச்சொல்தான். கடைச்சொல் இல்லை!

நிறைவாக, 'உரிச்சொல்'. இதுவும் பெயர்ச் சொல், வினைச் சொல்லைச் சார்ந்து இயங்குவதுதான். ஆனால் இடைச் சொல்லுக்கும் இதற்கும் முக்கியமான வித்தியாசங்கள் இரண்டு:

★ இடைச்சொல் என்பது, பெயர்ச்சொல், வினைச்சொல்லுக்குப் பின்னால் வரும்

★ உரிச்சொல் என்பது, பெயர்ச்சொல், வினைச்சொல்லுக்கு முன்னால் வரும்

★ இடைச்சொல் ஒரு குறிப்பிட்ட அம்சத்தைப் பேசுவது அல்ல, பொதுவானது, பலவிதங்களில் பயன்படுவது

★ உரிச்சொல் ஒரு பண்பையோ, குணத்தையோமட்டும் குறிப்பிடும்

உதாரணமாக, 'அவன் ரொம்பப் பேசறான்' என்கிறோம். இதில் 'அவன்' பெயர்ச்சொல், 'பேசுவது' வினைச்சொல், 'ரொம்ப' என்பது உரிச்சொல், பேசுவதன் தன்மையைச் சொல்கிறது அது.

உண்மையில் 'ரொம்ப' என்பது சரியான சொல்லே இல்லை. 'நிரம்ப' என்பதன் சிதைந்த வடிவம்தான் அது. விஷயத்தை எளிமையாகப் புரியவைப்பதற்காக அதனை முதல்

உதாரணமாகப் பயன்படுத்தினேன்.

சரியான உதாரணங்களைச் சொல்லவேண்டுமென்றால், தமிழின் பிரபலமான உரிச்சொற்கள் இவை: சால, நனி, உறு, தவ, கூர், கடி...

'என்னய்யா, பிரபலம்னு சொல்றீங்க. ஆனா, இதையெல்லாம் நாங்க கேள்விப்பட்டதே இல்லையே!' என்கிறீர்களா? அது இலக்கணத்தின் பிழை அல்லவே!

'சால' என்ற முதல் சொல்லைமட்டும் எடுத்துக்கொள்வோம். இதற்குச் 'சிறந்த' அல்லது 'நிறைய' என்கிற பொருள். தெலுங்கில் இதனை இன்றும் அதே அர்த்தத்தில் பயன்படுத்துகிறார்கள். தமிழில் 'சாலச் சிறந்தது' என்று எப்போதாவது அபூர்வமாக எழுதுவதோடு சரி. பேச்சுவழக்கில் காணாமலே போய்விட்ட அருமையான சொல் இது.

உரிச்சொற்கள் அனைத்துமே எழுத, பேச அழகானவைதான். 'கடி மனை' என்றால் காவல் அதிகமுள்ள வீடு என்று பொருள். இதனை இன்றைக்கு எங்கெல்லாம் பயன்படுத்தலாம் என்று யோசித்துப்பாருங்கள். ஏன் பயன்படுத்துவதில்லை?

இப்படித் தமிழில் நாம் பயன்படுத்தாமல் ஒட்டடை படிய விட்டிருக்கும் சொற்களைமட்டும் திரட்டினாலே போதும், அந்தப் பட்டியலே மற்ற பல மொழிகளின் சொல்வளத்தைவிடச் சிறந்ததாக இருக்கும்.

அந்த வம்பு நமக்கெதற்கு. அடுத்து, பகுபதத்தின் வகைகளுக்கு வருவோம்.

பகுபதத்தில் இரண்டே வகைகள்தான். பெயர்ப் பகுபதம், வினைப் பகுபதம். மீதமுள்ள இடைச்சொல், உரிச்சொல் இரண்டும் பகாப்பதங்களாகமட்டுமே வரும்.

பெயர்ப் பகுபதம் எதன் அடிப்படையில் பிறக்கிறது என்பதை வைத்து அதில் ஆறு வகைகள் உண்டு. அவை:

- ★ பொருள்
- ★ இடம்

- ★ நேரம்
- ★ உறுப்பு
- ★ குணம்
- ★ தொழில்

இது மிகவும் சுவாரஸ்யமான வகைபாடு. இந்த ஆறு வகைகளைப்பற்றியும் உரிய உதாரணங்களுடன் அடுத்த அத்தியாயத்தில் விரிவாகப் பேசுவோம்.

அதற்குமுன்னால், இந்த அத்தியாயத்தில் நாம் பார்த்த முக்கியமான சொற்கள் / தலைப்புகள் / *Concepts* பட்டியலை இங்கே தருகிறேன், எதற்கு என்ன அர்த்தம், என்ன உதாரணம் என்று நினைவுபடுத்திப் பாருங்கள், ஏதேனும் புரியாவிட்டால், சிரமம் பார்க்காமல் மேலே சென்று ஒருமுறை படித்துவிடுங்கள்.

★ தனிமை விரும்பி எழுத்துகள் (தங்களுக்குப் பின்னால் மற்ற மெய்யெழுத்துகளை அனுமதிக்காது) (4)

★ மற்ற மெய்யெழுத்துகளுடன் கலந்து பழகும் எழுத்துகள் (14)

★ அனுமதிக்கப்பட்டுள்ள கூட்டணிகள்: ங்க், வ்ய், ஞ்ச், ந்ய், ட்க், ட்ச், ட்ப், ற்க், ற்ச், ற்ப், ண்ட், ண்க், ண்ச், ண்ஞ், ண்ப், ண்ம், ண்ய், ண்வ், ன்ற், ன்க், ன்ச், ன்ஞ், ன்ப், ன்ம், ன்ய், ன்வ், ம்ப், ம்ய், ம்வ், ய்க், ய்ச், ய்த், ய்ப், ய்ந், ய்ம், ய்ஞ், ய்ய், ய்வ், ய்ங், ர்க், ர்ச், ர்த், ர்ப், ர்ந், ர்ம், ர்ஞ், ர்ய், ர்வ், ர்ங், ழ்க், ழ்ச், ழ்த், ழ்ப், ழ்ந், ழ்ம், ழ்ஞ், ழ்ய், ழ்வ், ழ்ங், ல்க், ல்ச், ல்ப், ல்வ், ல்ய், ள்க், ள்ச், ள்ப், ள்வ், ள்ய்

- ★ பகாப்பத எல்லை (2 முதல் 7)
- ★ பகுபத எல்லை (2 முதல் 9)
- ★ பகாப்பத வகைகள் (4)
- ★ பகுபத வகைகள் (2)
- ★ பெயர்ச் சொல் பகுபதம் வகைகள் (6)

12

'**நா**லு பேர்கிட்ட நல்ல பேர் வாங்கணும்' என்று பொதுவாகச் சொல்வார்கள். இப்போது நாம் பார்க்கவிருக்கும் உதாரணத்தில் ஒருவர், ஆறு பேரிடம் நல்ல பெயர் வாங்கியிருக்கிறார், அதுவும் ஆறுவிதமான பெயர்கள்:

- ★ பொன்னன்
- ★ மதுரைக்காரன்
- ★ கார்த்திகையான்
- ★ முட்டைக்கண்ணன்
- ★ நல்லவன்
- ★ கவிஞன்

இதுபோன்ற வேடிக்கையான செல்லப் பெயர்கள் எல்லாருக்கும் உண்டு. அப்படி ஒரு கற்பனை செய்துகொண்டு இந்தப் பெயர்கள் ஒவ்வொன்றும் எப்படி வந்திருக்கும் என யோசிப்போம்:

1. பொன்னன் : பொன் + அன் : தங்கத்தை உடையவன்
2. மதுரை சொந்த ஊர், அதனால் மதுரைக்காரன்
3. கார்த்திகை மாதம் பிறந்தவன், அதனால் கார்த்திகையான்
4. பெரிய முட்டைக் கண்களைக் கொண்டவன், அதனால் முட்டைக்கண்ணன்

5. எல்லாரிடமும் நன்கு பழகுகிறவன், அதனால் நல்லவன்
6. கவிதை எழுதுகிறவன், அதனால் கவிஞன்

மேற்கண்ட பட்டியலைக் கவனித்துப் பார்த்தால் இந்த ஆறு பெயர்களும் வெவ்வேறு காரணங்களால் வந்திருப்பவை என்பது புரியும். என்ன காரணங்கள்?

1. பொன்னன்: பொன் / தங்கம் என்கிற பொருளால் வந்த பெயர். ஆகவே இது பொருள் பெயர்ப் பகுபதம்
2. மதுரையான்: மதுரை என்ற இடத்தால் வந்த பெயர். ஆகவே இது இடப் பெயர்ப் பகுபதம்
3. கார்த்திகையான்: ஒரு குறிப்பிட்ட காலத்தால் வந்த பெயர். ஆகவே இது காலப் பெயர்ப் பகுபதம்
4. முட்டைக்கண்ணன்: ஓர் உறுப்பு / சினையால் வந்த பெயர். ஆகவே இது சினைப் பெயர்ப் பகுபதம், அல்லது உறுப்புப் பெயர்ப் பகுபதம்
5. நல்லவன்: ஒரு குணத்தால் வந்த பெயர். ஆகவே இது குணப் பெயர்ப் பகுபதம்
6. கவிஞன்: ஒரு செயல் அல்லது தொழிலால் வந்த பெயர். ஆகவே இது தொழில் பெயர்ப் பகுபதம்

ஆக, பெயர்ப் பகுபதத்தில் மொத்தம் ஆறு வகைகள். இவற்றைப் புரிந்துகொள்ள சில உதாரணங்களைத் தருகிறேன். இவை ஒவ்வொன்றும் மேற்சொன்ன ஆறில் எந்த வகை என்று யோசியுங்கள்:

பணக்காரன், ராக்கோழி, திருடன், தொப்பையன், நாட்டுப்புறத்தான், உத்தமன்

அடுத்து, வினைப் பகுபதம். இதில் இரண்டு வகைகள்:

1. முற்று
2. எச்சம்

இங்கே ‘வினை’ என்பது ஒரு செயலைக் குறிக்கிறது. அது

முற்றுப்பெற்றுவிட்டதா அல்லது மீதமிருக்கிறதா என்பதைப் பொறுத்து அதனை முற்று அல்லது எச்சம் என்று அழைக்கிறோம்.

உதாரணமாக, 'நடந்தான்' என்ற சொல்லை எடுத்துக்கொள்வோம். இதில் நடத்தல் என்ற வினை (செயல்) முற்றுப்பெற்றுவிட்டது. ஆகவே, இது "முற்று".

அடுத்து, கிட்டத்தட்ட இதேமாதிரி இன்னும் இரு சொற்கள், 'நடந்த', 'நடந்து' என்பவை. இவற்றுக்கும் 'நடந்தான்'க்கும் என்ன வித்தியாசம்?

'நடந்த', 'நடந்து' என்பவையும் நடத்தல் என்ற வினையைக் குறிப்பதுதான். ஆனால், அந்தச் செயல் இங்கே முற்றுப்பெறவில்லை. இவற்றைத் தொடர்ந்து இன்னொரு சொல் வரவேண்டும். இதுபோல:

★ நடந்த ராமன்

★ நடந்த நாடகம்

★ நடந்து முடித்தான்

ஆக, 'நடந்தான்' என்பது முற்று, 'நடந்த', 'நடந்து' என்பவை எச்சம், விஷயம் முற்றுப்பெறாமல் இன்னும் ஏதோ எஞ்சியுள்ளதால் அந்தப் பெயர்.

எச்சத்தில் இரண்டு வகை உண்டு:

★ பெயரெச்சம்

★ வினையெச்சம்

இவற்றைப் புரிந்துகொள்வது மிக எளிது. எச்சத்துக்குப் பின்னால் ஒரு பெயர்ச்சொல் வந்தால் அது பெயரெச்சம், வினைச்சொல் வந்தால் அது பெயரெச்சம்.

உதாரணமாக:

★ 'நடந்த ராமன்' என்பதில் 'நடந்த'க்குப் பின்னால் 'ராமன்' என்ற பெயர்ச்சொல் வருகிறது, ஆகவே, அது பெயரெச்சம்.

★ 'நடந்து முடித்தான்' என்பதில் 'நடந்து'க்குப் பின்னால்

'முடித்தான்' என்ற வினைச்சொல் வருகிறது. ஆகவே, அது வினையெச்சம்.

இந்த "முற்று"வில் ஒரு சிறப்பு வகை, அதன் பெயர் தெரிநிலை வினைமுற்று.

'தெரிநிலை' என்றால், நிலைமை *(status)* தெரிகிறது என்று அர்த்தம், அதாவது ஒரு சொல் அங்கே என்ன நடக்கிறது என்கிற நிலைமையைத் தெரிவிக்கிறது.

உதாரணமாக, 'ராஜேஷ் மசால் தோசை சாப்பிட்டான்' என்ற வாக்கியத்தை எடுத்துக்கொண்டு அலசுவோம்.

★ இங்கே ராஜேஷ் என்பது பெயர்ச்சொல்

★ மசால் தோசை என்பதும் பெயர்ச்சொல்

★ சாப்பிட்டான் என்பது வினைச்சொல், இதோடு அந்தச் செயல் முற்றுப்பெறுவதால், வினை முற்று

★ வெறும் வினைமுற்று அல்ல, தெரிநிலை வினைமுற்று

'தெரிநிலை' என்று சொல்லும் அளவுக்கு, இந்தச் சிறிய சொல் அப்படி என்ன விஷயங்களைத் தெரிவிக்கிறது? இதற்கான நன்னூல் சூத்திரம்:

செய்பவன், கருவி, நிலம், செயல், காலம்

செய்பொருள் ஆறும் தருவது வினையே.

ஆக, இதிலிருந்து நாம் ஆறு விஷயங்களைத் தெரிந்துகொள்ளலாம்?

★ செய்பவன் : யார் செய்தார்கள்? (ராஜேஷ்)

★ கருவி: எதைக் கொண்டு செய்தார்கள்? (கை அல்லது ஸ்பூன்)

★ நிலம்: எங்கே செய்தார்கள்? (ராஜேஷின் வீட்டில், அல்லது ஹோட்டலில்)

★ செயல்: என்ன செய்தார்கள்? (சாப்பிட்டார்கள்)

★ காலம்: எப்போது செய்தார்கள்? (ஏற்கெனவே சாப்பிட்டு முடித்துவிட்டார்கள்)

★ செய்பொருள்: எதைச் செய்தார்கள்? அதாவது, எதைச் சாப்பிட்டார்கள்? (மசால் தோசை)

இப்படி ஒரு தெரிநிலை வினை முற்றை வைத்துக்கொண்டு ஆறு விதமான விஷயங்களைப்பற்றிப் பேசலாம், கேள்வி கேட்டுத் தெரிந்துகொள்ளலாம். உங்களுக்கு ஒரு பயிற்சியாக, “கண்ணன் வெண்ணெய் தின்றான்” என்ற வாக்கியத்தில் இதே ஆறு கேள்விகளைக் கேட்டுப்பாருங்கள்.

அடுத்து, வினையாலணையும் பெயர். இதனை வினை + ஆல் + அணையும் + பெயர் என்று பிரிக்கவேண்டும். அதாவது, ஒரு செயலைச் செய்பவருக்கு அதுவே பெயராக வருவது.

உதாரணமாக, வந்தவர், சென்றவர், பாடியவர், சிரித்தவர், நடந்தவர், நடக்கிறவர், நடக்கப்போகிறவர்... இந்தச் சொற்கள் அனைத்திலும், ஒரு செயல் வருகிறது, அதுவே அந்தச் செயலைச் செய்தவருக்குப் பெயராகிவிடுகிறது. ஆகவே, இவை வினையாலணையும் பெயர்கள்.

இப்போது ஒரு வாக்கிய உதாரணத்தைப் பார்ப்போம்: ‘மேடையில் பாடியவன் நன்றாகப் பாடினான்’.

இங்கே பாடியவன், பாடினான் என்று இரண்டு சொற்கள் உள்ளன. இரண்டுக்கும் வேர்ச்சொல் ‘பாடுதல்’ என்ற வினைதான், ஆனால், இவற்றில் எது வினைமுற்று? எது வினையாலணையும் பெயர்?

வினைமுற்று, வினையாலணையும் பெயருக்கு நாம் பார்த்த விளக்கங்களை நினைவுபடுத்திக்கொள்ளுங்கள். பதில் கண்டுபிடிப்பது சுலபம்:

★ வினைமுற்று என்றால், அத்துடன் அந்தச் செயல் நிறைவு பெறவேண்டும், ‘பாடியவன்’ என்று சொன்னால் அந்தச் செயலோ, அந்த வாக்கியமோ நிறைவு பெறுவதில்லை, ஆகவே, அது வினைமுற்றாக இருக்கமுடியாது. ‘பாடினான்’தான் வினைமுற்று

★ வினையாலணையும் பெயர் என்றால், ஒரு செயலைச் செய்தவருக்கு அதுவே பெயராகவேண்டும், பாடியதால் (வினை)

அவர் பாடியவன் (பெயர்). ஆகவே இது வினையாலணையும் பெயர்.

கொஞ்சம் பொறுங்கள். மேலே ஒருவரைக் 'கவிஞர்' என்று சொன்னோம், அதற்குத் தொழில் பெயர்ப் பகுபதம் என்று பெயர் சூட்டினோம். ஆனால் இங்கே 'பாடியவன்' என்று சொல்லி அதை வினையாலணையும் பெயர் என்கிறோம். இரண்டும் ஒரேமாதிரிதானே இருக்கிறது?

ம்ஹூம், இல்லை. சில முக்கியமான வித்தியாசங்கள் உண்டு:

வித்தியாசம் 1: வினையாலணையும் பெயர் காலம் காட்டும், தொழில் பெயர் காலம் காட்டாது

வித்தியாசம் 2: தொழில் பெயர் படர்க்கையில்மட்டுமே வரும், வினையாலணையும் பெயர் தன்மை, முன்னிலை, படர்க்கை ஆகிய மூன்றிலும் வரும்

உதாரணமாக, கிட்டத்தட்ட ஒரேமாதிரியான இரண்டு சொற்களை எடுத்துக்கொண்டு முதல் வித்தியாசத்தைமட்டும் பேசுவோம்: பாடகர் & பாடியவர்.

★ 'பாடகர்' என்று சொல்லும்போது, அவர் முன்பு பாடினாரா, இப்போது பாடுகிறாரா, இனிமேல்தான் பாடப்போகிறாரா என்பது தெரியவில்லை. காலம் காட்டவில்லை. ஆகவே, அது தொழில் பெயர்

★ ஆனால் 'பாடியவன்' என்று சொல்லும்போது, அவர் ஏற்கெனவே பாடிவிட்டார் (கடந்த காலம்) என்பது தெரிகிறது. காலம் காட்டுகிறது. ஆகவே, அது வினையாலணையும் பெயர்

அடுத்து, இரண்டாவது வித்தியாசத்தை எடுத்துக்கொள்வோம். அதில் தன்மை, முன்னிலை, படர்க்கை என்ற மூன்று நிலைகளைப்பற்றிப் பேசுகிறோம். ஆங்கிலத்தில் இவற்றை *First Person, Second Person, Third Person* என்று சொல்வார்கள்.

★ பேசுபவர் தன்னைப்பற்றியோ ஒரு குழுவாகத் தங்களைப்பற்றியோ சொல்வது தன்மை (நான், எனது, என்னுடைய, எனக்கு, எங்களுக்கு)

★ பேசுபவர் முன்னிலையில், அதாவது, தனக்கு முன்பாக நிற்கிற ஒருவரைப்பற்றியோ, அல்லது ஒரு குழுவைப் பற்றியோ சொல்வது முன்னிலை (நீ, உனது, உன்னுடைய, உனக்கும் உங்களுக்கு)

★ இவர்கள் பேசும் இடத்திலேயே இல்லாத ஒருவரைப்பற்றிப் பேசினால், அது படர்க்கை (அவன், அவள், அவனுடைய, அவளுடைய, அவனுக்கு, அவளுக்கு)

இந்தப் பின்னணியில் யோசிக்கும்போது, தொழில் பெயர் எப்போதும் படர்க்கையில்மட்டுமே வரும், அதாவது, நீங்களோ நானோ அல்லாத ஒரு மூன்றாம் மனிதரைப்பற்றிமட்டுமே அது பேசும். உதாரணமாக, பாடகர், கவிஞர், இயக்குநர், தையல்காரர், நடனக்கலைஞர்... இப்படி.

ஆனால் வினையாலணையும் பெயர் அப்படியில்லை. அது தன்மையிலும் வரும், முன்னிலையிலும் வரும், படர்க்கையிலும் வரும். இதோ இப்படி:

★ பாடினேன் (பாடிய நான், தன்மை)

★ பாடினாய் (பாடிய நீ, முன்னிலை)

★ பாடியவன் (பாடிய இன்னொருவன், படர்க்கை)

கொஞ்சம் பொறுங்கள். 'பாடினேன்' என்றால் பாடிய செயல் முற்றுப்பெற்றுவிடுகிறதே. அது வினை முற்றுதானே, வினையாலணையும் பெயர் அல்லவே.

"பாடினேன்" என்ற சொல் வினை முற்றாகவும் வரும் (நான் சிறப்பாகப் பாடினேன்), அது வினையாலணையும் பெயராகவும் வரும் (சிறப்பாகப் பாடினேன் ஆதலால் நான் பரிசு பெற்றேன்).

இதை வைத்து ஒரு பிரமாதமான கதைகூட உண்டு.

கோகுலத்தில் கண்ணன் வெண்ணெய் தேடி ஒரு வீட்டுக்குள் சென்றான். அங்கே ஒரு பெரிய மணி கட்டப்பட்டிருந்தது.

அந்த மணியைப் பார்த்த கண்ணனுக்குச் சந்தேகம். 'ஏ மணியே, நான் இந்த வெண்ணெயை எடுக்கும்போது நீ சத்தம் போட்டுக்

காட்டிக்கொடுத்துவிடமாட்டாயே?’ என்று கேட்டான்.

‘அடியேன்’ என்றது மணி.

இதைக் கேட்ட கண்ணன் சந்தோஷமாக மேலே ஏறி வெண்ணெயை எடுத்தான். சாப்பிட ஆரம்பித்தான்.

உடனே, அந்த மணி பலமாக ஒலித்தது. கண்ணன் கோபமாக, ‘மணியே, அடிக்கமாட்டேன் என்று என்னிடம் சொன்னாயே’ என்றான் அந்தா மணியிடம்.

‘இல்லை கண்ணா’ என்றது அந்த மணி, ‘நான் அடியேன் என்றுதான் சொன்னேன், அதை நீ அடிக்கமாட்டேன் என்று புரிந்துகொண்டால் அதற்கு நானா பொறுப்பு?’

‘அடியேன் என்றால் அடிக்கமாட்டேன் என்றுதானே அர்த்தம்?’

‘ம்ஹூம்’ என்று குறும்பாகச் சிரித்தது அந்த மணி, ‘நான் சொன்னதன் அர்த்தம், நான் உனக்கு அடியவன், என்னுடைய தெய்வம் நீ சாப்பிடும்போது நான் அதைப் பார்த்து மகிழ்ச்சியாகச் சத்தம் போடுகிறேன்!’

இங்கே ‘அடியேன்’ என்பது ஒரு சொல். அதைக் கண்ணன் எப்படிப் புரிந்துகொண்டான்?

“அடியேன்”, அதாவது அடிக்கமாட்டேன். வினை முற்று.

ஆனால் அந்த மணி, அதே ‘அடியேன்’ என்ற சொல்லை எப்படிச் சொன்னது?

“அடியேன்”, அதாவது அடிபணிந்து நிற்கிற நான், வினையாலணையும் பெயர்!

கதை சரி, “அடியேன்” என்பது உண்மையிலேயே வினையாலணையும் பெயர்தானா? அல்லது, தொழில் பெயரா? நாம் ஏற்கெனவே தெரிந்துகொண்ட இந்த இரண்டு விஷயங்களை வைத்துப் பரிசோதித்துப்பாருங்கள்:

★ வினையாலணையும் பெயர் காலம் காட்டவேண்டும், தொழில் பெயர் காலம் காட்டாது, “அடியேன்” என்பதில் காலம் தெரிகிறதா?

★ *வினையாலணையும் பெயர் தன்மை, முன்னிலை, படர்க்கை என்று மூன்றிலும் வரவேண்டும், ஆனால் தொழில் பெயர் படர்க்கையில்மட்டும் வரும், "அடியேன்" என்பது தன்மையா, முன்னிலையா, படர்க்கையா?*

ஒருவேளை "அடியேன்" என்பது வினையாலணையும் பெயர் என்றால், அதற்குச் சமமான தொழில் பெயர் என்ன? ஒருவேளை அது தொழில் பெயர் என்றால், அதற்குச் சமமான வினையாலணையும் பெயர் என்ன?

இதைப்பற்றி யோசித்துவையுங்கள். அடுத்த அத்தியாயத்தில் பகுபதத்தைப் பகுத்துப் படிப்போம்.

அதற்குமுன்னால், இந்த அத்தியாயத்தில் நாம் பார்த்த முக்கியமான சொற்கள் / தலைப்புகள் / Concepts பட்டியலை இங்கே தருகிறேன், எதற்கு என்ன அர்த்தம், என்ன உதாரணம் என்று நினைவுபடுத்திப் பாருங்கள், ஏதேனும் புரியாவிட்டால், சிரமம் பார்க்காமல் மேலே சென்று ஒருமுறை படித்துவிடுங்கள்.

★ *பெயர்ச்சொல் வகைகள் (பொருள், இடம், காலம், சினை / உறுப்பு, குணம், தொழில்)*

★ *வினைச்சொல் வகைகள் (முற்று, எச்சம்)*

★ *எச்சத்தின் வகைகள் (பெயர், வினை)*

★ *தெரிநிலை வினை முற்று*

★ *வினையாலணையும் பெயர்*

★ *வினையாலணையும் பெயர், தொழில் பெயர் வித்தியாசம்*

★ *தன்மை, முன்னிலை, படர்க்கை*

13

பேனா என்பது நமக்கு எழுதும் சமாசாரம். அதையே ஒரு சின்னக் குழந்தை கையில் கொடுத்தால், அரை விநாடியில் இப்படிப் பிரித்துக் கையில் கொடுத்துவிடும்:

- ★ மூடி
- ★ கீழ்ப்பகுதி
- ★ அதன்மீது வைத்துத் திருகக்கூடிய மேல் பகுதி
- ★ மைக்குச்சி எனப்படும் ரீஃபிள்

உலகம்முழுக்க எல்லாப் பேனாக்களிலும் இந்த பாகங்கள்தான் இருக்குமா?

இல்லை. ரீஃபிள் இல்லாத பேனாக்கள் உண்டு, கீழ்ப்பகுதி, மேல் பகுதி என்று தனித்தனியே பிரியாமல் ஒன்றாக இருக்கும் பேனாக்கள் உண்டு. மூடி இல்லாத பேனாக்கள் உண்டு, இன்னும் கூடுதலாக ஸ்ப்ரிங் உண்டு, ஒன்றுக்கு மேற்பட்ட வண்ணங்களில் ரீஃபிள்களைக் கொண்டிருக்கும் மல்ட்டி கலர் பேனாக்கள் உண்டு. இப்படி அடுக்கிக்கொண்டே போகலாம்.

ஆக, ஒரு பேனாவைப் பகுக்கமுடியும் என்பதுமட்டும் உண்மை. அதை எப்படிப் பகுப்பது, எத்தனையாகப் பகுப்பது

என்பதெல்லாம் அந்தந்தப் பேனாவைப் பொறுத்து மாறுபடும்.

பகுபதமும் அப்படிதான். அதைப் பல துண்டுகளாகப் பகுக்கமுடியும். ஆனால், எத்தனை துண்டுகள் என்பது சொல்லைப் பொறுத்து மாறும்.

ஆனால் ஒன்று, பகுபதத்தில் அதிகபட்சம் இத்தனை துண்டுகள்தான் உண்டு என்று இலக்கணம் தெளிவாகச் சொல்கிறது, அவை எந்த வரிசையில் வரக்கூடும் என்பதையும் தெளிவாகச் சொல்லிவிட்டார்கள்.

அந்த ஆறு துண்டுகளும், பகாப்பதங்களாக இருக்கும். அதாவது, ஒரு பகுபதத்துக்குள் அதிகபட்சம் ஆறு பகாப்பதங்கள் இடம்பெறமுடியும். அவை:

- ★ பகுதி
- ★ விகுதி
- ★ இடைநிலை
- ★ சந்தி
- ★ சாரியை
- ★ விகாரம்

இந்த ஆறையும் சேர்த்து ‘பகுபத உறுப்பிலக்கணம்’ என்று அழைப்பார்கள். இவை என்னென்ன, சொல்லில் எங்கே எப்படி வரும் என்று உதாரணங்களுடன் ஒவ்வொன்றாகப் பார்ப்போம்.

ஒரு விஷயம், பகுபத உறுப்புகளாகிய இந்த ஆறையும் நாம் இப்போது பார்க்கப்போகும் வரிசை வேறு, சொற்களில் அவை தோன்றுகிற வரிசை வேறு. உதாரணமாக, பகுதிக்குப்பிறகு விகுதி, அதன்பிறகு இடைநிலை என்று அமையாது.

ஆகவே, நம்முடைய கருத்துத் தெளிவுக்காக முதலில் இந்த ஆறு பகுதிகளையும் தனித்தனியே தெரிந்துகொள்வோம். அதன்பிறகு, அவற்றைப் பொருத்திப் பார்ப்போம். இப்போதைக்கு வரிசையைத் தாற்காலிகமாக மறந்துவிட்டு விஷயத்தைமட்டும் பாருங்கள்.

முதலில், பகுதி. எல்லாப் பகுபதங்களிலும் இதுதான் முதலில் வரும், நேரடிப் பொருள் தரும், அந்தச் சொல்லையே அதுதான் உருவாக்கும்.

உதாரணமாக, ‘நடந்தான்’ என்ற சொல்லில் உள்ள ‘நட’ என்பதுதான் பகுதி. அதிலிருந்துதான் அந்தச் சொல் ‘நட’ப்பதைக் குறிப்பதாக மாறுகிறது.

இங்கே ‘நட’ என்ற பகுதியை எடுத்துவிட்டுப் ‘பற’ என்ற இன்னொரு பகுதியைச் சேர்த்தால், அந்தச் சொல் ‘பறந்தான்’ என்று மாறிவிடும், ‘பற’ப்பதைக் குறிப்பதாகிவிடும்.

சில நேரங்களில் பகுதி இப்படி நேரடியாக வராது, உருமாறிக் காணப்படும், வளைத்துதான் வெளியில் எடுக்கவேண்டும்.

உதாரணமாக, ‘வந்தான்’ என்ற சொல்லின் பகுதி, ‘வா’, ‘சென்றான் என்ற சொல்லின் பகுதி, ‘செல்’.

அடுத்து, விகுதி. இது சொல்லின் நிறைவாக நிற்கும். பகுதியில் தொடங்கிய பொருளை முழுமை செய்யும். இதை மாற்றினால் சொல்லின் தன்மையும் மாறக்கூடும்.

உதாரணமாக, அதே ‘நடந்தான்’ என்ற சொல்லை எடுத்துக்கொள்வோம்:

- ★ தொடக்கத்தில் வரும் ‘நட’ என்பது பகுதி
- ★ நிறைவாக வரும் ‘அன்’ என்பது விகுதி

இங்கே ‘அன்’ என்ற விகுதிக்குப் பதிலாக ‘அள்’ என்ற விகுதியைச் சேர்த்தால், இந்தச் சொல் ‘நடந்தாள்’ என்று மாறிவிடும். ஆண்பால் பெண்பாலாகிவிடும்.

அதே இடத்தில் ‘அள்’க்குப் பதில் ‘அது’ என்ற விகுதியைச் சேர்த்தால், இந்தச் சொல் ‘நடந்தது’ என்று மாறிவிடும். உயர்திணை அஃறிணையாகிவிடும். இதேபோல் நடந்தது, நடந்தன, நடந்தனர் என்று அடுக்கிக்கொண்டே போகலாம்.

முக்கியமான விஷயம், இந்தச் சொற்கள் அனைத்திலும் பகுதி ஒன்றுதான் (நட), ஆனால் விகுதி மாற மாற, அந்தச் சொல்லின் தன்மை, பயன்பாடு எல்லாமே மாறிவிடுகிறது.

ஆக, பகுதி என்பது சொல்லின் பொருளை உருவாக்குகிறது, விகுதி என்பது அதை வேறுபடுத்துகிறது. ஆண், பெண், அஃறிணை, உயர்திணை, ஒருமை, பன்மை என்று பிரித்துக் காட்டுகிறது.

இதைப் புரிந்துகொள்ள ஓர் எளிய உதாரணம் வேண்டுமென்றால், பெரிய உணவகங்களுக்குச் சென்று பாருங்கள். அவற்றைப் பல பகுதிகளாகப் பிரித்திருப்பார்கள்:

★ சுய சேவை(*Self Service*)ப் பிரிவு

★ வழக்கமான சேவை(*Regular Service*)ப் பிரிவு

★ குளிர்பதன அறைச் சேவை (*A/C Service*)

★ வீட்டுக்குப் பொட்டலம் கட்டும் பார்சல் சேவை

★ உங்கள் வீட்டு விழாக்களுக்குப் பரிமாறும் (*Catering*) சேவை

இப்படிப் பல பிரிவுகள் இருந்தாலும், அனைத்துக்கும் சமையலறை ஒன்றுதான். அங்கே சமைக்கப்படும் உணவு தென்னிந்திய வகையா, வட இந்திய வகையா, சைவமா, அசைவமா, துரித உணவா என்கிற மாற்றங்கள் இருக்கும். இவைதான் ஒரு சொல்லின் பகுதியைப்போல.

சமையலறையில் ஒரு குறிப்பிட்ட உணவு சமைக்கப்பட்டபிறகு, அது எங்கே பரிமாறப்படுகிறது என்பதைப் பொறுத்து விலையும் மாறும், மரியாதையும் மாறும். ஒரே இட்லியை செல்ஃப் சர்வீஸில் சாப்பிட்டால் பத்து ரூபாய், உள்ளே உட்கார்ந்து சாப்பிட்டால் பன்னிரண்டு ரூபாய், ஏஸி அறை என்றால் பதினைந்து ரூபாய்.

அதுபோல, பகுதிதான் ஒரு சொல்லின் பொருளை உருவாக்குகிறது (சமைக்கிறது), விகுதி அதனை எப்படிப் பயன்படுத்துவது என்று தீர்மானிக்கிறது (பரிமாறுகிறது).

ஆக, பகுதி, விகுதி இரண்டும் ஒரு பகுபதத்துக்கு முக்கியம். மற்ற நான்கு உறுப்புகளும் இல்லாவிட்டால்கூட, இவை இரண்டுமட்டுமே ஒரு சொல்லை உருவாக்கிவிடமுடியும்.

உதாரணமாக, 'நம்மை' என்ற சொல்லில், நாம் + ஐ எனப் பகுதி, விகுதிமட்டுமே வந்துள்ளது. மற்ற பகுபத உறுப்புகள் எவையும் இல்லை.

அடுத்து, இடைநிலை. பெயரைக் கேட்டதும் புரிந்திருக்கும், பகுதிக்கும் விகுதிக்கும் நடுவே இருக்கும் உறுப்புதான் இது.

உதாரணமாக, 'வருகிறான்' என்ற சொல்லை எடுத்துக்கொள்வோம். இதை எப்படிப் பிரிப்பீர்கள்?

இதில் 'வா'தான் பகுதி என்பது புரிகிறது, நிறைவாக வரும் 'ஆன்' விகுதி என்பதும் புரிகிறது. இரண்டுக்கும் நடுவில் 'கிறு' என்று ஏதோ இருக்கிறதே.

அதுதான் இடைநிலை. வா + கிறு + ஆன் = வருகிறான்.

பகுதி என்பது ஒரு பெயரையோ செயலையோ காட்டும், விகுதி என்பது ஆண், பெண், உயர்திணை, அஃறிணை, ஒருமை, பன்மை வித்தியாசத்தைக் காட்டும், இடைநிலை என்ன செய்யும்?

அது காலத்தைக் காட்டும். உதாரணமாக இந்த மூன்று சொற்களைப் பாருங்கள்: செய்தான், செய்கிறான், செய்வான்.

இந்த மூன்றிலும் பகுதி ஒன்றுதான் (செய்), விகுதியும் ஒன்றுதான் (ஆன்), ஆனால் இடைநிலை மாறுகிறது. இப்படி:

- ★ செய் + த் + ஆன்
- ★ செய் + கிறு + ஆன்
- ★ செய் + வ் + ஆன்

'த்' இடைநிலையாக உள்ளபோது, அந்தச் சொல் கடந்த காலத்தைக் குறிக்கிறது, அதே சொல்லில் 'கிறு' இடைநிலையாக இருந்தால், நிகழ்காலம், 'வ்' இடைநிலையாக இருந்தால், எதிர்காலம். இப்படி ஒரு பகுபதத்தின் இடைநிலையை வைத்து அது எப்போது நிகழ்ந்தது என்பதைத் தெரிந்துகொள்ளலாம்:

கடந்த காலத்தைக் காட்டும் இடைநிலைகள் நான்கு. அவை, த், ட், ற், இன். இந்த நான்குக்கும் உதாரணங்கள், செய்தான், உண்டான், விற்றான், பாடினான்.

நிகழ் காலத்தைக் காட்டும் இடைநிலைகள் மூன்று. அவை கிறு, கின்று, ஆநின்று. இவற்றுக்கு உதாரணங்கள்: செய்கிறான், செய்கின்றான், செய்யாநின்றான்.

இதில் 'ஆநின்று' என்பது இப்போது புழக்கத்தில் இல்லை. சும்மா தெரிந்துவைத்துக்கொள்வோம்.

எதிர் காலத்தைக் காட்டும் இடைநிலைகள் இரண்டு: ப், வ். இவற்றுக்கு உதாரணங்கள்: உண்பான், செய்வான்.

இப்போது, உங்களுக்கு ஒரு பயிற்சி. இந்த அத்தியாயத்தில் நாம் இதுவரை தெரிந்துகொண்ட விஷயங்களை வைத்து இந்தச் சொற்களைப் பகுதி, விகுதி, இடைநிலை என்று பிரித்துப் பாருங்கள்.

- ★ வந்தான்
- ★ வருவான்
- ★ நடக்கின்றான்
- ★ படித்தான்
- ★ உண்டோம்
- ★ உண்போம்
- ★ எழுதுவேன்
- ★ பாடினாள்
- ★ குதித்தது
- ★ குதிக்கின்றனர்

இந்தச் சொற்களில் பகுதி, விகுதி, இடைநிலை ஆகியவற்றை எளிதாகக் கண்டுபிடித்திருப்பீர்கள். அவைதவிர வேறேதும் கண்ணில் பட்டதா?

உதாரணமாக, 'படித்தான்' என்ற சொல்லைப் பிரிப்போமா?

- ★ 'படி' பகுதி
- ★ 'ஆன்' விகுதி
- ★ நடுவில் 'த்' என்பது இடைநிலை

அப்படி எஸ்கேப் ஆகமுடியாது நண்பீர். கொஞ்சம் கவனமாகப் பாருங்கள். அங்கே ஒரு 'த்' இல்லை, இரண்டு 'த்' இருக்கிறது. படி + த் + த் + ஆன்.

இவற்றில் ஒரு 'த்' இடைநிலை, புரிகிறது, இன்னொரு 'த்'?

அதற்குப் பெயர் 'சந்தி'. மேலே நாம் பார்த்த பகுபத உறுப்பிலக்கணப் பட்டியலில் நான்காவதாக உள்ளது.

ஒருவரை நேரில் பார்த்துப் பேசும்போது, அதைச் 'சந்திப்பு' என்கிறோம். பல ரயில் பாதைகள் ஒருங்கிணையும் இடத்துக்கும் 'சந்திப்பு' என்றுதான் பெயர்.

ஆக, 'சந்தி' என்றால் இரண்டு அல்லது அதற்கு மேற்பட்ட விஷயங்கள் ஒன்றுகூடுவது. பகுபத உறுப்பிலக்கணத்தில் பகுதி, இடைநிலை ஆகியவற்றைச் சேர்ப்பது சந்தி.

'படித்தான்' என்பதை நான்காகப் பிரித்துப் பார்ப்போம். முதலில் வருவது (1) 'படி', நிறைவாக வருவது (4) 'ஆன்', நடுவில் வருபவை (2) 'த்' மற்றும் (3) 'த்'.

இதில் (1) 'படி' பகுதி, (4) 'ஆன்' விகுதி என்பதில் யாருக்கும் எந்தக் குழப்பமும் இருக்காது. (2), (3) என வரும் 'த்'களில் எது இடைநிலை, எது சந்தி?

இதுமாதிரி குழப்பம் வரும்போது, விகுதிக்குப் பக்கத்தில் இருப்பதுதான் இடைநிலை என்று எடுத்துக்கொள்ளவேண்டும். அதாவது (3) 'த்' இடைநிலை.

அப்படியானால், (2) 'த்' சந்தி. அது என்ன செய்கிறது? (1) 'படி' என்கிற பகுதியையும், (3) 'த்' என்கிற இடைநிலையையும் சேர்க்கிறது.

இப்போது, மீண்டும் ஒரு பயிற்சி, மேலே நாம் பார்த்த அதே பத்து சொற்களில் எங்கெல்லாம் சந்தி வருகிறது என்று இன்னொருமுறை உங்களுடைய கணக்கைச் சரி பாருங்கள்.

அடுத்து, 'கண்டான்' என்ற சொல்லை எடுத்துக்கொள்வோம். இதை எப்படிப் பிரிப்பீர்கள்?

★ காண் : பகுதி
★ ட் : இடைநிலை
★ ஆன் : விகுதி

இதையே கொஞ்சம் மாற்றி 'கண்டனன்' என்று எழுதுவோம். இது நாம் சாதாரணமாகப் பயன்படுத்துகிற சொல் இல்லைதான். ஆனாலும், இலக்கணப் பாடத்துக்காக ஒருமுறை அப்படி எழுதிப் பார்ப்போம். தவறில்லை!

'கண்டனன்' என்ற சொல்லை நீங்கள் எப்படிப் பிரிப்பீர்கள்?

காண் + ட் + அன் + அன்

வழக்கம்போல், இவற்றுக்கு நம்பர் போடுவோம். (1) 'காண்', (2) 'ட்', (3) 'அன்', (4) 'அன்'.

இதில் (1) 'காண்' பகுதி, (4) 'அன்' விகுதி. அதில் சந்தேகமில்லை. நடுவில் வரும் (2) 'ட்', (3) 'அன்' ஆகியவற்றை என்னவென்று அழைப்பது?

'ட்' என்பது கடந்த காலத்தைக் காட்டுகிறது. ஆகவே (2) 'ட்'தான் இடைநிலை.

அப்படியானால் (3) 'அன்' சந்தி. இல்லையா?

ம்ஹூம், இல்லை. சந்தி என்பது பகுதி, இடைநிலைக்கு நடுவே வரவேண்டும். ஆனால் இந்த 'அன்', இடைநிலைக்கும் விகுதிக்கும் நடுவே வருகிறது. விகுதியைச் சார்ந்து வருவதால் அதன் பெயர் சாரியை.

சந்திக்கும் சாரியைக்கும் நாம் தந்துள்ள இலக்கணங்கள் பெரும்பாலும் இப்படி அமைபவை. சில நேரங்களில் இந்த ஒழுங்கு மாறுவதும் உண்டு.

உதாரணமாக, 'மனத்தில்' என்ற சொல்லை எடுத்துக்கொள்வோம். இதில் 'மனம்' என்பது பகுதி, 'இல்' என்பது விகுதி, நடுவில் வரும் 'அத்து' என்பது இடைநிலையா?

இல்லை. அது காலம் காட்டுவதில்லையே. ஆகவே, 'அத்து' என்பது இடைநிலை அல்ல, சாரியை.

இப்படிப் பதினேழு வகையான சாரியைகள் உண்டு. அவை: 'அன்', 'ஆன்', 'இன்', 'அல்', 'அற்று', 'இற்று', 'அத்து', 'அம்', 'தம்', 'நம்', 'நும்', 'ஏ', 'அ', 'உ', 'ஐ', 'கு', 'ன'.

சந்தியுடன் ஒப்பிடும்போது, நாம் தினசரி பயன்படுத்தும் சொற்களில் சாரியை அதிகம் வருவதில்லை. பத்துக்கு ஒன்று தென்பட்டாலே அதிகம்.

ஆக, நாம் இதுவரை பார்த்துள்ள ஐந்து அம்சங்களைத் தொகுத்தால்:

★ பகுதி என்பது பகுபதத்தின் முதல் பகுதி

★ விகுதி என்பது பகுபதத்தின் நிறைவுப் பகுதி

★ பகுதிக்கும் விகுதிக்கும் நடுவே அமைந்து காலம் காட்டுவது இடைநிலை

★ (பெரும்பாலும்) பகுதிக்கும் இடைநிலைக்கும் நடுவே அமைவது சந்தி

★ (பெரும்பாலும்) இடைநிலைக்கும் விகுதிக்கும் நடுவே அமைவது சாரியை

ஒரு வகுப்பில் ஐந்து மாணவர்கள் எப்போதும் (அல்லது பெரும்பாலான நேரங்களில்) ஒரு குறிப்பிட்ட வரிசையில்மட்டுமே அமர்ந்திருப்பதுபோல் கற்பனை செய்துகொள்ளுங்கள். இதை நினைவில் வைத்துக்கொள்வது எளிது.

இன்னும் மீதமுள்ளது விகாரம் ஒன்றுதான். அதை அடுத்த அத்தியாயத்தில் பார்ப்போம்.

அதற்குமுன்னால், இந்த அத்தியாயத்தில் நாம் பார்த்த முக்கியமான சொற்கள் / தலைப்புகள் / *Concepts* பட்டியலை இங்கே தருகிறேன், எதற்கு என்ன அர்த்தம், என்ன உதாரணம் என்று நினைவுபடுத்திப் பாருங்கள், ஏதேனும் புரியாவிட்டால், சிரமம் பார்க்காமல் மேலே சென்று ஒருமுறை படித்துவிடுங்கள்.

★ பகுபத உறுப்புகள் (6)
★ பகுதி
★ விகுதி
★ இடைநிலை
★ சந்தி
★ சாரியை

14

சென்ற அத்தியாயத்தில் 'பகுதி' என்கிற முக்கியமான பகுபத உறுப்பைப்பற்றிப் பார்த்துக்கொண்டிருந்தபோது, அதற்கு இரண்டு மாறுபட்ட உதாரணங்களைக் குறிப்பிட்டோம்:

- ★ நடந்தான் : பகுதி 'நட'
- ★ வந்தான் : பகுதி 'வா'

இதில் 'நடந்தான்' என்ற சொல்லிலேயே 'நட' என்கிற பகுதி உள்ளது. ஆனால் 'வந்தான்' என்பதில் 'வா' இல்லை, வெறும் 'வ'தான் உள்ளது.

'வா' என்ற நெடில், 'வ' என்கிற குறிலாக மாறியுள்ளதல்லவா? இந்தத் தன்மையைதான் விகாரம் என்ற பெயரில் தனியான பகுபத உறுப்பாகக் குறிப்பிடுகிறோம்.

'விகாரம்' என்றால், ஒன்று மற்றொன்றாக இயல்பு மாறிக் காணப்படுவது.

நம் முன்னே யாராவது ஒருவர் ஐந்து கண், ஏழு மூக்குகள், பதினேழு காதுகளோடு முன்னே வந்தால், 'விகாரமான தோற்றம்' என்போம். காரணம், பொதுவாக மனிதர்களுக்கு

இரண்டு கண், இரண்டு காது, ஒரு மூக்குதான் உண்டு. அந்த இயல்பான எண்ணிக்கை அங்கே மாறியுள்ளது. ஆகவே, அதனை 'விகாரம்' என்று அழைக்கிறோம்.

அதுபோல, மற்ற பகுபத உறுப்புகள் தங்களுடைய இயல்பான நிலைமை மாறி அமைவதற்குப் பெயர்தான் விகாரம். மேலும் சில உதாரணங்கள்:

★ சென்றான்: பகுதி 'செல்', அது 'சென்' என மாறியுள்ளது விகாரம்

★ வந்தான்: பகுதி 'வா', அது 'வ' என மாறியுள்ளது விகாரம், சந்தி 'த்', அது 'ந்' என மாறியுள்ளதால், அது இன்னொரு விகாரம்

இந்த விகாரம் ஒரு சொல்லினுள்மட்டுமல்ல, இரண்டு சொற்கள் ஒன்றாகச் சேர்கிற இடத்திலும் உண்டு. அதையும் கொஞ்சம் பார்த்துவிடுவோம்.

பொதுவாக இரண்டு சொற்கள் சேருவதைத் தமிழில் 'புணர்ச்சி' என்பார்கள். இந்தச் சொல்லைப் பாலியல் சார்ந்த அர்த்தத்திலேயே பயன்படுத்திப் பயன்படுத்தி, யாராவது இதைச் சொன்னாலேயே கூச்சம் வருகிறாற்போல் மாறிவிட்டோம்.

'புணர்தல்' என்பதன் நிஜமான பொருள், சேர்தல், கூடுதல் என்பதுதான். அது பாலியல் நோக்கத்துக்கும் பொருந்தும் என்றாலும், எல்லா இடங்களிலும் பயன்படுத்தலாம்.

உதாரணமாக, திருவருட்பாவில் வள்ளலார் எழுதிய ஓர் அருமையான வெண்பா:

அருள் அளித்தான், அன்பு அளித்தான், அம்பலத்தான் உண்மைப்

பொருள் அளித்தான், என்னுள் புணர்ந்தான், தெருள் அளித்தான்,

எச்சோதனையும் இயற்றாமல் ஆண்டுகொண்டான்,

அச்சோ! எனக்கு அவன்போல் ஆர்!

இங்கே சிவபெருமானின் அருளையும் அன்பையும், அவன் தந்த உண்மைப் பொருளையும் சொல்லவரும் வள்ளலார், அந்த அம்பலத்தான் எனக்குத் தெளிவு கொடுத்தான், எந்தச் சோதனையும் தராமல் என்னை ஆட்கொண்டான், அவனைப்போல் எனக்கு யார் இருக்கிறார்கள் என்றெல்லாம் நெகிழும்போது, நடுவில் 'என்னுள் புணர்ந்தான்' என்கிறார். அதன் அர்த்தம், 'எனக்குள்ளே கலந்துவிட்டான்' என்பதுதான்.

இந்தப் பாடலை இங்கே சொல்லக் காரணம், 'புணர்ச்சி விதிகள்' என்றதும் அக்கம்பக்கம் பார்க்கவேண்டியதில்லை. கூச்சப்படாமல் தொடர்ந்து படிக்கலாம்!

இரு சொற்கள் ஒன்றோடு ஒன்று சேரும்போது, இரண்டு வகைப் புணர்ச்சிகள் நிகழக்கூடும்:

★ இயல்புப் புணர்ச்சி

★ விகாரப் புணர்ச்சி

இயல்புப் புணர்ச்சி என்றால், இரு சொற்களும் எந்தவிதத்திலும் மாறாது. காந்தத்தை அருகருகே வைத்தால் பச்சக் என்று ஒட்டிக்கொள்வதுபோல் ஒட்டிக்கொண்டு, அதேபோல் நிற்கும்.

உதாரணமாக, பூ + மாலை = பூமாலை. இந்தப் புதிய சொல்லில் 'பூ'வும் உள்ளது, 'மாலை'யும் உள்ளது, இரண்டும் இயல்பாகச் சேர்ந்துள்ளன. ஆகவே, அது இயல்புப் புனர்ச்சி.

இப்போது, 'பூ'வை அப்படியே வைத்துக்கொள்வோம், 'மாலை'க்குப் பதில், அதே பொருள் தரும் இன்னொரு சொல்லாகிய 'சரம்' என்பதைப் பயன்படுத்துவோம். பூ + சரம் என்பது எப்படிப் புணரும்?

'பூசரம்' என்று புணர்ந்தால் அது இயல்புப் புணர்ச்சி. ஆனால் அவை 'பூச்சரம்' என்றுதான் புணரும்!

இங்கே நடுவில் ஓர் 'ச்' ஏன் வந்தது, எப்படி வந்தது என்றெல்லாம் பின்னர் விரிவாகப் படிக்கலாம், இப்போதைக்கு, 'பூமாலை' என்பதும் 'பூச்சரம்' என்பதும் ஒரேமாதிரி புணர்ச்சி அல்ல என்பதைமட்டும் கவனித்தால் போதும்.

‘பூமாலை’ என்ற சொல்லில், ‘பூ’, ‘மாலை’ ஆகிய சொற்கள் இயல்பாக அமைந்திருப்பதுபோல, ‘பூச்சரம்’ என்ற சொல்லில் ‘பூ’, ‘சரம்’ ஆகியவை அமையவில்லை. ஏதோ விகாரம் நடந்திருக்கிறது.

இதைதான் ‘விகாரப் புணர்ச்சி’ என்கிறோம். அதில் மொத்தம் மூன்று வகைகள் உண்டு:

★ தோன்றல் (ஒரு புதிய எழுத்து தோன்றுதல்)

★ கெடுதல் (ஏற்கெனவே உள்ள ஓர் எழுத்து நீங்குதல்)

★ திரிதல் (ஓர் எழுத்து இன்னோர் எழுத்தாக மாறுதல்)

உதாரணங்களுடன் பார்ப்போம், முதலில்:

பூ + சரம் = பூச்சரம்

இங்கே ‘பூ’, ‘சரம்’ ஆகியவற்றுடன், ‘ச்’ என்ற புதிய எழுத்து தோன்றியிருக்கிறது. அதுதான் ‘தோன்றல் விகாரம்’.

இன்னும் சில உதாரணங்கள்:

சிவப்பு + கொடி = சிவப்புக் கொடி

நாய் + சங்கிலி = நாய்ச் சங்கிலி

நேர் + சிந்தனை = நேர்ச் சிந்தனை

அடுத்து, கெடுதலுக்கு உதாரணமாக, ‘தங்கச் சங்கிலி’யை எடுத்துக்கொள்வோம்.

தங்கம் + சங்கிலி = தங்கச் சங்கிலி

இங்கே புதிதாகத் தோன்றிய ‘ச்’ என்பது தோன்றல் விகாரம். ஆனால் நாம் கவனிக்கவேண்டியது, ‘தங்கம்’ என்ற சொல்லில் இருந்த ‘ம்’ என்ற எழுத்து எங்கே போனது?

அதுதான் ‘கெடுதல் விகாரம்’, நல்ல பிள்ளைகளோடு சேரும்போது நம் கெட்ட குணங்கள் காணாமல் போவதுபோல (அல்லது, Vice Versa) இந்தப் புணர்ச்சியால் ஓர் எழுத்து கெட்டுவிட்டது.

நிறைவாக, திரிதல். இதற்கு உதாரணம், 'பொற்கலசம்'

பொன் + கலசம் = பொற்கலசம்

இங்கே 'கலசம்' என்ற சொல் அப்படியே வந்துள்ளது. ஆனால், 'பொன்' என்ற சொல்லின் நிறைவில் இருக்கும் 'ன்' என்ற எழுத்து, 'ற்' என்று மாறிவிட்டது.

அது ஏன் அப்படி மாறவேண்டும் என்று அப்புறம் பார்ப்போம். இப்போதைக்கு, திரிதல் விகாரம் என்றால், ஓர் எழுத்து இன்னொன்றாகத் திரிவது, மாறுவது, அவ்வளவுதான்!

'விகாரப் புணர்ச்சி' என்று ஒருமையில் பெயர் சூட்டிவிட்டதால், இதில் ஏதேனும் ஒன்றுதான் வரும் என்று நினைத்துவிடாதீர்கள், ஒரே புணர்ச்சியின்போது ஒன்றுக்கு மேற்பட்ட விகாரங்களும் வரலாம்.

உதாரணமாக, நாம் ஏற்கெனவே பார்த்த 'தங்கச் சங்கிலி' என்ற உதாரணத்தில் தோன்றல், கெடுதல் ஆகிய இரண்டு விகாரங்களும் உள்ளன.

இப்போது, உங்களுக்கு ஒரு பயிற்சி, இந்தச் சொற்களில் எவையெல்லாம் இயல்புப் புணர்ச்சி, எவையெல்லாம் விகாரப் புணர்ச்சி, அதிலும் குறிப்பாக, எது தோன்றல், எது கெடுதல், எது திரிதல், எங்கெல்லாம் ஒன்றுக்கு மேற்பட்ட விகாரங்கள் உள்ளன என்று கண்டுபிடியுங்கள்:

- ★ செந்தாமரை
- ★ நாய் வால்
- ★ உலகத் தமிழர்கள்
- ★ பழரசம்
- ★ மதுரசம்
- ★ மதுக்குடம்
- ★ பழக்குடம்
- ★ தென்னந்தோப்பு
- ★ பனைமரம்
- ★ ஆற்றங்கரை

மேலே நாம் பார்த்த மூன்று விகாரங்கள்தவிர, இன்னும் ஒன்பது வகை விகாரங்கள் உள்ளன. நல்லவேளையாக, இவை தினசரி வாழ்க்கையில் பயன்படாது, செய்யுள் எழுதும்போதுமட்டும்தான் நாம் இவற்றைப் பயன்படுத்துவோம். ஆகவே, இவற்றுக்குச் 'செய்யுள் விகாரம்' என்று பெயர்.

செய்யுளுக்கென்று விசேஷமாக விகாரம் எதற்காக?

மரபுக் கவிதையில் சொற்கள் இப்படிதான் அமையவேண்டும் என்று நெறிமுறைகள் உண்டு. அவற்றை மீறினால், இலக்கணப் பிழையாகிவிடும்.

ஆனால், சில நேரங்களில் சில சொற்கள் பாடலில் கச்சிதமாக உட்கார்ந்துகொண்டு எழ மறுக்கும். அவற்றை மாற்றினால், செய்யுளின் அழகு போய்விடும்.

அதுபோன்ற சந்தர்ப்பங்களில், அந்தச் சொல்லை வேண்டுமென்றே கொஞ்சம் மாற்றி (விகாரப்படுத்தி) எழுதிச் சமாளிப்பார்கள் புலவர்கள். இதுதான் செய்யுள் விகாரம்.

உதாரணமாக, திருநாவுக்கரசர் எழுதிய இந்தப் பிரபலமான பாடலைப் பாருங்கள்:

மாசு இல் வீணையும், மாலை மதியமும்
வீசு தென்றலும், வீங்கு இள வேனிலும்,
மூசு வண்டு அறை பொய்கையும் போன்றதே,
ஈசன் எந்தை இணை அடி நீழலே!

என்னுடைய தந்தையாகிய இறைவன், அவனுடைய திருவடி நிழல் எப்படிப்பட்டது தெரியுமா?

குற்றமில்லாத இசையைத் தருகிற ஒரு வீணையைப்போன்றது, மாலை நேரத்தில் தோன்றுகின்ற குளிர்ச்சியான சந்திரனைப்போன்றது, வீசுகின்ற தென்றலைப்போன்றது, செறிவான இளவேனிலைப்போன்றது, வண்டுகள் சத்தமிட்டபடி மொய்க்கிற பொய்கையைப்போன்றது!

அதெல்லாம் இருக்கட்டும், பாடலின் நிறைவுச் சொல்லைக் கவனியுங்கள். 'நீழலே' என்கிறார் திருநாவுக்கரசர், அது 'நிழலே'

என்றல்லவா இருக்கவேண்டும்?

இதுதான் செய்யுள் விகாரம். படிக்கிறவர்கள் அர்த்தத்தைப் புரிந்துகொள்வார்கள் என்கிற நம்பிக்கையில் லேசாகச் சொற்களை மாற்றி எழுதுவது.

இப்படி ஒன்பது வகையான செய்யுள் விகாரங்கள் உண்டு என்று பார்த்தோம். அவை:

- ★ வலித்தல்
- ★ மெலித்தல்
- ★ நீட்டல்
- ★ குறுக்கல்
- ★ விரித்தல்
- ★ தொகுத்தல்
- ★ முதற்குறை
- ★ இடைக்குறை
- ★ கடைக்குறை

பெயர்கள் ஒருமாதிரி பயமுறுத்தினாலும், உதாரணத்துடன் பார்த்தால் இவை மிக எளிமையாகிவிடும். இவற்றில் முதல் ஆறும் ஒன்றுக்கொன்று நேர் எதிரான பங்காளிகளாக இருப்பதால் சட்டென்று புரிந்துகொண்டுவிடலாம்.

ஒரு விஷயம், இங்கே செய்யுளில் வருவதுபோன்ற பழந்தமிழ் வார்த்தைகளைப் பயன்படுத்தாமல், வேண்டுமென்றே எளிய உதாரணங்களைத் தந்துள்ளேன். 'இதையெல்லாம் இப்படி மாத்தி எழுதுவாங்களா என்ன?' என்று சந்தேகப்படவேண்டாம், சும்மா புரிந்துகொள்வதற்காகமட்டும்தான் இது!

1. வலித்தல்

ஒரு மெல்லின எழுத்தை வல்லினமாக மாற்றுவது. உதாரணமாக, ஒரு பெண்ணின் பெயர் 'அம்பிகா', அவளை ஒருவர் 'அப்பிகா' என்று (சும்மா கிண்டலுக்குதான்) அழைக்கிறார் என்று வைத்துக்கொள்வோம். இங்கே, 'ம்' என்ற மெல்லின எழுத்து 'ப்' என்ற வல்லின எழுத்தாக மாறியுள்ளதால், அது வலித்தல் விகாரம், பதிலுக்கு அவள் அவருடைய கன்னத்தில் ஓர்

அப்பு அப்பினால், அவரது முகத்தில் வலித்தலும் ஏற்படும், விகாரமும் ஏற்படும்!

2. மெலித்தல்

'மெலித்தல் விகாரம்' என்றால், சிலர் ஒரு நாளைக்கு ஏழு அரிசிகளைமட்டும் சாப்பிட்டு சைஸ் ஸீரோ ரேஞ்சுக்கு மெலிந்து எலும்பும் தோலுமாக இருப்பதல்ல. வலித்தல் விகாரத்துக்குப் பங்காளி இது, ஒரு வல்லின எழுத்தை மெல்லினமாக மாற்றுவது.

உதாரணமாக, 'தொப்பி' என்ற சொல்லை 'தொம்பி' என்று மாற்றிச் சொல்வது மெலித்தல் விகாரம், காரணம், இங்கே 'ப்' என்ற வல்லின எழுத்துக்குப் பதில் 'ம்' என்ற மெல்லின எழுத்து வந்துள்ளது.

3. நீட்டல்

சிலர் கண்ணுக்கு மை தீட்டுகிறேன் பேர்வழி என்று தீட்டித் தீட்டி அதைக் காதுவரை நீட்டிவிடுவார்கள், அது பார்ப்பதற்கு ரொம்ப விகாரமாக இருக்கும்.

ஆனால் இலக்கணத்தில் வரும் நீட்டல் விகாரம் அதுவல்ல, குறிலை நெடிலாக நீட்டி எழுதுவது. இதற்குச் சிறந்த உதாரணமாக 'நிழல்' என்ற சொல் 'நீழல்' என்று (குறில் 'நி'க்குப் பதில் நெடில் 'நீ') மாறி வருகிற நீட்டல் விகாரத்தை நாம் ஏற்கெனவே பார்த்துள்ளோம்.

4. குறுக்கல்

நீட்டல் விகாரத்துக்குப் பங்காளி இது, நெடிலைக் குறிலாகக் குறுக்கி எழுதுவது. உதாரணமாக, 'வாத்து' என்பதை 'வத்து' என்று சொல்வது. 'வா' நெடிலுக்குப் பதில் 'வ' என்ற குறில் வருவதால் இது குறுக்கல் விகாரம்.

5. விரித்தல்

சொல்லில் இல்லாத ஓர் எழுத்தை அறிமுகப்படுத்துவதுதான் விரித்தல். உதாரணமாக, 'அடடா' என்பதை 'அடடடடா' என்று சிலர் விரிப்பார்களே, அந்தமாதிரி!

6. தொகுத்தல்

'தொகை' என்றால் ஒளிந்திருத்தல் என்று அர்த்தம். ஒரு சொல்லில் ஏற்கெனவே இருக்கும் ஓர் எழுத்தை ஒளியவைத்துவிடுவதுதான் தொகுத்தல் விகாரம், இது விரித்தல் விகாரத்துக்குப் பங்காளி.

உதாரணமாக, 'சிறிய பறவை' என்பதை ஒருவர் 'சிறி பறவை' என்று எழுதினால், அது தொகுத்தல் விகாரம். அதையே 'சிறு பறவை' என்று எழுதினால் விகாரம் இல்லை. காரணம், தமிழில் 'சிறு' என்ற சொல் உண்டு, 'சிறி' என்ற சொல் இல்லை, அது 'சிறிய' என்பதன் தொகுத்தல் விகாரம்.

7. முதல் குறை

ஒரு சொல்லின் முதல் எழுத்தை நீக்கிவிடுவது. உதாரணமாக, 'தாமரை' என்ற சொல்லைச் சில பாடல்களில் 'மரை' என்று குறிப்பிடுவார்கள். அப்போதும் அது 'தாமரை'தான் என்று புரியும். 'பழம்' என்றாலே 'வாழைப் பழம்' என்று நாம் புரிந்துகொள்வதைப்போலதான்!

8. இடைக் குறை

டயட் இருந்தால் 'இடை குறை'யும். ஆனால் இது வேறு, நடுவில் 'க்' உண்டு, 'இடைக் குறை', அதாவது, ஒரு சொல்லின் நடுவே இருக்கும் எழுத்தை நீக்கிவிடுவது.

உதாரணமாக, 'முத்து' என்ற சொல்லை 'முது' என்று மாற்றி எழுதினால் அது இடைக் குறை.

9. கடைக் குறை

'கடை' என்றால் 'கடைசி' என்று அர்த்தம். ஒரு சொல்லின் கடைசியில் இருக்கும் எழுத்தை நீக்கிவிட்டால் அதனைக் 'கடைக் குறை' என்பார்கள்.

உதாரணமாக, 'வந்தாச்சு' என்பதைச் சிலர் 'வந்தாச்' என்று எழுதுவார்கள். கடைசி எழுத்தாகிய 'சு' இல்லாமலே அதன் அர்த்தம் புரிகிறதல்லவா?

இந்த ஒன்பது விகாரங்களையும் தெரிந்துகொண்ட கையோடு

அவற்றைப் பயன்படுத்தக் கிளம்பிவிடாதீர்கள். இவை செய்யுள் விகாரங்கள் என்பதை மறந்துவிடவேண்டாம். ஒருவேளை நீங்கள் செய்யுள் எழுதி, அதில் ஒரு வார்த்தை சரியாக உட்கார மறுத்தால்மட்டுமே இவற்றைப் பயன்படுத்தலாம்.

'அடடா, வட போச்சே' என்று வருத்தப்படவேண்டாம், *SMS* எழுதுங்கள், அதில் உள்ள பெரும்பாலான சொற்கள் விகாரம்தானே? *do u undrstnd?*

விகாரப்பட்டது போதும், இயல்புக்குத் திரும்புவோம், அடுத்த அத்தியாயத்தில் வேற்றுமை உருபுகளைப்பற்றிப் பார்ப்போம்!

அதற்குமுன்னால், இந்த அத்தியாயத்தில் நாம் பார்த்த முக்கியமான சொற்கள் / தலைப்புகள் / *Concepts* பட்டியலை இங்கே தருகிறேன், எதற்கு என்ன அர்த்தம், என்ன உதாரணம் என்று நினைவுபடுத்திப் பாருங்கள், ஏதேனும் புரியாவிட்டால், சிரமம் பார்க்காமல் மேலே சென்று ஒருமுறை படித்துவிடுங்கள்.

★ விகாரம்

★ புணர்ச்சி இலக்கணம் என்றால் என்ன?

★ இயல்புப் புணர்ச்சி, விகாரப் புணர்ச்சி

★ தோன்றல், கெடுதல், திரிதல்

★ செய்யுள் விகாரம்

★ வலித்தல், மெலித்தல்

★ நீட்டல், குறுக்கல் (வல்லினம் <> மெல்லினம்)

★ விரித்தல், தொகுத்தல் (குறில் <> நெடில்)

★ முதல் குறை, இடைக் குறை, கடைக் குறை

15

ஒரு திருமணம். மாப்பிள்ளை பேர் முருகன், பெண் பெயர் வள்ளி. அவர்களுடைய திருமணத்தைப் பார்த்து மகிழ்ந்த பலர் இப்படி ரிப்போர்ட் எழுதுகிறார்கள்:

★ முருகன் மாலையிட்டான்

★ வள்ளி மாலையிட்டாள்

★ முருகனுக்கு வள்ளி மாலையிட்டாள்

★ முருகன் வள்ளிக்கு மாலையிட்டான்

இந்த வாக்கியங்கள் அனைத்திலும், சில பொதுவான அம்சங்களைப் பார்க்கிறோம்:

★ முருகன்

★ வள்ளி

★ மாலை (அல்லது மாலையிடுதல்)

அதேசமயம், இவற்றை லேசாக மாற்றி அமைக்கும்போது, வெவ்வேறு அர்த்தங்கள் வருகின்றன. உதாரணமாக, ‘முருகன் மாலையிட்டான்’ என்று சொன்னால், முருகன் இன்னொருவருக்கு மாலையிட்டான் என்று பொருள். அதையே

கொஞ்சம் திருப்பி 'முருகனுக்கு மாலையிட்டாள்' என்று சொன்னால், இன்னொருவர் (அதாவது, வள்ளி) முருகன் கழுத்தில் மாலையிட்டதாகப் பொருள்.

இங்கே 'கு' அல்லது 'க்கு' என்ற சொல், முருகன், மாலை என்ற இரு சொற்களுக்கு நடுவே அமையும்போது அதன் அர்த்தம் அமைகிறது, அல்லது மாறுகிறது. இதேபோல் இன்னும் சில உதாரணங்கள்:

★ சரவணன் வென்றான்: சரவணனை வென்றான்: 'ஐ' என்ற சொல்லால் மாற்றம் ஏற்பட்டுள்ளது

★ சண்முகன் ஆப்பிள் சாப்பிட்டான் : சண்முகனால் ஆப்பிள் சாப்பிடப்பட்டது: 'ஆல்' என்ற சொல் சண்முகனையும் ஆப்பிளையும் இணைக்கிறது, ஆனால் அர்த்தத்தில் மாற்றம் இல்லை

★ கந்தன் கருணை: கந்தனின் கருணை : 'இன்' என்ற சொல், அர்த்தம் மாறவில்லை

★ கதிர்வேலன் கோயில்: கதிர்வேலனுடைய கோயில் : 'உடைய' என்ற சொல், அர்த்தம் மாறவில்லை

இப்படித் தமிழில் இருவேறு சொற்களுக்கு இடையே அமைந்து அவற்றினிடையே வேற்றுமை எப்படி ஏற்படுகிறது என்பதைத் தீர்மானிக்கும் சொற்களை 'வேற்றுமை உருபு'கள் என்பார்கள். உதாரணமாக, மேலே நாம் பார்த்த ஐ, ஆல், கு, இன் போன்றவை.

வேற்றுமை உருபுகளில் மொத்தம் எட்டு வகைகள் உள்ளன. அவற்றின் பட்டியலைப் பார்க்குமுன், நாம் இன்னோர் அடிப்படை விஷயத்தைப் புரிந்துகொள்ளவேண்டும்: எழுவாய், பயனிலை, செயப்படுபொருள்.

ஒரு பழைய ஜோக். வகுப்பில் ஆசிரியர் இலக்கணப் பாடம் நடத்திக்கொண்டிருந்தார். ஒரு பையன் கடைசி பெஞ்சில் உட்கார்ந்தபடி ராக்கெட் தயாரித்து பத்துத் திக்குகளிலும் அனுப்பிக்கொண்டிருந்தான்.

எரிச்சலான ஆசிரியர் அவன் தலையில் ஒரு குட்டு வைத்தார், 'டேய் தம்பி, நீ எழுவாய், உன்னால் செயப்படுபொருள் இங்கே ஏதும் கிடையாது, உனக்கு நான் சொல்லிக்கொடுத்து ஏதும் பயனிலை, வெளியே போ!' என்றார்.

எழுவாய் என்றால் எழுந்திரு, செயப்படுபொருள் என்றால் செய்யப்படுகின்ற பொருள், பயனிலை என்றால் பயன் இல்லை. இந்த மூன்று சொற்களின் மாற்று அர்த்தங்களை வைத்துச் சொல்லப்படும் வேடிக்கையான வாசகம் இது.

உண்மையில், இவற்றுக்கு இலக்கணரீதியில் என்ன பொருள்?

முதலில், "எழுவாய்", இதற்குத் தோன்றுகின்ற / எழுகின்ற இடம் என்று பொருள். அதாவது, ஒரு வாக்கியத்தில் சொல்லப்படும் விஷயத்தைச் செய்தது யார்? (அல்லது எது?)

உதாரணமாக: முருகன் வள்ளிக்கு மாலையிட்டான் என்ற வாக்கியத்தில் மாலையிட்டது யார்? முருகன். அந்த 'அறு'முகன்தான் இங்கே 'எழு'வாய். ஆங்கிலத்தில் இதனை "*Subject*" என்பார்கள். இது எப்போதும் ஒரு பெயர்ச்சொல்லாகவே இருக்கும்.

அடுத்து, "பயனிலை", ஒரு வாக்கியத்தின் பயனை, அதில் நிகழ்ந்த செயலைப் பூர்த்தி செய்கிற விஷயம் இது. அதாவது, எந்த விஷயம் செய்யப்பட்டது?

அதே "முருகன் வள்ளிக்கு மாலையிட்டான்" என்ற வாக்கியத்தில் எந்த விஷயம் செய்யப்பட்டது? மாலையிடுதல். அதுதான் இங்கே "பயனிலை". ஆங்கிலத்தில் இதனை "*Predicate*" என்பார்கள். இது எப்போதும் ஒரு செயலாக, அதாவது வினைச்சொல்லாகவே இருக்கும்.

நிறைவாக, "செயப்படுபொருள்". பெயரே தெளிவாக இருக்கிறது. செய்யப்பட்ட பொருள். பயனிலையில் சொல்லப்பட்ட விஷயம் யாரை முன்வைத்துச் செய்யப்பட்டது?

முருகன் (எழுவாய்) யாருக்கு மாலையிட்டான் (பயனிலை)? வள்ளிக்கு. ஆகவே, வள்ளிதான் செயப்படுபொருள்.

ஆங்கிலத்தில் இதனை "*Object*" என்பார்கள். இது எப்போதும் ஒரு பெயர்ச்சொல்லாகவே இருக்கும்.

இன்னோர் உதாரணத்துடன் பார்ப்போம்: ஜனாதிபதி கொடி ஏற்றினார்

★ செயல் எது? ஏற்றுதல் : பயனிலை

★ செய்தவர் யார்? ஜனாதிபதி : எழுவாய்

★ ஜனாதிபதி எதை ஏற்றினார்? கொடி : செயப்படுபொருள்

எழுவாய், பயனிலை, செயப்படுபொருள் மூன்றும் ஒரு வாக்கியத்தில் இந்த வரிசையில்தான் வரவேண்டும் என்று எந்தக் கட்டுப்பாடும் இல்லை. உதாரணமாக:

★ நான் பாட்டுப் பாடினேன் (எழுவாய், செயப்படுபொருள், பயனிலை)

★ பாட்டு என்னால் பாடப்பட்டது (செயப்படுபொருள், எழுவாய், பயனிலை)

★ என்னால் பாடப்பட்ட பாட்டு பிரமாதமாக இருந்தது (எழுவாய், பயனிலை, செயப்படுபொருள்)

அதேபோல், ஒரு வாக்கியத்தில் இந்த மூன்றும் வந்தே தீரவேண்டும் என்கிற கட்டுப்பாடுகளும் கிடையாது. உதாரணமாக, 'சோறு தின்றேன்' என்ற வாக்கியத்தில் பயனிலை உண்டு (தின்றேன்), செயப்படுபொருள் உண்டு (சோறு), ஆனால் எழுவாய் இல்லை. "தின்றேன்" என்ற பயனிலைச் சொல் 'தன்மை'யில் வருவதால், இந்த வாக்கியத்தைச் சொன்னவர்தான் தின்றார் என்று நாமாகப் புரிந்துகொள்ளவேண்டும்.

இதுபோல வெளிப்படையாகத் தெரியாத எழுவாய்களைத் "தோன்றா எழுவாய்" என்பார்கள். இதற்கு இன்னொரு நல்ல உதாரணம் இதோ:

★ "அருமையாக ஆடினான்" : ஆடியது யார்? தெரியவில்லை! ஆனால் யாரோ ஒரு மூன்றாம் நபர், அதாவது படர்க்கை என்பதுமட்டும் தெரிகிறது

★ இதையே "அருமையாக ஆடினாய்" என்று சொன்னால், ஆடியது யார் என்ற குழப்பமே இல்லை, முன்னால் நிற்பவர், அதாவது முன்னிலை).

இந்த உதாரணத்தில் தன்மை, முன்னிலை, படர்க்கை என்பதெல்லாம் என்ன என்று குழம்பினீர்களானால், நீங்கள் பழைய பாடங்களை ஒழுங்காகப் படிக்கவில்லை என்று அர்த்தம். கொஞ்சம் தேடிப் ப(பி)டியுங்கள்!

எழுவாய்போலவே, சில வாக்கியங்களில் செயப்படுபொருளும் விடுபட்டிருக்கக்கூடும். உதாரணமாக:

★ நான் பாடினேன் (எதைப் பாடினேன்?)

★ அரசன் வென்றான் (எந்த நாட்டை வென்றான்? எந்தப் போட்டியில் வென்றான்?)

"அது என் வீடு" என்பதுபோன்ற பயனிலை (செயலே) இல்லாத வாக்கியங்களும் உண்டு. ஆனால் செயலே இல்லாதபோது அந்த வாக்கியத்தை எழுவாய், செயப்படுபொருள் என்று பிரித்துப் பார்ப்பதிலும் அர்த்தம் இருக்காது.

ஆக, பயனிலை என்பது எஞ்சின்மாதிரி, எழுவாய் என்பது ஓட்டுபவர்மாதிரி, செயப்படுபொருள்தான் ஓட்டப்படும் கார். கூகுள் தொழில்நுட்பத்தில் ஓட்டுநர் (எழுவாய்) இல்லாமல் கார் ஓடலாம், ஒரு ரிப்பேர் கடையில் காரே (செயப்படுபொருள்) இல்லாமல் வெறுமனே எஞ்சின்மட்டும் ஓடலாம், ஆனால் எஞ்சின், அதாவது பயனிலை இல்லாவிட்டால் எதுவும் ஓடாது. இந்த வகை வாக்கியங்களுக்கு அதுதான் ஆதாரம்!

இப்போது, வேற்றுமை உருபுகளுக்குத் திரும்புவோம். அதில் மொத்தம் எட்டு வகைகள் என்று பார்த்தோம். அவை:

★ முதலாம் வேற்றுமை உருபு (எழுவாய்)

★ இரண்டாம் வேற்றுமை உருபு: ஐ

★ மூன்றாம் வேற்றுமை உருபு: ஆல்

★ நான்காம் வேற்றுமை உருபு: கு

★ ஐந்தாம் வேற்றுமை உருபு: இன்

★ ஆறாம் வேற்றுமை உருபு: அது

★ ஏழாம் வேற்றுமை உருபு: கண்

★ எட்டாம் வேற்றுமை உருபு (விளி)

இதை ஞாபகம் வைத்துக்கொள்ள ஓர் எளிய ஃபார்முலா பள்ளிக்கூடத்தில் சொல்லித்தந்திருப்பார்கள், பாடல்மாதிரி மனப்பாடம் செய்திருப்பீர்கள்: 'ஐஆல்குஇன்அதுகண்'.

ஒரு விஷயம், 'ஐ' என்று பாடல் தொடங்குவதால் அது முதல் வேற்றுமை உருபு என்று எண்ணிவிடக்கூடாது, இந்தப் பாடல் இரண்டாம் வேற்றுமை உருபில் தொடங்கி ஏழுவரை செல்கிறது. அதற்கு முன்னால் எழுவாய், பின்னால் விளி என்று பொருத்திக்கொண்டால் எட்டும் நன்றாக ஞாபகத்தில் நிற்கும்!

முதலாவது வேற்றுமை உருபு என்பது, எழுவாய் தனித்து நிற்பது. உதாரணமாக: 'ராமன் சீதையைப் பார்த்தான்.'

இங்கே ராமன் என்பது எழுவாய். அது இயல்பாக அப்படியே வருகிறது, அதோடு எந்த வேற்றுமை உருபும் இல்லாமலே அது தனித்து நிற்கிறது.

அதே வாக்கியத்தைக் கொஞ்சம் மாற்றி எழுதுவோம்: ராமனைச் சீதை பார்த்தாள்'. இங்கே ராமன் என்பது வெறுமனே வரவில்லை, அதோடு ஓர் 'ஐ' சேர்ந்திருக்கிறது. ராமன் + ஐ = ராமனை.

இதனால் என்ன மாற்றம் ஏற்பட்டுவிட்டது?

முதல் வாக்கியத்தில் ராமன் என்பது எழுவாய், ஆனால் இரண்டாவது வாக்கியத்தில் ராமனைச் சீதைதான் பார்த்திருக்கிறாள், ஆகவே, சீதைதான் எழுவாய், ராமன் செயப்படுபொருள், அதாவது பார்க்கப்பட்ட பொருள்.

இதுதான் இரண்டாம் வேற்றுமை உருபு. 'யாரை?' என்ற கேள்விக்குப் பதில் சொல்லும். ஒரு பெயர்ச் சொல்லுடன் "ஐ"

சேர்த்தால், அது இரண்டாம் வேற்றுமை உருபு. உதாரணமாக:

★ ஐஸ்க்ரீமைச் சாப்பிட்டேன்

★ உலகைச் சுற்றிய வாலிபன்

★ தண்ணீரைக் காய்ச்சிக் குடித்தேன்

★ உன்னைப் பார்த்தேன், என்னை மறந்தேன்

மற்ற வாக்கியங்கள் இருக்கட்டும், 'என்னை மறந்தேன்' என்ற நிறைவு வாக்கியத்தைமட்டும் கொஞ்சம் எடுத்துக்கொண்டு அலசுவோம். இந்த வாக்கியத்தில் எழுவாய், பயனிலை, செயப்படுபொருள் எவை?

★ எழுவாய்: இல்லை (தோன்றா எழுவாய், "நான் என்னை மறந்தேன்" என்று வாசிக்கவேண்டும்!)

★ பயனிலை: மறந்தேன்

★ செயப்படுபொருள்: என்னை

ஆனால், செயப்படுபொருள் என்பது பெயர்ச்சொல்லாக அல்லவா இருக்கவேண்டும்? 'என்னை' என்று ஒரு செயப்படுபொருள் இருக்கமுடியுமா என்ன?

பிரச்னையில்லை, அதைப் பிரித்துவிடுவோம் என் + ஐ = என்னை. அவ்வளவுதானே?

ம்ஹூம், "என்னை" என்ற சொல்லை நான் + ஐ என்றுதான் நாம் பிரிக்கவேண்டும், அதேபோல் "உன்னை" என்ற சொல்லை நீ + ஐ என்று பிரிக்கவேண்டும். "எங்களை" என்ற சொல்லை நாங்கள் + ஐ என்று பிரிக்கவேண்டும். "உங்களை" என்ற சொல்லை நீங்கள் + ஐ என்று பிரிக்கவேண்டும்.

ஆக, இங்கே செயப்படுபொருள் 'என்னை' அல்ல, 'என்' அல்ல, 'நான்'!

இதேபோல் மேலும் பல சுவாரஸ்யங்கள் இருக்கின்றன. இன்னும் ஆறு வேற்றுமை உருபுகள் மீதமுள்ளன. அவற்றை அடுத்த அத்தியாயத்தில் பார்ப்போம்.

அதற்குமுன்னால், இந்த அத்தியாயத்தில் நாம் பார்த்த முக்கியமான சொற்கள் / தலைப்புகள் / *Concepts* பட்டியலை இங்கே தருகிறேன், எதற்கு என்ன அர்த்தம், என்ன உதாரணம் என்று நினைவுபடுத்திப் பாருங்கள், ஏதேனும் புரியாவிட்டால், சிரமம் பார்க்காமல் மேலே சென்று ஒருமுறை படித்துவிடுங்கள்.

★ வேற்றுமை உருபு (பெயர்ச் சொல்லைத் தொடர்ந்து வரும்)

★ எழுவாய் (யார்? எது?)

★ பயனிலை (என்ன செய்தார்கள்?)

★ செயப்படுபொருள் (எது செய்யப்பட்டது?)

★ எட்டு வகை வேற்றுமை உருபுகள் (எழுவாய், ஐ, ஆல், கு, இன், அது, கண், விளி)

★ எழுவாய் வேற்றுமை உருபு (இயல்பாக வரும் பெயர்ச்சொல்)

★ முதல் வேற்றுமை உருபு (யாரை? செயப்படுபொருளைக் குறிக்கும்)

16

பள்ளியில் இலக்கணம் படிக்கும்போது, செய்வினை, செயப்பாட்டுவினை என்று படித்திருப்போம். அல்லது, ஆங்கிலத்தில் *Active Voice, Passive Voice* படித்திருப்போம். ஒரு வகை வாக்கியத்தை இன்னொரு வகையாக மாற்று என்று பரீட்சையில் கேள்வி கேட்பார்கள்.

'நான் நடனம் ஆடினேன்' என்றால் அது *Active Voice,* செய்வினை வாக்கியம். காரணம், நான் ஆடுகிற லட்சணத்துக்கு அந்த நடனத்தைப் பார்ப்பவர்கள் செய்வினை வைத்தாற்போல் பேஸ்த் அடித்துப் போய்விடுவார்கள்.

அதே வாக்கியத்தைக் கொஞ்சம் மாற்றி 'நடனம் என்னால் ஆடப்பட்டது' என்றால் அது *Passive Voice,* செயப்பாட்டுவினை வாக்கியம். இதில் 'ஆல்' என்ற வேற்றுமை உருபு வந்திருப்பதைக் கவனியுங்கள். இது இவரால் "செய்யப்பட்டது" என்று சொல்வதால்தான் இதன் பெயர் "செயப்பாட்டு"வினை என்று ஆகிறது.

சென்ற அத்தியாயத்தில் 'ஐ' என்பது இரண்டாம் வேற்றுமை உருபு என்று பார்த்தோம், இது 'யாரை' அல்லது 'எதை' என்ற கேள்விகளுக்குப் பதில் சொல்லும்.

அதேபோல், 'ஆல்' என்பது மூன்றாம் வேற்றுமை உருபு. இது 'யாரால்' அல்லது 'எதனால்' என்கிற கேள்விகளுக்குப் பதில் சொல்லும்.

உதாரணமாக, 'பாட்டு பாடப்பட்டது' என்று ஒரு வாக்கியம். 'யாரால் பாடப்பட்டது?' என்று கேள்வி கேட்டால், 'ஷ்ரேயா கோஷலால் பாடப்பட்டது' என்று பதில் வரும்.

ஷ்ரேயா கோஷல் என்பது பாடியவரின் பெயர், அதோடு 'ஆல்' சேர்க்கும்போது, மூன்றாம் வேற்றுமை உருபு வருகிறது. பாடலைப் பாடியவர் அவர் என்கிற பொருள் இணைப்பு ஏற்படுகிறது.

அஃறிணைக்கும் மூன்றாம் வேற்றுமை உருபு உண்டு. உதாரணமாக, பால் குடிக்கப்பட்டது... எதனால் குடிக்கப்பட்டது? பூனையால் குடிக்கப்பட்டது!

இப்போது, இந்த வாக்கியத்தைக் கொஞ்சம் வேறுவிதமாக மாற்றுவோம். பால் வேண்டாம், காபியை எடுத்துக்கொள்வோம்!

ஒரு கோஷ்டி பெண் பார்க்க வருகிறது. மாப்பிள்ளை அசடு வழிந்துகொண்டு உட்கார்ந்திருக்கிறார். அலங்காரங்களோடு தயாராகும் பெண் கையில் காபி தம்ளரைக் கொடுத்து, 'போய்க் கொடுத்துட்டு வா' என்கிறார் அவரது தாயார்.

'யாருக்குக் கொடுக்கறது?'

'இதென்னடீ கேள்வி? மாப்பிள்ளைக்குதான்!'

இங்கே 'யாருக்கு?' என்கிற கேள்வி எழுந்துள்ளது. அதற்கு 'கு' என்ற நான்காம் வேற்றுமை உருபைப் பயன்படுத்திப் பதில் சொல்லப்பட்டிருக்கிறது.

வழக்கம்போல், இதில் அஃறிணையும் உண்டு. உதாரணமாக, மாட்டுக்குத் தீனி போட்டேன், மாப்பிள்ளைக்குக் காபி கொடுத்தேன் (குறிப்பு: இரண்டு வாக்கியங்களுக்கும் தொடர்பில்லை!)

இதுவரை வந்த நான்கு வேற்றுமை உருபுகளும் நாம் இன்றுவரை பயன்படுத்துகிறவை. ஆகவே, அவற்றைப் புரிந்துகொள்வது சிரமமில்லை.

அடுத்து வரப்போகும் மூன்று வேற்றுமை உருபுகள் கொஞ்சம் பழைய வாடை அடிக்கும். ஆனாலும் பயப்படவேண்டாம், அவற்றைத் தூசுதட்டி வேறுவிதமாக இன்னும் பயன்படுத்திக்கொண்டுதான் இருக்கிறோம்.

ஐந்தாம் வேற்றுமை உருபு, 'இன்', இது ஒப்பீட்டுக்காகப் பயன்படுகிறது.

உதாரணமாக, 'சச்சினின் சிறந்த கேப்டன் தோனி.'

இந்த வாக்கியத்தைப் படித்தவுடன் உங்களுக்கு என்ன அர்த்தம் தோன்றுகிறது? சச்சின் டெண்டுல்கர் பல கேப்டன்களுக்குக் கீழே விளையாடியிருக்கிறார். அவர்களில் தோனிதான் மிகச் சிறந்தவர். அதாவது, "சச்சினின்" என்ற வார்த்தையை நாம் "சச்சினுடைய" என்று புரிந்துகொள்கிறோம்.

ஆனால், உண்மையான அர்த்தம் அதுவல்ல, 'இன்' என்ற வேற்றுமை உருபின் இன்றைய வடிவம், 'ஐவிட' என்பது. இதே வாக்கியத்தை இப்படி மாற்றி எழுதிப் பாருங்கள்: 'சச்சினைவிடச் சிறந்த கேப்டன் தோனி.'

இப்போது, நாம் ஆரம்பத்தில் பார்த்த அர்த்தம் முற்றிலும் மாறிவிட்டதல்லவா? இன்னோர் உதாரணம், "பெப்ஸியின் சிறந்தது நீர்மோர்" என்ற வாக்கியம், "ஐவிட" என்ற நவீன வேற்றுமை உருபைச் சேர்த்துக்கொண்டு "பெப்ஸியைவிடச் சிறந்தது நீர்மோர்" என்று மாறும்.

ஆக, ஐந்தாம் வேற்றுமை உருபு இப்போது 'இன்' என்ற அதே பழைய வடிவத்தில் புழக்கத்தில் இல்லை. அதற்குப் பதிலாக 'ஐவிட' என்ற புது வேற்றுமை உருபை நாம் உருவாக்கிக்கொண்டுவிட்டோம்.

இதனால், 'இன்' சேர்த்து எழுதப்படும் ஒப்பீட்டு வாக்கியங்கள் கொஞ்சம் போரடிக்கும், அல்லது அர்த்தமே மாறிவிடும். காதலியிடம் 'நஸ்ரியாவின் அழகி நீ' என்றால் உதைதான் விழும்.

அடுத்து வருகிற வேற்றுமை உருபு, 'அது'. அஃறிணையைச் சுட்டிக்காட்டப் பயன்படுகிற 'அது' அல்ல, அஜீத்குமார்

அடித்தொண்டையில் அலறுகிற 'அத்த்த்து'வும் அல்ல, இது வேறு.

மேஜைமேலே ஒரு பேனா இருக்கிறது. யாருடைய பேனா? என்னுடைய பேனா (தன்மை), அல்லது உங்களுடைய பேனா (முன்னிலை), அல்லது சரவணனுடைய பேனா (படர்க்கை).

இப்படி நாம் பயன்படுத்துகிற 'உடைய' என்ற சொல்லின் பழைய வடிவம்தான் 'அது', ஆறாம் வேற்றுமை உருபு. உதாரணமாக: சரவணனது பேனா.

ஏழாம் வேற்றுமை உருபு, 'கண்'. முகத்தில் உள்ள கண் அல்ல, ஒரு விஷயம் யாரிடம் இருக்கிறது என்பதைக் குறிப்பிடும் விஷயம் இது.

உதாரணமாக, 'சரவணனின்கண் பேனா இருந்தது' என்று ஒருவர் சொன்னால், இன்றைய தமிழில் 'சரவணனிடம் பேனா இருந்தது' என்று அர்த்தம் எடுத்துக்கொள்ளவேண்டும்.

ஆக, 'கண்' என்ற ஏழாம் வேற்றுமை உருபை நாம் 'இடம்' என்ற புதிய வடிவத்துக்கு மாற்றிக்கொண்டுவிட்டோம்.

நிறைவாக, எட்டாம் வேற்றுமை உருபு. இது ரொம்ப ஈஸி. விளி. அதாவது, ஒருவரைக் கூப்பிடுதல். உதாரணமாக, 'சரவணா, பேனா எங்கே?'

ஏற்கெனவே முதல் வேற்றுமை உருபில் ஒரு பெயரைமட்டும் பார்த்தோம் (சரவணன்), இப்போது அந்தப் பெயரை விளியாக்கி அந்த நபரை அழைக்கிறோம் (சரவணா).

சில நேரங்களில் இவை இரண்டும் ஒன்றாகவே இருப்பதுண்டு. முக்கியமாகப் பெண் பெயர்களில். உதாரணமாக, 'சிநேகா வந்தாள்' என்றால் முதல் வேற்றுமை உருபு, 'சிநேகா, வா' என்றால் எட்டாம் வேற்றுமை உருபு.

இந்த வேற்றுமை உருபுகள் ஒரு வாக்கியத்துக்கு ஒன்றுதான் என்று எந்தக் கணக்கும் இல்லை. அவை கலந்தும் வரலாம். உதாரணமாக, 'என்னைப் பார்த்து உன்னுடைய தம்பி இந்தக் கேள்வியைக் கேட்கலாமா?', 'என்னுடைய பேனாவை நீ

பயன்படுத்தலாம்', 'கண்ணா, உனக்கு இன்னொரு லட்டு வேண்டுமா?'

இப்போது, எட்டு வேற்றுமை உருபுகளையும் தொகுத்துப் பார்ப்போம்:

★ முதல் வேற்றுமை உருபு : பெயர்மட்டும் : உதாரணமாக, சித்ரா பாடினார்

★ இரண்டாம் வேற்றுமை உருபு: "ஐ" : யாரை? எதை? : சித்ரா பாட்டைப் பாடினார்

★ மூன்றாம் வேற்றுமை உருபு: "ஆல்" : யாரால்? எதால்? : சித்ராவால் பாட்டு பாடப்பட்டது

★ நான்காம் வேற்றுமை உருபு: "கு" : யாருக்கு? எதற்கு? : சித்ராவுக்குப் பாட்டுப் பாடுவது ரொம்பப் பிடிக்கும்

★ ஐந்தாம் வேற்றுமை உருபு: "இன்" : யாரைவிட? எதைவிட? : சித்ராவின் ஜானகி நன்றாகப் பாடுவார் (அல்லது, இன்றைய தமிழில்) சித்ராவைவிட ஜானகி நன்றாகப் பாடுவார் (ஒருவேளை நீங்கள் பாடகி சித்ராவின் ரசிகர் என்றால், இந்த வாக்கியத்தை மாற்றிப் படித்துக்கொள்ளவும்!)

★ ஆறாம் வேற்றுமை உருபு: "அது" : யாருடைய? எதனுடைய?: சித்ராவது பாடல்கள் எனக்கு ரொம்பப் பிடிக்கும் (அல்லது, இன்றைய தமிழில்) சித்ராவுடைய பாடல்கள் எனக்கு ரொம்பப் பிடிக்கும்

★ ஏழாம் வேற்றுமை உருபு: "கண்" : யாரிடம்? எதனிடம்?: சித்ராவின்கண் நல்ல பாட்டுத் திறமை உண்டு (அல்லது, இன்றைய தமிழில்) சித்ராவிடம் நல்ல பாட்டுத் திறமை உண்டு

★ எட்டாம் வேற்றுமை உருபு : விளி / அழைத்தல் : சித்ரா, பாடு(ங்கள்)

சில நேரங்களில், வேற்றுமை உருபுகள் நேராக வராமல் ஒளிந்திருந்து விளையாடும். அதற்கு 'வேற்றுமைத் தொகை'

என்று பெயர். அதாவது, வேற்றுமை உருபு தொக்கி நிற்கிறது, ஒளிந்துள்ளது.

உதாரணமாக: 'என் பேனா'... இதில் ஏதேனும் வேற்றுமை உருபு உள்ளதா?

நேரடியாகப் பார்த்தால், இல்லை. ஆனால் உண்மையில் அது 'என்னுடைய பேனா' (அல்லது) 'எனது பேனா' என்று இருக்கவேண்டும். ஆறாம் வேற்றுமை உருபு 'அது' தொக்கி நிற்கிறது. ஆகவே, வேற்றுமைத் தொகை.

இன்னோர் உதாரணம், 'தோசை தின்றான்'... இது 'தோசையைத் தின்றான்' என்று வரவேண்டும், 'ஐ' என்ற இரண்டாம் வேற்றுமை உருபு தொக்கி நிற்கிறது. ஆகவே, வேற்றுமைத் தொகை.

இப்போது, ஒரு சின்னப் பயிற்சி. சில சினிமாப் பாடல் வரிகளைக் கீழே தந்துள்ளேன். இவற்றில் எந்த வேற்றுமை உருபுகள் அல்லது வேற்றுமைத் தொகைகள் வருகின்றன என்று கண்டுபிடித்து எழுதுங்கள். (குறிப்புகள்: சில வேற்றுமை உருபுகள் மேலே பார்த்த அதே வடிவத்தில் இருக்காது, அல்லது ஒளிந்திருக்கும், ஆனால் சரியான கேள்விகளைக் கேட்டால் சரியான பதில் வந்துவிடும். ஒரே வாக்கியத்தில் இரண்டு அல்லது மூன்று வேற்றுமை உருபுகள்கூட இருக்கலாம். எல்லாவற்றையும் கண்டுபிடிக்கப் பாருங்கள்).

★ கண்ணா, வருவாயா? மீரா கேட்கிறாள்

★ கண்ணன் மனம் என்னவோ, கண்டு வா தென்றலே

★ எனக்குப் பிடித்த பாடல், அது உனக்கும் பிடிக்குமே

★ உன்னால் முடியும் தம்பி, தம்பி!

★ என்னைத் தாலாட்ட வருவாளா?

★ என்னோட லைலா, வர்றாளே ஸ்டைலா

★ பாட்டாலே புத்தி சொன்னார்

★ உன்னிடத்தில் என்னைக் கொடுத்தேன்

★ மாமா, உன் பொண்ணைக் கொடு

★ மாமாவுக்குக் குடுமா குடுமா, அறை ஒண்ணே ஒண்ணு

★ இந்த மாமனோட மனசு மல்லிகப்பூ போலே பொன்னானது

★ தங்கமே தமிழுக்கில்லை தட்டுப்பாடு

★ தங்கமகன் இன்று சிங்க நடை போட்டு அருகில் அருகில் வந்தான்

★ பூவே, செம்பூவே, உன் வாசம் வரும்

'பெயர், ஐஆல்குஇன்அதுகண், விளி' என்கிற எளிய சூத்திரத்தை இன்னொருமுறை நினைவுபடுத்திக்கொள்வோம். அடுத்த அத்தியாயத்தில் இந்த வேற்றுமை உருபுகளை வைத்துச் சில புணர்ச்சி விதிகளைப் பார்ப்போம்.

அதற்குமுன்னால், இந்த அத்தியாயத்தில் நாம் பார்த்த முக்கியமான சொற்கள் / தலைப்புகள் / *Concepts* பட்டியலை இங்கே தருகிறேன், எதற்கு என்ன அர்த்தம், என்ன உதாரணம் என்று நினைவுபடுத்திப் பாருங்கள், ஏதேனும் புரியாவிட்டால், சிரமம் பார்க்காமல் மேலே சென்று ஒருமுறை படித்துவிடுங்கள்.

★ மூன்றாம் வேற்றுமை உருபு : ஆல்

★ நான்காம் வேற்றுமை உருபு : கு

★ ஐந்தாம் வேற்றுமை உருபு : இன் (ஐவிட)

★ ஆறாம் வேற்றுமை உருபு : அது (உடைய, இன்)

★ ஏழாம் வேற்றுமை உருபு : கண் (இடம்)

★ எட்டாம் வேற்றுமை உருபு : அழைத்தல்

17

சின்ன குதிரை, சின்னக் குதிரை: இந்த இரண்டுக்கும் என்ன வித்தியாசம்?

நடுவில் வருகிற ஒரு ‘க்’தான் வித்தியாசம். ஆனால் அதனால் இவற்றின் பொருளே மாறிவிடுகிறது:

★ சின்ன குதிரை என்றால், சின்ன + குதிரை, சிறிய, *small* குதிரை

★ சின்னக் குதிரை என்றால், சின்னம் + குதிரை, அதாவது, ஓர் அரசியல் கட்சியின் தேர்தல் சின்னமாகவோ, ஒரு நிறுவனத்தின் வணிக இலச்சினை(*logo*)வாகவோ பயன்படுத்தப்படும் குதிரையை இப்படி அழைக்கலாம்

இதேபோல் இன்னும் சில உதாரணங்கள், இவற்றில் வரும் இரு சொற்களிடையே அர்த்தத்தில் என்ன மாற்றங்கள் வரக்கூடும், ஏன் சிலவற்றில் ‘க்’, ‘ச்’, ‘ப்’, ‘த்’ வருகிறது, சிலவற்றில் வரவில்லை என்று கொஞ்சம் யோசியுங்கள் (இவற்றுக்கான விளக்கங்களை இதே அத்தியாயத்தின் பின் பகுதியில் பார்ப்போம்).

★ தங்க குடிசை *Vs* தங்கக் குடிசை

★ வேர்ச் சொல் *Vs* வேர் சொல்

★ *ஊக்கப் பரிசு Vs ஊக்க பரிசு*

★ *தந்தத் தட்டு Vs தந்த தட்டு*

‘க்’, ‘ச்’, ‘ப்’, ‘த்’ போன்ற எழுத்துகளைச் சேர்ப்பது அல்லது நீக்குவது இப்படி ஒரு பெரிய மாற்றத்தை ஏற்படுத்திவிடுமா என்றால், ஆமாம். கொஞ்சம் கவனமாகவே யோசித்து எழுதவேண்டிய தமிழ்ப் பகுதி இது.

நல்லவேளையாக, இந்த விஷயத்தைத் தமிழ் இலக்கண நூல்கள் மிக விரிவாகப் பேசியிருக்கின்றன. மேற்கண்ட நான்கு எழுத்துகளை எப்போது சேர்க்கவேண்டும், எப்போது சேர்க்கக்கூடாது என்பதுபற்றிய தெளிவான நெறிமுறைகள் உள்ளன. அடுத்த சில அத்தியாயங்களில் இவற்றை விளக்கமாகப் பார்க்கவிருக்கிறோம்.

இலக்கணப் புத்தகங்களில் இந்தப் பகுதியை ‘வலி மிகும் இடங்கள், வலி மிகா இடங்கள்’ என்று அழைப்பார்கள். அதாவது, ‘க்’, ‘ச்’, ‘த்’, ‘ப்’ ஆகிய நான்கு வல்லின எழுத்துகள் எங்கே வரவேண்டும் (வலி மிகும்), எங்கே வரக்கூடாது (வலி மிகாது) என்று விவரிக்கும் நெறிமுறைகள் இவை.

உதாரணமாக, ‘கையைப் பிடித்தான்’ என்று எழுதும்போது, இரண்டாவது சொல்லின் தொடக்கத்தில் ‘பி’ என்ற பகர வர்க்க எழுத்து வருகிறது. ஆகவே, முதல் சொல்லின் நிறைவில் அதே குடும்பத்தைச் சேர்ந்த ‘ப்’ என்ற வல்லின மெய் தோன்றுகிறது, இதைதான் ‘வலி மிகும்’ என்று அழைக்கிறோம்.

இன்னோர் உதாரணம், ‘கையில் புறா’. இங்கே இரண்டாவது சொல்லின் தொடக்கத்தில் ‘பு’ என்ற பகர வர்க்க எழுத்து வந்திருந்தாலும், முதல் சொல்லின் நிறைவில் அதே குடும்பத்தைச் சேர்ந்த ‘ப்’ என்ற வல்லின மெய் தோன்றவில்லை. ‘கையில்ப் புறா’ என்று நாம் எழுதுவதில்லை. இதைதான் ‘வலி மிகாது’ என்கிறோம்.

எப்போது வலி மிகும், எப்போது மிகாது என்று படிப்படியாகப் பார்ப்போம். அதற்குமுன்னால் ஒரு சந்தேகம், வல்லினம்

என்றால் மொத்தம் ஆறு எழுத்துகளாச்சே, ஆனால் இங்கே நான்குதானே வருகிறது. மீதமுள்ள இரண்டு?

'ட்', 'ற்' ஆகிய வல்லின எழுத்துகள் இங்கே விடுபட்டிருப்பது உண்மைதான். ஆனால், அவைபற்றி நாம் கவலைப்படவேண்டியதில்லை. ஏனெனில், 'ட', 'ற' ஆகிய எழுத்துகளோ அவற்றின் குடும்பத்தைச் சேர்ந்த டா, றா, டி, றி போன்ற எழுத்துகளோ சொல்லின் தொடக்கத்தில் வராது. ஆகவே, 'ட்', 'ற்' என்ற வல்லின எழுத்துகள் முந்தைய சொல்லின் இறுதியில் வருவதற்கு (அதாவது வலி மிக) வாய்ப்பே இல்லை!

முதலில், வேற்றுமை உருபுகள் ஒவ்வொன்றிலும் வலி மிகுமா, மிகாதா என்பதை உதாரணங்களுடன் பார்த்துவிடலாம்.

★ முதல் வேற்றுமை உருபு: பெயர் : வலி மிகாது
உதாரணம்: கண்ணன் பிடித்தான்

★ இரண்டாம் வேற்றுமை உருபு: ஐ : வலி மிகும்
உதாரணம்: கண்ணனைப் பிடித்தேன்

★ மூன்றாம் வேற்றுமை உருபு: ஆல் : வலி மிகாது
உதாரணம்: கண்ணனால் பிடிக்கப்பட்டேன்

★ நான்காம் வேற்றுமை உருபு: கு : வலி மிகும்
உதாரணம்: கண்ணனுக்குப் பிடித்தது

★ ஐந்தாம் வேற்றுமை உருபு: இன் : வலி மிகாது
உதாரணம்: கண்ணனின் சிறந்தது

★ ஆறாம் வேற்றுமை உருபு: அது : வலி மிகாது
உதாரணம்: கண்ணனது சிந்தனை

★ ஏழாம் வேற்றுமை உருபு: கண் : வலி மிகாது
உதாரணம்: கண்ணனின்கண் சென்றேன்

★ எட்டாம் வேற்றுமை உருபு: விளி : வலி மிகாது
உதாரணம்: கண்ணா, பாடு

'ஹையா, பாடம் ஓவர்' என்று கிளம்பிவிடாதீர்கள். இதில் இன்னொரு சிக்கல் பாக்கியிருக்கிறது.

வேற்றுமை உருபுகள் நேரடியாக அன்றி, மறைமுகமாகவும் வரும் (வேற்றுமைத் தொகை) என்று பார்த்தோம். உதாரணமாக, 'தண்ணீர் கொட்டினான்' என்றால், அதன் அர்த்தம், 'தண்ணீரைக் கொட்டினான்' என்பதுதான். இங்கே 'ஐ' என்ற இரண்டாம் வேற்றுமை உருபு ஒளிந்திருக்கிறது.

இப்படி வேற்றுமை உருபுகள் நேரடியாக வராமல் ஒளிந்து வந்தால், வலி மிகுமா? வலி மிகாதா? அதற்கான நெறிமுறைகள் இவை:

★ முதல் வேற்றுமைத் தொகை: பெயர் : மறைந்து வராது

★ இரண்டாம் வேற்றுமைத் தொகை: ஐ : மறைந்து வந்தால் வலி மிகாது

★ மூன்றாம் வேற்றுமைத் தொகை: ஆல் : மறைந்து வந்தால் வலி மிகாது

★ நான்காம் வேற்றுமைத் தொகை: கு : மறைந்து வந்தால் வலி மிகாது

★ ஐந்தாம் வேற்றுமைத் தொகை: இன் : மறைந்து வந்தால் வலி மிகாது

★ ஆறாம் வேற்றுமைத் தொகை: அது : மறைந்து வந்தால் வலி மிகாது

★ ஏழாம் வேற்றுமைத் தொகை: கண் : மறைந்து வந்தால் வலி மிகாது

★ எட்டாம் வேற்றுமைத் தொகை: விளி : மறைந்து வராது

என்ன? தலை சுற்ற ஆரம்பித்துவிட்டதா? இது அத்துணை சிரமம் இல்லை. 8 + 8 = 16 விஷயங்களைப் படித்துச் சிரமப்படாமல், எளிதில் நினைவில் வைத்துக்கொள்வதற்கான சூத்திரம் இங்கே:

★ வேற்றுமை உருபுகள் நேரடியாக வந்தால்: 2(ஐ), 4(கு) ஆகியவற்றில்மட்டும் வலி மிகும் ("ஐஸ்க்ரீமுக்கு ஆசைப்பட்டுப் பல் வலி வந்தது" என்று மனப்பாடம் செய்துகொள்ளுங்கள்!)

- ★ *வேற்றுமை உருபுகள் ஒளிந்து வந்தால் (வேற்றுமைத் தொகை): எப்போதும் வலி மிகாது ("கையில் தொகை (ரூபாய், டாலர், துட்டு, மணி) இருந்தால் வாழ்க்கையில் வலியே இருக்காது" என்று மனப்பாடம் செய்துகொள்ளுங்கள்!)*

இப்போது, ஓர் எளிய பயிற்சி. இந்த வாக்கியங்களில் எங்கெல்லாம் வலி மிகும் எங்கெல்லாம் வலி மிகாது என்று யோசித்துத் திருத்தி எழுதுங்கள்:

- ★ *மீரா பாடினாள்*
- ★ *மீராவின் பாடலை படித்தேன்*
- ★ *மீராவுக்குப் பிடித்த தெய்வம் கண்ணன்*
- ★ *'கண்ணா, காப்பாற்று' என்று பாடினாள் மீரா*
- ★ *கண்ணனை கும்பிட்டாள்*
- ★ *கண்ணனால் காப்பாற்றப்பட்டாள்*
- ★ *மீராவது கண்ணன் இனிமையானவன்*
- ★ *மீராவின்கண் பக்தி நிறைந்திருந்தது*
- ★ *பக்தி இலக்கியத்துக்கு பல சிறந்த பாடல்களை தந்தவள் மீரா*

வலி மிகும், வலி மிகா இலக்கணத்தில் வேற்றுமை உருபுகள், வேற்றுமைத் தொகைகள் அடிப்படையிலான இந்தப் பாடம் ஓர் ஆரம்பம்தான். இன்னும் பல விஷயங்கள் உள்ளன. ஒவ்வொன்றாகப் பார்ப்போம்.

அ, இ என்ற சுட்டெழுத்துகளைப்பற்றியும், 'எ' என்ற வினா எழுத்தைப்பற்றியும் ஏற்கெனவே பேசியிருக்கிறோம். இவையே 'அந்த', 'இந்த', 'எந்த' என்றும் நீளும்.

இந்தச் சொற்கள் அனைத்துக்குப்பிறகும் க, ச, த, ப என்ற வல்லின வர்க்கத்தைச் சேர்ந்த எழுத்துகள் வருமானால், அங்கே வலி மிகும். உதாரணமாக:

அச்சிறுவன்

இச்சிறுமி

அந்தச் சிறுவன்

இந்தச் சிறுமி

எந்தச் சிறுவன்?

எந்தச் சிறுமி?

அடுத்து, பெயரெச்சம். இதைப்பற்றியும் ஏற்கெனவே பார்த்திருக்கிறோம், ஒரு சொல்லுக்குப் பின்னால் பெயர்ச்சொல் வரும்படி எஞ்சி நிற்பது பெயரெச்சம். உதாரணமாக, 'அடுத்த மாணவன்', 'ஓடிய குதிரை'...

பெயரெச்சங்களுக்கு எப்போதும் வலி மிகாது. 'ஓடிய குதிரை'தான், 'ஓடியக் குதிரை' என்று எழுதக்கூடாது. மேலும் சில உதாரணங்கள்:

- ★ படித்த பாடம்
- ★ குதித்த தவளை
- ★ சிறந்த கணவன்
- ★ இனிக்கும் சாதம்
- ★ தைத்த சட்டை

'இனிக்கும் சாதம்' என்று எழுதினால் அங்கே வலி மிகாது. ஆனால் 'இனிப்புச் சாதம்' என்று எழுதினால் வலி மிகும். இது ஏன் என்று ஊகிக்கமுடிகிறதா?

முதல் வாக்கியத்தில் 'இனிக்கும்' என்பது பெயரெச்சம், ஏனெனில், 'சாதம்' என்ற இரண்டாவது சொல்லைச் சேர்க்காமல் அது நிறைவு பெறாது. ஆகவே, வலி மிகாது, 'இனிக்கும் சாதம்' என்று எழுத வேண்டும்.

அதையே 'இனிப்பு' என்று எழுதினால், அது தனித்து பொருளைத் தருகிறது, எஞ்சியுள்ள 'சாதம்' என்பது வேறு சொல். ஆகவே, பெயரெச்சத்துக்கான 'வலி மிகாது' என்ற சூத்திரம் இங்கே பொருந்தாது. இது ஏன் 'இனிப்புச் சாதம்'

என்று மாறுகிறது என்பதற்கான புணர்ச்சி இலக்கணத்தைப் பின்னர் தனியாகப் பேசுவோம்.

இதேபோல், மேலே நாம் பார்த்த 'சின்ன குதிரை' என்பதில் 'சின்ன' பெயரெச்சம், ஆகவே வலி மிகாது, அதையே 'சின்னம் + குதிரை' என்று மாற்றும்போது வலி மிகுந்து 'சின்னக் குதிரை' என்று மாறுகிறது. 'தங்க குடிசை' என்பதில் 'தங்க' பெயரெச்சம், வலி மிகாது, தங்கம் + குடிசை என்றால் வலி மிகும். 'ஊக்க பரிசு' என்பதில் 'ஊக்க' பெயரெச்சம், வலி மிகாது, ஊக்கம் + பரிசு என்றால் வலி மிகும்...

பெயரெச்சத்தில் இரு வகை உண்டு. நேர்ப் பெயரெச்சம் (ஓடிய குதிரை), எதிர்மறைப் பெயரெச்சம் (ஓடாத குதிரை). இந்த இரண்டிலும் வலி மிகாது.

ஆனால், 'ஈறு கெட்ட எதிர்மறைப் பெயரெச்சம்' என்ற ஒரு வகையில்மட்டும் வலி மிகும். உதாரணமாக:

- ★ ஓடிய குதிரை: நேர்ப் பெயரெச்சம்: வலி மிகாது
- ★ ஓடாத குதிரை: எதிர்மறைப் பெயரெச்சம்: வலி மிகாது
- ★ 'ஓடாத' என்பதில் ஈறு, அதாவது நிறைவு எழுத்து 'த' என்பதை நீக்கிவிட்டால், 'ஓடாக் குதிரை', இங்கே 'க்' வரும், அதாவது வலி மிகும்!

இதேபோல் ஈறு கெட்ட எதிர்மறைப் பெயரெச்சத்தில் வலி மிகும் உதாரணங்கள் இன்னும் சில: பொருந்தாக் காதல், அருந்தாத் தாகம், பறக்காக் கிளி, பாடாக் கவிதை (ஆனால் 'பாடாவதிக் கவிதை' என்பது ஈறுகெட்ட எதிர்மறைப் பெயரெச்சம் அல்ல!)

அடுத்து, வினையெச்சம். இதுவும் பெயரெச்சத்தைப்போலவேதான். ஆனால் இரண்டாவதாக வருவது வினைச்சொல்லாக, ஒரு செயலாக இருக்கும். உதாரணமாக, 'மெதுவாக ஓடினான்', 'பாடி ஆடினான்'...

வினையெச்சத்தில் எப்போதும் வலி மிகும். உதாரணமாக:

★ என்னைப் பார்த்தான்

★ உன்னைக் கேட்டான்

★ அருமையாகப் பாடினான்

★ அழகாகச் சிரித்தாள்

★ வேகமாகத் தாவினான்

இப்போதைக்கு இவ்வளவு வலி போதும், வலிமிகும், வலிமிகா இடங்களைப்பற்றி இன்னும் நிறைய விதிமுறைகள் உள்ளன, அவற்றைப் பின்னர் பார்ப்போம்.

இந்த அத்தியாயத்தில் நாம் பார்த்த முக்கியமான சொற்கள் / தலைப்புகள் / *Concepts* பட்டியலை இங்கே தருகிறேன், எதற்கு என்ன அர்த்தம், என்ன உதாரணம் என்று நினைவுபடுத்திப் பாருங்கள், ஏதேனும் புரியாவிட்டால், சிரமம் பார்க்காமல் மேலே சென்று ஒருமுறை படித்துவிடுங்கள்.

★ இரண்டாம் சொல்லின் முதல் எழுத்து வல்லின வர்க்கமாக இருந்தால், முதல் சொல்லின் நிறைவில் வலி மிகலாம், அல்லது மிகாமலும் இருக்கலாம்

★ வல்லினத்தில் க், ச், த், ப் சில நேரங்களில் மிகும், ட், ற் எப்போதும் மிகாது

★ இரண்டாம் (ஐ) வேற்றுமை உருபு, நான்காம் வேற்றுமை உருபு (கு) ஆகியவற்றில் வலி மிகும், மற்றவற்றில் மிகாது

★ வேற்றுமை உருபுகள் மறைந்து வந்தால் (வேற்றுமைத் தொகை) வலி மிகாது

★ அ, இ, எ, அந்த, இந்த, எந்த ஆகியவற்றில் வலி மிகும்

★ பெயரெச்சத்தில் வலி மிகாது (நேர், எதிர்)

★ ஈறுகெட்ட எதிர்மறைப் பெயரெச்சத்தில் வலி மிகும்

★ வினையெச்சத்தில் வலி மிகும்

பகுதி 2: குறும்பதிவுகள்

'செமயா இருக்கு மச்சி' என்கிறோமே, அதென்ன 'செம'?

'செம்மை' என்ற தூய தமிழ்ச்சொல்தான், பேச்சுவழக்கில் 'செம' என்று திரிந்திருக்கிறது, 'செம படம்' = செம்மையான படம், 'செம அழகு' = செம்மை அழகு, 'செம தமிழ்' = செந்தமிழ்!

அப்போ, 'நச்ன்னு இருக்கு' என்கிறோமே, அது?

'நச்' என்பது ஒலிக்குறிப்பு, ஆணியைச் சுத்தியலால் அடிக்கும்போது அது மரத்தில் கச்சிதமாகச் சென்றுசேர்கிறதே, அந்த நேரத்தை இதற்கு இணையாகச் சொல்லலாம்.

ஆக, 'நச்ன்னு இருக்கு' என்றால், கச்சிதமாக இருக்கிறது என்று பொருள் என ஊகிக்கிறேன்.

இது என் ஊகம்மட்டுமே, ஒருவேளை வேறு மொழியிலிருந்து வேறு பொருளிலும் இச்சொல் வந்திருக்கலாம்.

ஆனால் ஒன்று, 'நச்ன்னு இருக்கு' என்பது பேச்சுவாக்கில் 'நச்சுன்னு இருக்கு' என்றுதான் வருகிறது. 'நச்சு' என்றால் விஷம், படுமோசமாக இருக்கிறது என்று பொருளாகிவிடும்.

ஆகவே, 'செமயா இருக்கு' என்றே பயன்படுத்துவது நலம்!

★★★

மச்சினிச்சி, கொழுந்தியாள் என்ன வித்தியாசம் என்று நண்பர் சௌந்தர் சௌந்தர்ராஜன் கேட்டிருந்தார்.ச்

'மச்சினி'/ 'மச்சினிச்சி' என்பவை கொச்சைப்பெயர்கள், இவை 'மைத்துனி' என்பதிலிருந்து வருகின்றன.

மைத்துனனுடைய பெண்பால்தான் மைத்துனி.

'மைத்துனன்' என்ற சொல்லுக்குச் சிறந்தவன் (மைத்துனன், நம்பி, மதுசூதனன் என்பாள் ஆண்டாள்), கணவனின் தம்பி (சீவக சிந்தாமணியில் வருகிறது), அத்தை மகன் என்ற பொருள்கள் இருந்திருக்கின்றன, அவற்றுக்கேற்ப பெண்பால் பொருள்களை (சிறந்தவள், மனைவியின் தங்கை, அத்தை

மகள்) யோசித்துக்கொள்ளவேண்டியதுதான்.

'கொழுந்தியாள்' என்பது, 'கொழுந்தி' என்பதிலிருந்து வருகிறது. அது 'கொழுந்தன்' என்பதன் பெண்பால்.

'கொழுந்தன்' என்பது அழகான சொல், கொழுந்து என்று செடியில் பார்த்திருப்போம், அதுபோல, நம்மோடு கொழுந்துவிட்ட இளையவன் கொழுந்தன், அதாவது தம்பி, அவன் மனைவி 'கொழுந்தி'.

இதே முறைப்படி தங்கையையும் கொழுந்தி எனலாம், ஆனால் அப்படியொரு வழக்கம் இருப்பதாகத் தெரியவில்லை.

'கொழுந்தன்'போல் போல் தாவரங்களை வைத்துப் பல உறவுசார்ந்த சொற்கள் உண்டு. உதா: கிளை என்றால் சுற்றம் என்று பொருள்.

இச்சொல்லின் பொருத்தத்தைக் கொஞ்சம் யோசித்துப்பாருங்கள், என்ன அழகு!

★★★

தங்கச்சங்கிலி தெரியும், மனிதச்சங்கிலி தெரியும், பொலஞ்சங்கிலி தெரியுமா?

கிலி வேண்டாம், நமக்குத் தெரிந்த விஷயம்தான் அது.

பொன் + சங்கிலி = பொற்சங்கிலி என்று வாசித்திருப்போம், அதையே 'பொலஞ்சங்கிலி' என்றும் எழுதலாமாம். தொல்காப்பியம் சொல்கிறது:

'பொன் என் கிளவி ஈறுகெட, முறையின்

முன்னர்த் தோன்றும் லகார மகாரம்

செய்யுள்மருங்கின் தொடரியல் ஆன.'

அதாவது, செய்யுளில் பொன் என்ற சொல் வந்தால், அதன் ஈறு (கடைசி எழுத்து: ன்) கெடும், அதாவது,

பொன் + சங்கிலி => பொ + சங்கிலி

அதற்குப்பதிலாக, லகர, மகரங்கள் முறையே வரும், அதாவது, ல + ம்

பொ + சங்கிலி => பொலம் + சங்கிலி

இந்தப் புணர்ச்சியை நன்னூல் விளக்குகிறது:

'ம ஈறு ஒற்று அழிந்து...

வன்மைக்கு இனமாத் திரிபவும் ஆகும்.'

அதாவது, ம் கெடும், அடுத்து வரும் வல்லின எழுத்தின் இன எழுத்து தோன்றும்.

பொலம் + சங்கிலி = பொல + ? + சங்கிலி

'ச' என்ற வல்லின எழுத்தின் இன எழுத்து, 'ஞ்'. ஆகவே,

பொல + ஞ் + சங்கிலி = பொலஞ்சங்கிலி

இந்த வழக்கம் இப்போது பேச்சில்/ உரைநடையில் இல்லை, செய்யுளில்மட்டுமே உள்ளது, பொன் சங்கிலி/ பொற்சங்கிலி என்றே பொதுவாகப் பயன்படுத்துகிறோம். ஆகவே, காதலியை/ மனைவியைக் குழப்பவிரும்பும் ஆண்மகன்கள் 'பொலஞ்சாயல் பெண்ணே, சௌக்யமா?' என்று கேட்டுவைக்கலாம்.

★★★

தமிழ் மாநில காங்கிரஸ் கட்சிக்குப் புதிய சின்னம்: தென்னந்தோப்பு.

அதென்ன 'தோப்பு'?

மரங்களின் 'தொகுப்பு' என்ற சொல்தான் 'தோப்பு' என்று மாறிவிட்டதாகப் பாவாணர் எழுதுகிறார்.

அப்படியே பார்த்தாலும் தென்னை + தோப்பு = தென்னைத்தோப்பு என்றல்லவா வரவேண்டும், தென்னந்தோப்பு என்று மாறியது என்ன கணக்கு?

யோசித்தால், பனை + தோப்பு = பனந்தோப்பு என்று ஆகிறது. இதற்கு ஏதோ ஒரு சிறப்பு விதிமுறை இருக்கவேண்டுமல்லவா?

‘வேற்றுமை ஆயின் ஐகான் இறுமொழி

ஈற்று அழிவொடும் அம் ஏற்பவும் உளவே’ என்கிறது நன்னூல்.

அதாவது, ‘ஐ’யில் முடியும் ஒரு சொல்லின் நிறைவுப்பகுதி அழிந்து, அங்கே ‘அம்’ சேரும்.

தென்னை => தென்ன் => தென்ன் + அம் ==> தென்னம் என்று மாறும்.

ஆக, இப்போது நம்மிடம் உள்ளது: தென்னம் + தோப்பு

இங்கே முதல் சொல் மகர மெய்யில், அதாவது ‘ம்’ என்ற எழுத்தில் முடிகிறது, அது ‘தோ’ என்கிற வல்லின எழுத்தோடு சேர்ந்தால் என்ன ஆகும்? அதையும் நன்னூல் சொல்கிறது:

‘மவ்வீறு ஒற்று அழிந்து…

வன்மைக்கு இனமாத் திரிபவும் ஆகும்.’

அதாவது, ‘ம்’ என்ற எழுத்து அழிந்துவிடும், அடுத்து வரும் வல்லின எழுத்தின் இன எழுத்தாக மாறிவிடும்.

‘த’ என்ற வல்லின எழுத்தின் இன எழுந்து ‘ந’, அதன் மெய்யெழுத்து, ‘ந்’.

ஆக,

தென்னம் + தோப்பு => தென்னந் + தோப்பு => தென்னந்தோப்பு

★★★

ஆர, ஆற: எது சரி?

இரண்டும் சரிதான். ஆனால் வெவ்வேறு பொருள்.

‘ஆர’ என்ற சொல்லுக்குத் தமிழில் பல பொருள்கள் உள்ளன. உதாரணமாக, ‘வயிறார உண்டான்’ என்றால், வயிறு ஆர உண்டான், வயிறு நிறைய உண்டான் என்று பொருள்.

‘ஆரா அமுதே’ என்று இறைவனைப் புகழ்வார்கள், அதாவது, ஆராத அமுதே, நிறைவடையாத அமுதம், எவ்வளவு பெற்றாலும் இன்னும் பெறவேண்டும் என்று தோன்றவைக்கும் அனுபவம்.

இந்த ‘ஆரா அமுது’க்கு இன்னொரு விளக்கமும் தருவார்கள், ‘திகட்டாத அமுது’.

‘ஆறா அமுது’ என்றால் வேறு அர்த்தம், ஆறாத அமுதம்: எப்போதும் சூடாகவே இருக்கும். நட்சத்திர ஹோட்டல்களில் பஃபே உணவுப்பொருள்களின்கீழே உள்ளங்கையகலத்தில் ஒரு கற்பூரம் எரிந்துகொண்டே இருக்கும், அவற்றை ‘ஆறாவுணவு’ என்று சொல்லலாம். வட்டப் படகைப்போன்ற பெரிய பாத்திரங்களில் மணிக்கணக்காகத் தொடர்ந்து காய்ச்சப்படும் சுவையான மசாலா பாலை, ‘ஆறாப்பால்’ எனலாம்.

‘ஆரத் தழுவினான்’ என்று ஒரு சொல் உண்டு, அதன்பொருள் மனம் நிறையும்படி தழுவினான்.

அதையே ‘ஆறத் தழுவினான்’ என்றால் அர்த்தம் மாறிவிடும். ஆறுவதற்காகத் தழுவினான் என்றாகிவிடும்.

ஒருவிதத்தில் அதுவும் சரிதான், மனத்திலிருந்த காதல் தீ ஆறத் தழுவினான், பிரிவினால் உண்டான காயம் ஆறத் தழுவினான்!

★★★

நண்பர் தெய்வீகராஜன் அனுப்பிய கேள்வி:

இன்றைய தினந்தந்தியில் இவ்வாறு ஒரு செய்தி வந்துள்ளது: ‘இந்திய அணி போட்டியில் வென்றதும் சச்சின் தெண்டுல்கரும் கடும் மகிழ்ச்சி அடைந்தார்’

பெரும் மகிழ்ச்சியைக் கடும் மகிழ்ச்சி என்று எழுத முடியுமா?

எழுதலாம். கடும் என்ற சொல்லுக்கு மிகுதியான என்ற பொருள் உண்டு.

உதாரணமாக, குறுந்தொகையில் ஒருவரி: கடும்புனல் தொகுத்த நடுங்கு அஞர் அள்ளல், அதாவது, நிறைய தண்ணீரைக் கொண்ட, நடுங்கும் துன்பம் தரும் சேறு.

ஆகவே, பெருமகிழ்ச்சியைக் கடும் மகிழ்ச்சி/ கடுமகிழ்ச்சி என்று எழுதலாம். அந்தச் செய்தியாளர் இதைச் சிந்தித்து எழுதினாரா என நானறியேன்.

பொதுவாகக் 'கடும்' என்ற சொல் நேர்விதமான பொருளில் பயன்படுத்தப்படுவதில்லை, ஆகவே, அதையும் மனத்தில் வைத்துக்கொள்வது நல்லது.

★★★

'தெறி' என்ற திரைப்படத்தில் புலமைப்பித்தன் எழுதியிருக்கும் ஒரு பாடல் இப்படித் தொடங்குகிறது:

'தாய்மை வாழ்கென
தூய செந்தமிழ்
பாடல் பாட மாட்டாயோ.'

'துன்பம் நேர்கையில் யாழெடுத்து நீ இன்பம் சேர்க்கமாட்டாயோ' என்ற வரிகளை நினைவில்கொண்டு இந்த மெட்டு/ வரிகள் அமைந்திருப்பதாக எனக்குத் தோன்றுகிறது. புலவர் எழுதியபிறகு மெட்டமைக்கப்பட்டிருக்கவேண்டும் என்பது என் ஊகம்.

அதிருக்கட்டும், 'வாழ்கென' என்றால் என்ன?

வாழ்க + என என்பது 'வாழ்கவென' என்று புணரவேண்டும், இசைப்பாடலில்/ மரபுக்கவிதையில் இதனைப் பொருத்தும்போது, 'வாழ்கென' என எழுதுவதுண்டு. பாரதியார் எழுதியிருக்கிறார்:

(பதம் பிரிக்காத வடிவம்)

'அறந்தாங்கு மக்களும் நீடூழி வாழ்கென அண்டமெலாம்
சிறந்தாளும் நாதனை...'

(பதம் பிரித்த வடிவம்)

'அறம்தாங்கு மக்களும் நீடுஊழி வாழ்க என அண்டம்எலாம்
சிறந்துஆளும் நாதனை...'

இன்னும் கொஞ்சம் தேடியபோது, புறநானூறில் ஓர் உதாரணம் கிடைத்தது:

'வாய்வாள் வளவன் வாழ்கெனப்
பீடுகெழு நோன்றாள் பாடுகம் பலவே.'

(முழுப்பாடல்: #393, சோழன் குளமுற்றத்துத் துஞ்சிய கிள்ளிவளவனை நல்லிறையனார் பாடியது)

★★★

நாளை (மார்ச் 20) சர்வதேச கதைசொல்லல் தினம். அதாவது, கதைசொல்லுதலைக் கொண்டாடுவதற்காகச் சர்வதேச அளவில் நடத்தப்படும் நிகழ்வு.

ஆகவே, இந்த நன்னாளில் உங்கள் குழந்தைகளைக் கதைசொல்லச்சொல்லிக் கேளுங்கள், நீங்களும் அவர்களுக்குச் சில கதைகளைச் சொல்லுங்கள், 'எங்கே சுத்திட்டுவர்றீங்க?' என்று விசாரிக்கும் வீட்டுக்காரியிடம் கதை சொல்லுவது இதில் சேராது.

அது நிற்க, இந்நாளைச் 'சர்வதேசக்கதை சொல்லல் தினம்' என்று எழுதினால் என்ன ஆகும்?

எல்லாரும் உள்ளூர்க்கதைகளைச் சொல்லக்கூடாது, சர்வதேசக் கதைகளைச் சொல்லவேண்டும் என்பதை வலியுறுத்தும் தினம் என்று அர்த்தமாகிவிடும்.

சொற்களைச் சரியாகச் சேர்த்தெழுதுவது முக்கியம்!

★★★

ஐ,ஆல்,கு,இன்,அது,கண் என்று ஒரு சூத்திரம் பள்ளிநாள்களில் படித்திருப்பீர்கள். இவை வேற்றுமை உருபுகள்.

மொத்தம் எட்டு வேற்றுமை உருபுகள் உண்டு, அதில் நடுவிலுள்ள ஆறு வேற்றுமையுருபுகளை இந்தச் சூத்திரம் குறிப்பிடுகிறது, அதாவது 2 முதல் 7வரை.

அதென்ன வேற்றுமை உருபு?

இரண்டு சொற்களைப்பற்றி அடுத்தடுத்து பேசும்போது, குழப்பம் வராமலிருக்க, அவற்றிடையே வேற்றுமையை உண்டாக்குகிற சொல்தான் வேற்றுமை உருபு.

உதாரணமாக: ராமன் கந்தன் பாராட்டினான்.

இங்கே பாராட்டியது யார்? பாராட்டப்பட்டது யார்? குழப்பம் வருகிறதல்லவா?

'ஐ' என்ற வேற்றுமை உருபை வைத்து இந்தக் குழப்பத்தைத் தீர்க்கலாம்:

'ராமனைக் கந்தன் பாராட்டினான்'

(அல்லது)

'ராமன் கந்தனைப் பாராட்டினான்'

இன்னோர் உதாரணம்: செல்வன் அடித்தான், செல்வனை அடித்தான். இதில் முதல் வாக்கியத்தில் அடித்தவன் செல்வன், இரண்டாவது வாக்கியத்தில் அடிபட்டவன் செல்வன்.

இவ்வாறு இரு வெவ்வேறு சொற்கள் அடுத்தடுத்து வரும்போது, அல்லது, ஒரே வாக்கியத்தில் இடம்பெறும்போது, அவற்றைப் பிரித்துக்காட்ட எட்டுவகையான வேற்றுமை உருபுகளைப் பயன்படுத்தலாம் (இயல்பு, ஐ, ஆல், கு, இன், அது, கண், விளி), அவை நேரடியாகவும் வரலாம், மறைந்தும் வரலாம்.

உதாரணமாக: 'யானைப்பாகன் வந்தான்'.

இங்கே யானைக்கும் பாகனுக்கும் இடையே 'இன்' என்ற வேற்றுமை உருபு உள்ளது: யானையின் பாகன் வந்தான்... அந்த 'இன்' மறைந்துள்ளது, இதனை வேற்றுமைத்தொகை என்பார்கள். தொக்கி, அதாவது மறைந்து நிற்பது தொகை.

(நேர்மையான வழியில்) சம்பாதிக்க முயற்சி செய்கிறவர்களும் இதையேதான் சொல்கிறார்கள், 'தொகைன்னாலே மறைஞ்சுதான் சார் நிக்குது, கஷ்டப்பட்டுதான் சம்பாதிக்கவேண்டியிருக்கு! தானா கைல வந்து விழாது!'

★★★

சிவபெருமானைச் 'சீருடையான்' என்று ஒரு பாட்டில் சொல்கிறார் மாணிக்கவாசகர்.

சீருடை என்றால் யூனிஃபார்ம்தானே? நம் ஊர் கான்வென்ட் பிள்ளைகள்போல் சிவபெருமானுக்குப் புலித்தோல் யூனிஃபார்ம் என்கிறாரா?

'சீர்' என்ற சொல்லுக்குத் தமிழில் பல பொருள்கள் உண்டு. உதாரணமாக, திருமணத்தின்போது தம்பதிகள் சீரும் சிறப்புமாக வாழவேண்டும் என்று வாழ்த்துவார்கள். அங்கே சீர் என்பதற்குப்

பொருள் நன்மை/ அழகு/ பெருமை. இதே பொருளில்தான் சிவபெருமானைச் சீர் உடையவன் என்கிறார் மாணிக்கவாசகர். 'சீராளன்' (நன்மையை ஆள்பவன்) என்கிறார் ஞானசம்பந்தர்.

அதே திருமணத்தில் 'சீர் வரிசை' வைப்பார்கள், அங்கே சீர் என்பதன் பொருள் செல்வம்.

பள்ளி மாணவர்கள் அணிவது சீருடை, அதாவது, சீர் உடை. இங்கே 'சீர்' என்பதன் பொருள், சமம். அனைவருக்கும் ஒரேமாதிரியான உடையைத் தருவது.

அப்படியானால், சமச்சீர் கல்வி/ சமச்சீர் உணவு என்கிறோமே, அதனைச் சமச்சமக் கல்வி/ சமச்சம உணவு என்று புரிந்துகொள்ளவேண்டுமா?

ஒரே சொல்லுக்குப் பல பொருள்கள் இருக்கும்போது, அந்தச் சொல் பயன்படுத்தப்பட்டுள்ள சூழ்நிலையில் எது பொருத்தமோ அதனை எடுத்துக்கொள்ளலாம். ஆங்கிலத்தில் சொன்னால் பலருக்குப் புரிந்துவிடும்: Context-based.

சமச்சீர் கல்வி என்பது, மாணவர்கள் ஒரு விஷயத்தில்மட்டும் சிறந்து விளங்கி மற்றவற்றைக் கோட்டை விடாதபடி, பலவிதமான வளங்களை/ திறன்களைச் சமமாகத் தருகிறது. அதேபோல் சமச்சீர் உணவு என்பது, மாவுச்சத்து/ கொழுப்பு/ புரதம் போன்றவற்றில் எதுவும் அதிகமாகிவிடாமல், சரியாகத் தருகிறது. ஆகவே, இந்த இடங்களில் 'சீர்' என்ற சொல்லுக்கு செல்வம்/ வளம்/ நன்மை போன்ற பொருள்களைக் கொள்ளலாம். அவற்றைச் சமமாகத் தரும் கல்வி/ உணவு என்று புரிந்துகொள்ளலாம்.

★★★

அதிக சலுகை, அதிகச் சலுகை: எது சரி?

இதுபோன்ற நேரங்களில், இச்சொற்றொடரைத் தனித்தனிச் சொற்களாகப் பிரித்துப்பார்த்தால்தான் இந்தக் கேள்விக்குப் பதில் சொல்ல இயலும்.

ஒரு வணிகர் தன்னுடைய வாடிக்கையாளருக்குக் கூடுதல்

சலுகைகளை வழங்க விரும்புகிறார். அப்போது அதனை அவர் அதிகம் + சலுகை என்று எழுத விரும்புவார்.

இதைப் புரிந்துகொள்வதற்கு, கிட்டத்தட்ட இதேபோன்ற வேறு சில சொற்களை எடுத்துக்கொள்வோம்: மரம் + கிளை.

'மகர மெய்யில்', அதாவது 'ம்'ல் முடிகிற சொற்களுக்கான புணர்ச்சிவிதியை நன்னூல் இவ்வாறு குறிப்பிடுகிறது:

"மவ்வீறு ஒற்று அழிந்து, உயிர் ஈறு ஒப்பவும்"

அதாவது, சொல்லின் நிறைவில் மகர மெய்யெழுத்து (ம்) வந்தால், அது புணர்ச்சியின்போது அழிந்துவிடும்.

ஆக, 'மரம்' என்பது, 'மர' என்று மாறிவிடும்.

மரம் + கிளை = மர + கிளை

இப்போது, அடுத்த சொல்லின் தொடக்கத்தில் என்ன வருகிறது என்பதைப் பார்க்கவேண்டும், அங்கே வல்லினம் இருந்தால், அதன் மெய்யெழுத்து இடையில் தோன்றும்.

இங்கே 'கி' என்ற வல்லின எழுத்து உள்ளது, அதன் மெய்யெழுத்து 'க்'.

ஆக,

மரம் + கிளை = மர + கிளை = மர + க் + கிளை = மரக்கிளை

அதேபோல்,

அதிகம் + சலுகை = அதிக + சலுகை = அதிக + ச் + சலுகை = அதிகச் சலுகை

அதேசமயம், 'அதிகம்' என்பது வடமொழிச்சொல், அதற்கு இந்தப் புணர்ச்சி விதிகள் பொருந்தாது என்பார்கள். ஆகவே, 'அதிக சலுகை' என்றே எழுதுவது வழக்கமாக இருக்கிறது.

எனக்கென்னவோ அதிகச் சலுகை என்று எழுதினால், அதிகமான் என்கிற மன்னன் தந்த சலுகை என்பதுபோன்ற பொருள் வருகிறது. ஆகவே, 'அதிக சலுகை' என்று எழுதுவதையே விரும்புகிறேன்.

★★★

'ஸ்ரீரங்க ரங்கநாதனின் பாதம்' பாடலை நூறுமுறையாவது கேட்டிருப்பேன், வரிகள் மனப்பாடம், ஆனால் அதில் ஒரு சொல்லுக்குப் பொருள் தெரியாது, யோசித்ததும் இல்லை.

'ஸ்ரீதேவி ரங்கநாயகி நாமம் ★★★சந்ததம்★★★ சொல்லடி.'

இன்றைக்கு 'அழகர் கிள்ளைவிடுதூது' வாசித்துக்கொண்டிருந்தேன். அதில் இதே சொல்லைப் பார்த்ததும் இப்போதாவது விளக்கம் தேடுவோம் என்று தோன்றியது.

சந்ததம் என்றால் 'எப்பொழுதும்' என்று பொருளாம். இந்த அழகிய பாடலில் அருணகிரிநாதர் பயன்படுத்தியிருக்கிறார்:

> 'சந்ததம் பந்தத் தொடராலே
> சஞ்சலம் துஞ்சித் திரியாதே,
> கந்தன் என்று உற்று உனை நாளும்
> கண்டுகொண்டு அன்பு உற்றிடுவேனோ.'

பற்றுகள்/ பிற பொருள்கள்மீது வருகிற விருப்பங்கள் எப்போதும் தொடர்ந்துவந்துகொண்டே இருப்பவை. இதுபோன்ற சிந்தனைகளில் மனம் குழம்பாமல், கந்தனே, நான் உன்னைக் கண்டுகொள்வேனா! உன்மீது அன்பு செலுத்துவேனா!

★★★

விவேகானந்தரின் பிரபலமான பொன்மொழியொன்றைத் தமிழில் அழகாக, 'எழுமின், விழிமின்' என்று மொழிபெயர்த்திருப்பார்கள்.

'மின்' என்ற விகுதியை ஒரு கட்டளை/ வினைச்சொல்லுடன் சேர்க்கும்போது, 'இதைச் செய்யுங்கள்' என ஒரு கூட்டத்தவருக்குக் கட்டளையிடுகிற பொருள் வரும். இதன் ஒலிநயம் அழகாக இருக்கும்.

அதாவது,

ராமா, உண்ணு

ராமா, சீதா, லட்சுமணா, மூவரும் உண்ணுமின் (உண்ணுங்கள் என்பதற்கு இணை)

இப்படி ‘மின்’ சேர்த்துப் பலவிதமாக எழுதலாம், வம்மின் (வாருங்கள்), செல்மின் (செல்லுங்கள்), எழுதுமின், குதிமின், சிரிமின்...

எதிர்மறைப்பொருளிலும் இச்சொல்லைப் பயன்படுத்தலாம், அதற்கு, முன்னால் ஓர் ‘அன்’ சேர்க்கவேண்டும்:

பள்ளி செல்மின், விளையாடச் செல்லன்மின்

★★★

குறி என்ற சொல்லைத் தயங்கியே பயன்படுத்தவேண்டிய சூழ்நிலை இன்று வந்துவிட்டது.

பாலுறுப்புகளைக் குறிப்பிட ஆண் குறி, பெண் குறி என்ற பொருள் வந்தது மிகச் சமீபத்தில்தான் என்பது என் ஊகம். அதுவும் அடையாளம் என்ற பொருளில்தான் பயன்படுத்துகிறார்கள். கூட்டல் குறி, கழித்தல் குறி என்பதுபோல.

‘குறி’க்கு இன்னொரு மிக அருமையான பொருளும் உண்டு: இலக்கு, வடமொழிச்சொல்லில் குறிப்பிடுவதென்றால் லட்சியம்.

‘அவனுக்கு எப்பவும் தீனியிலதான் குறி’ என்றால், சம்பந்தப்பட்ட நபர் பெருந்தீனிக்காரரர் என்று பொருள். அதுவே அவரது லட்சியம்.

ஒரு மாணவனைக் குறிப்பிடும்போது ‘அவனுக்குத் தேர்வில் நல்ல மதிப்பெண்களை வாங்குவதே குறி’ என்று சொல்லலாம்.

‘குறிக்கோள்’ என்ற வார்த்தை எப்படி வந்தது என்று யோசிக்கலாம்: குறியைக் கொள்ளுதல், இலக்கை அமைத்துக்கொள்ளுதல், ‘தேர்வில் நூறு மதிப்பெண் வாங்குவதே அவனது குறிக்கோள்’, ‘வரும் தேர்தலில் ஆட்சியைப் பிடிப்பதே அவரது குறிக்கோள்’ என்று சொல்லலாம்.

இதையே வினைச்சொல்லாகவும் பயன்படுத்தலாம், ‘அவன்தன் குறிப்பே குறிக்கொண்டு’ என்கிறார் மாணிக்கவாசகர். ‘சிவபெருமானின் மனக்கருத்தையே இலக்காகக் கொண்டு’ என்று பொருள்.

ஆக, ‘இன்றைக்குள் அந்த வேலையைச் சிறப்பாகச் செய்துவிடவேண்டும் என்று குறிக்கொண்டு செயல்பட்டான்’ என்று எழுதலாம். எளிமையாகத் தினசரிப் பேச்சில், எழுத்தில் பயன்படுத்தக்கூடிய அழகிய சொல் இது. ஆபாசப்பொருள் கருதி ஒதுக்கவேண்டா.

★★★

மென்மேலும் என்றால் என்ன பொருள் என்று நண்பர் ராஜ்குமார் கேட்டிருந்தார்.

‘மேலும்’ என்றால், கூடுதலாக என்று பொருள், ‘மேலும் சிறந்து வளர்க’ என்பதுபோல.

இதையே இன்னும் அழுத்தமாக வாழ்த்தினால், ‘மேல் மேலும் சிறந்து வளர்க’ என்று சொல்லலாம். அதாவது, மேல் + மேலும் = மேன்மேலும் என்று புணரும்.

‘கெட்டாலும் மேன்மக்கள் மேன்மக்களே’ என்று ஒரு பழமொழி கேள்விப்பட்டிருக்கிறோம். மேல் + மக்கள் = மேன்மக்கள். அதுவும் இதுபோன்ற புணர்ச்சிதான். (இதை, மேன்மை + மக்கள் என்றும் சொல்லலாம், அதைப்பற்றி இன்னொருநாள் பேசுவோம்!)

ஆக, மேன்மேலும் புரிகிறது. அப்போ மென்மேலும்?

அதைப் பிரித்தால் மெல்+மேலும் என்று வரும், மெல்+மலர்=மென்மலர், மெல்+மனம்=மென்மனம் என்பதுபோல. சிலநாள் முன்பு முதல்+முறை = முதன்முறை என்று விளக்கியிருந்தேன், அதுபோல.

அப்படியானால், மென்மேலும், அதாவது மெல்மேலும் என்றால், இன்னும் மென்மையாக என்ற பொருள் வருமோ? எனக்கு இது அத்துணைப் பொருத்தமாகத் தோன்றவில்லை.

மேன்மேலும் நீட்டாமல் இத்துடன் இக்கட்டுரையை முடிக்கிறேன்!

★★★

பன்னிரண்டாம் வகுப்பு மாணவர்களுக்குத் தேர்வு தொடங்குகிறது. அனைவருக்கும் வாழ்த்துகள்.

கொஞ்சம் பொறுங்கள், பன்னிரண்டா, பனிரண்டா?

'பன்னிரு திருமுறைகள்' என்று கேள்விப்பட்டிருப்பீர்கள். ஆக, பன்னிரண்டுதான் சரியாக இருக்கும் என்று குத்துமதிப்பாகப் புரிகிறது.

இருந்தாலும், தீர விசாரித்து உறுதிப்படுத்திக்கொள்வோம்.

இதற்கான நன்னூல் சூத்திரம்:

இரண்டு முன்வரின், பத்தின் ஈற்று உயிர்மெய்

கரந்திட, ஒற்று ன ஆகும்

அதாவது, பத்து என்ற சொல்லை அடுத்து இரண்டு என்ற சொல் வந்தால், பத்து என்ற சொல்லின் நிறைவில் இருக்கும் உயிர்மெய் எழுத்து (அதாவது, 'து') காணாமல் போய்விடும்:

பத்து + இரண்டு = பத் + இரண்டு

அடுத்து, அந்த ஒற்று, அதாவது 'த்' மாறி, 'ன்' ஆகிவிடும்.

பத் + இரண்டு = பன் + இரண்டு

அடுத்து, பன் + இரண்டு ஆகியவை சேரும்போது, புணர்ச்சி விதிப்படி 'ன்' என்ற எழுத்து இருமுறை வரும்.

பன் + இரண்டு = பன்ன் + இரண்டு = பன்னிரண்டு

ஆக, 12 என்பதைப் பன்னிரண்டு என்று எழுதுவதே நமக்குச் சரி.

கவிஞர்களுக்கு, அல்லது ஓசை நயத்தோடு எழுத விரும்புகிறவர்களுக்கு மட்டும் இதில் விதிவிலக்குண்டு. காரணம், பன்னிரண்டு என்பது வேறு ஒலி, பனிரண்டு என்பது வேறு ஒலி. இந்த இரு வாக்கியங்களைச் சொல்லிப்பாருங்கள்:

1.
பன்னிரண்டு நாளாய்க்
கன்னியுன்னை நெஞ்சில்
உன்னியே காத்திருந்தேன்

2.
பனிகொட்டும் ஊரில்
பனிரண்டு நாளாய்
கனியுனை எண்ணினேன்

ஓசைநயம் கருதி, இரண்டாவது வாக்கியத்தில் பன்னிரண்டைப் பனிரண்டு என்று எழுதியிருக்கிறேன். அவ்வளவுதான்!

★★★

இழை என்றால் நகை/ ஆபரணம் என்று பொருள். நாம் பயன்படுத்துவதை நிறுத்தியதால் இழந்த மிகப்பல அழகிய தமிழ்ச்சொற்களில் ஒன்று.

இச்சொல்லை வைத்துப் பெண்களைப் பாராட்டும் பல சொற்கள் உள்ளன, நாமே புதுச்சொற்களையும் உருவாக்கலாம்.

உதாரணமாக, ஏந்திழை என்றால், நகைகளை அழகாக உடலில் ஏந்தியவளே என்று பொருள். இதுவும் இப்போது பயன்பாட்டில் இல்லை. வாலிமட்டும் ரொம்ப நாள் சினிமாப்பாடல்களில் இதைப் பயன்படுத்திக்கொண்டிருந்தார்.

நேரிழை என்றால், நேர்த்தியான நகைகளை அணிந்தவள் என்று பொருள். வாலிழை என்றால் தூய்மையான (வால்: தூய்மை) நகைகளை அணிந்தவள் என்று பொருள். ஆயிழை என்றால், ஆராய்ந்து தேர்ந்தெடுத்த நகைகளை அணிந்தவள். சேயிழை என்றால் செம்மையான(சிறப்பான) நகைகளை அணிந்தவள்... இப்படி இன்னும் பல இலக்கியப் பயன்பாடுகள் உண்டு.

ஆக, சன்னச்சங்கிலி அணிந்த ஒரு பெண்ணை 'நூலிழை அணிந்த நூலிடையே' என்று பாராட்டுதல் தகும். பின்விளைவுகளுக்கு நீங்களே பொறுப்பு!

★★★

முதல்முறை, முதன்முறை: எது சரி?

இதை விளக்கும் நன்னூல் சூத்திரம் (சுருக்கமான வடிவில்★):

'ல ... மெலி மேவின் ... ன'

அதாவது, ஒரு சொல்லின் நிறைவில் 'லகர ஒற்று' (அதாவது, 'ல்') வந்து, அடுத்த சொல்லின் தொடக்கத்தில் மெல்லினம் வந்தால், அந்த ல் என்ற எழுத்து 'ன்' என்று மாறிவிடும் என்கிறது நன்னூல்.

ஆக, முதல் + முறை = முதன்முறை

நல் + மலர் = நன்மலர் என்று எழுதுகிறோமல்லவா, அதேபோல்தான் இதுவும்.

இதே விதிப்படி,

புல் + மதி = புன்மதி

கல் + மனம் = கன்மனம்

கன்மனமெல்லாம் ரொம்பக் கஷ்டம் சார் என்பவர்கள், 'முதல் முறை', 'கல் மனம்' என்று இடைவெளிவிட்டு எழுதிவிடுங்கள்:)

★ முழுச் சூத்திரத்தை நன்னூல் > எழுத்ததிகாரம் > மெய்யீற்றுப் புணரியல் > லகர ளகர ஈறு என்ற பகுதியில் காணலாம்

★★★

'கற்கக் கசடற' என்று எழுதினால் ஒலி நன்றாக இருக்கிறது, ஆனால் பொருள் தவறாகிவிடும்.

'கற்க' என்றால் கட்டளை, 'போய்ப் படி' என்று அர்த்தம்.

நமது பேச்சுத்தமிழில் கட்டளை என்பது எப்போதும் வாக்கியத்தின் நிறைவில்தான் வரும். முதலில் பெயர்ச்சொல், அதன்பிறகு கட்டளை, அதாவது, எதைச் செய்யவேண்டும், பிறகு, என்ன செய்யவேண்டும். உதாரணமாக:

புத்தகம் படி

வீணை வாசி

என்னைப் பார்

உன்னைத் திருத்து

அவளுக்கு முத்தமிடு

அவனைக் கட்டிப்பிடி

ஆனால், கவிதைகளில் இது மாறி வரலாம், முதலில் கட்டளையும் பிறகு பெயர்ச்சொல்லும் வரலாம், அதற்குப் பல காரணங்கள் உள்ளன. அவற்றை விளக்க இது இடமல்ல.

உதாரணமாக, 'எடுடா அந்தச் சூரிய மேளம்' என்று பழநிபாரதியின் சினிமாப் பாடல் உண்டு. அவரே அதை உரைநடையாக எழுதியிருந்தால், 'அந்தச் சூரிய மேளத்தை எடுடா' என்றுதான் எழுதியிருப்பார்.

ஆக, 'கற்க கசடற' என்ற குறளின் உரைநடை வடிவம்: கசடு அறக் கற்க. பிழையில்லாமல் படிக்கவேண்டும் என்கிற கட்டளை. இதைப் பாடலுக்காக 'கற்க கசடற' என்று மாற்றி எழுதியுள்ளார் வள்ளுவர். அடுத்த வரியில் வருகிற 'நிற்க அதற்குத் தக' என்பதும் அதேமாதிரிதான். 'அதற்குத் தக நிற்க' என்று மாற்றிப் படிக்கவேண்டும்.

'கற்கக் கசடற' என்று ஏன் எழுதக்கூடாது?

'கற்க' என்கிற கட்டளைக்குப்பின்னால் வலி மிகுத்து, அதாவது 'க்' சேர்த்து எழுதும்போது, அதன் பொருள் 'கற்பதற்காக' அல்லது 'கற்குமாறு' என்று மாறிவிடுகிறது. இதை எளிதில் புரிந்துகொள்ள இந்த இரு வாசகங்களையும் சொல்லிப்பாருங்கள்:

'விற்க என்றான்'

'விற்கச் சொன்னான்'

முதல் வாசகத்தில், 'விற்கவும்' என்கிற கட்டளையை ஒருவன் சொல்கிறான், இரண்டாவது வாசகத்தில், 'விற்குமாறு சொல்கிறான்', இரண்டும் கிட்டத்தட்ட ஒன்றுதான், ஆனால் நுட்பமான வேறுபாடு உண்டு: விற்க என்ற சொல் முதல் வாக்கியத்தில் கட்டளையாக, ஒரு வினையை/ செயலைச் செய்யச் சொல்லுவதாக வருகிறது, இரண்டாவது வாக்கியத்தில் வினைச்சொல்லாகிவிடுகிறது, அதாவது செயலாகவே ஆகிவிடுகிறது.

'கற்க கசடு அற' என்றால், பிழையில்லாமல் படி என்கிற கட்டளை. அது ஒரு முழுமையான வாக்கியம்.

'கற்கக் கசடு அற' என்றால், அது முழுமையற்ற வாக்கியம், படிப்பதற்காகப் பிழையில்லாமல்.... அதன்பிறகு? இன்னும் ஓரிரு சொற்கள் வந்தால்தான் இந்த வாக்கியம் நிறைவடையும்.

உதாரணமாக, 'கற்கக் கசடு அற அச்சிட்ட நூல் வேண்டும்.', அதாவது, 'படிப்பதற்கு, பிழையில்லாமல் நன்றாக *Proof Reading* பார்த்த புத்தகம் வேண்டும்.'

திருவள்ளுவர் அப்படி எழுதவில்லை. 'கற்க கசடு அற' என்பது ஒரு வாக்கியம், முற்றுப்புள்ளி வைத்துவிட்டு, 'கற்றவை கற்றபின், அதற்குத் தக நிற்க' என்பது இன்னொரு வாக்கியம்.

இதையே வேறுவிதமாகவும் பார்க்கலாம், 'கற்க' என்பது ஒரு வாக்கியம், அதன்பிறகு, 'கசடு அறக் கற்பவை கற்றபின் நிற்க அதற்குத் தக' என்று எழுதலாம். அப்போது பொருள் சற்றே மாறுபடும்.

ஆனால் இருவிதங்களிலும், 'கற்க'வுக்குப்பிறகு 'க்' வராது.

★★★

நண்பர் சிவ சங்கர் 'வரின்' என்ற சொல் சரியானதுதானா என்று கேட்டார்.

சரியானதுதான். வந்தால் என்று பொருள்.

உதாரணமாக, 'உயிர் வரின் உக்குறள் மெய்விட்டு ஓடும்' என்று இலக்கண சூத்திரம் உண்டு.

இத்துணைப் பழமையான உதாரணம் வேண்டாம் என்றால் புதிய உதாரணங்களைச் சும்மா நாமே எழுதிப்பார்க்கலாம்:

> *இடர் வரின் எதிர்த்து மோதுவோம்,*
> *துயர் வரின் தோள் கொடுப்போம்!*

இதற்கு எதிர்ப்பதம்?

செலின். சினிமா நடிகையின் பெயர் அல்ல. செல்லின், சென்றால் என்று பொருள்.

> *பணம் செலின் பலமடங்காய் வரும்,*
> *குணம் செலின் குற்றமே ஆகும்.*

வா : வருதல் : வந்தால் : வரின் : வருகை : வரவு

செல் : செல்லுதல் : சென்றால் : செலின் : செல்கை : செலவு

என்ன அழகான, ஒழுங்கான கட்டமைப்பு பாருங்கள். தமிழ் இலக்கணத்தில் பொறியாளர் விரும்பும் நேர்த்தி உண்டு!

★★★

'வேகமாகத் தட்டச்சினேன்' என்று எழுதுகிறோம். அது சரிதானா?

எந்த ஒரு வினைச்சொல்லிலும் ஒரு வினை இருக்கவேண்டும், எட்டுக்கால் பூச்சிக்கு எத்தனை கால் என்பதுபோன்ற, யாராலும் எதிர்த்து வாதாட இயலாத உண்மை இது.

'எழுதினேன்' என்றால், அதில் 'எழுது' என்பது வினை, 'குதித்தேன்' என்றால், அதில் 'குதி' என்பது வினை.

'தட்டச்சினேன்' என்பதில் வினை (அதாவது, action) ஏதும் உள்ளதா?

உள்ளது: 'தட்டு' (Type). அதை அடிப்படையாக வைத்து எழுதினால், தட்டினேன் என்றுதான் வரும்.

இந்தப் பிழைக்குக் காரணம், 'தட்டச்சு' என்ற பெயர்ச்சொல்லை வினைச்சொல்லாகக் கருதி, தட்டச்சினேன், தட்டச்சினான், தட்டச்சட்டுமா என்றெல்லாம் எழுதிவிடுகிறோம்.

அது வினைச்சொல் அல்ல, பெயர்ச்சொல்.

அச்சு என்பது அச்சடித்த பொருளைக் குறிப்பது, அச்சடிக்கும் செயலை(அதாவது, வினையை)க் குறிப்பது அல்ல.

இதை எப்படித் தெரிந்துகொள்வது?

குதி/ குத்து என்பவை வினைகள், அவற்றிலிருந்து வரும் தன்மைச் சொற்கள், குதித்தேன்/ குத்தினேன், முன்னிலைச் சொற்கள், குதித்தாய்/ குத்தினாய், படர்க்கைச் சொற்கள், குதித்தான்/ குதித்தாய்.

அநேகமாக எல்லா வினைகளிலிருந்தும் இதுபோன்ற சொற்களை உருவாக்கலாம். இது குழந்தைக்கும் தெரியும்!

அதேபோல், அச்சு என்பது வினையாக இருந்தால், அச்சினேன்/ அச்சினாய்/ அச்சினான் என்று சொற்கள் இருக்கவேண்டுமல்லவா? அப்படிக் கேள்விப்பட்டிருக்கிறீர்களா?

ஆன, ’அச்சு’ வினை அல்ல, ‘அச்சிடு’ என்பதுதான் இங்கே வினை. அதை ‘அச்சிட்டேன்’ என்றுதான் எழுதவேண்டும்.

நான் செய்தது வெறும் அச்சு அல்ல, தட்டித் தட்டி அச்சிட்டுள்ளேன், ஆகவே, அது தட்டச்சு ஆகிறது, இதுவும் வினைச்சொல் அல்ல, ‘தட்டச்சிடு’ என்பதுதான் வினை, அதைத் ‘தட்டச்சிட்டேன்’/ ‘தட்டச்சிட்டாய்’/ ‘தட்டச்சிட்டான்’ என்று எழுதவேண்டும். அல்லது, ‘தட்டச்சு செய்தேன்’ என்று எழுதலாம். ‘தட்டச்சினேன்’ என்று நேரடியாகப் பெயர்ச்சொல்லை வினைச்சொல்லாக்கக்கூடாது.

இதைப் புரிந்துகொள்ள இன்னோர் உதாரணம், தோசையினேன் என்றா எழுதுகிறோம்? தோசை சமைத்தேன்/ தோசை சுட்டேன் என்று பெயர்ச்சொல்லோடு அதற்குரிய வினையைச் சேர்த்துதானே எழுதுகிறோம்?

பெயர்ச்சொல்லை அதிரடியாக வினைச்சொல்லாக மாற்றும் விளையாட்டு சிலருக்குப் பிடிக்கும். பஸ்ஸினான் (அல்லது பேருந்தினான்) என்று எழுதிவிட்டு புதுமை/ வார்த்தைச் சிக்கனம் என்பார்கள். சுஜாதா போன்றோர்கூடச் செய்திருக்கிறார்கள்.

ஆனால், அவர்களெல்லாம் இலக்கணமறிந்து மீறியவர்கள். நமக்கு அந்த உரிமையுண்டா என்று யோசித்துக்கொள்ளலாம்.

★★★

‘பிரமாண்டமான தேர்தல் பிரசாரக்கூட்டத்தில் தலைவர் முழக்கினார்’ என்று ஒரு செய்தி பார்த்தேன்.

எதை முழக்கினார்?

முழக்கம் என்றால் ஒலி. ’வீதியெங்கும் தமிழ் முழக்கம்’ என்று கேள்விப்பட்டிருப்பீர்கள்.

அந்த பெயர்ச்சொல்லை வினைச்சொல்லாக மாற்றினால், முழக்கு. அதாவது, ஒலி எழுப்பு.

அப்போது, முழங்கு என்றால்?

அதுவும் வினைச்சொல்தான். ஆனால் கொஞ்சம் வேறுமாதிரியான வினை.

முழங்குதல், முழக்குதல் இரண்டும் ஒரே வேர்ச்சொல்லிலிருந்து வரும் இருவேறு பயன்பாடுகள். முதலாவது செய்வினை, இரண்டாவது செயப்பாட்டுவினை. *Active Voice, Passive Voice* என்றால் பலர் உடனே புரிந்துகொண்டுவிடுவார்கள்.

'சங்கே முழங்கு' என்று சொல்கிறோம். காரணம், சங்கு தானே முழங்கும்: ஒலி எழுப்பும். அது செய்வினை.

அந்தச் சங்கைப்பார்த்து, 'சங்கே முழக்கு' என்றால், 'எதை முழக்கவேண்டும்?' என்று கேள்வி கேட்கும். அது செயப்பாட்டு வினை.

ஆக, தலைவர் முழங்கினார் என்றால், அவரே பேரொலி எழுப்பிப் பேசினார் என்று பொருள், தலைவர் முழக்கினார் என்றாலும் அதே பொருள்தான், ஆனால், 'தலைவர் தன்னுடைய குரல்வளை என்கிற கருவியை முழக்கினார்' என்று சுற்றிவளைத்துப் பொருள்கொள்ளவேண்டும். அதற்குப்பதிலாக, 'முழங்கினார்' என்று எழுதிவிடலாம்!

★★★

பரபரப்பான அரசியல் அறிக்கை(கதை)யொன்றில் 'பெருமாட்டி' என்ற சொல்லைக்கண்டு மகிழ்ந்தேன்.

அவ்வறிக்கையை எழுதியவர் அதனை கேலிப்பொருளில் பயன்படுத்தியிருக்கிறார். அதேசமயம், பெருமாட்டியின் உண்மையான பொருள், பெருமைக்குரியவள். இதன் ஆண்பால், பெருமான், பெருமைக்குரியவன்.

சிவபெருமான், எம்பெருமான் என்று இச்சொல்லை நாம் ஆன்மிக விஷயங்களைப் பேசும்போது பயன்படுத்தியிருக்கலாம், அதனுடன் ஒப்பிடும்போது பெருமாட்டி கொஞ்சம் அபூர்வமே.

இதேபோல், பிரான், பிராட்டி என்ற சொற்களையும் ஆன்மிகக் கட்டுரைகளில் அதிகம் பார்க்கலாம்.

இந்த 'ஆன்', 'ஆட்டி' விகுதிகளைக்கொண்டு தமிழில் பல சொல்லிணைகள் உண்டு. உதாரணமாக, எல்லாருக்கும் தெரிந்த சீமான், சீமாட்டி, இந்தச் சொற்களையும் நாம் பெரும்பாலும் கேலியாகவே பயன்படுத்துகிறோம். (சீமாட்டி டெக்ஸ்டைல்ஸ் என்று ஒரு துணிக்கடை இருந்தது, இப்போதும் இருக்கிறதா?)

அப்புறம், 'கண்ணாளன்' என வைரமுத்துவால்மட்டுமே தப்பிப்பிழைத்திருக்கிற சொல்லின் பெண்பால், கண்ணாட்டி.

மருமகனுக்குப் பெண்பால்? மருமகள், அதுபோல, மருமானுக்குப் பெண்பால், 'மருமாட்டி'!

மணவாளனுக்குப் பெண்பால், மணவாட்டி.

மிக அழகிய ஒலியினிமை கொண்ட, சுட்டப்படுகிறவருக்குப் பெருமை தருகிற சொற்கள் இவை, கேலிக்குமட்டுமின்றி, நல்ல பொருளிலேயே பயன்படுத்தலாம்.

★★★

செக்ஸாலஜி மையம் ஒன்று தன் பெயரைத் தமிழில் இப்படி மொழிபெயர்த்திருக்கிறது: உலகப் பாலியியல் ஆராய்ச்சி மையம்.

இதுபோன்ற மையங்களை நடத்துகிறவர்கள் மருத்துவப் புணர்ச்சி விதிகளைப் படித்தால் போதும், ஆனால், அவற்றுக்கு விளம்பரம் எழுதுகிறவர்கள் இலக்கணப் புணர்ச்சி விதிகளையும் படிக்கவேண்டும்.

'பால்' என்றால் ஆண்பால்/ பெண்பால் என்கிற பிரிவினையைக் குறிக்கிறது. ஆங்கிலத்தில் *Sex (Male/ Female)* என்பதன் நேரடி மொழிபெயர்ப்பு இது. பசும்பாலைக் குறிக்கும் சொல்லோடு இதைக் குழப்பிக்கொள்ளாமல் இருப்பதற்காக, பால் + இனம் = பாலினம் என்று எழுதுவார்கள்.

அதேபோல், பால் + இயல் = பாலியல் என்று புணரும். ல், இ இரண்டும் இணைந்து லி என மாறும்.

இதையே பாலி + இயல் என்று எழுதினால், அது பாலியியல் என்று புணரும், இங்கே 'ய்' என்ற எழுத்து தனியே தோன்றும்.

ஆக, பாலியியல் என்றால், பாலி இயல், ஒருவேளை பாலித்தீவுகளைப்பற்றிய படிப்பாக இருக்கலாம். பாலியல் என்றால்தான் செக்ஸ் மேட்டர்.

★★★

நம் வீட்டுக்கு வருவோரை 'விருந்தினர்' என்கிறோம். அதற்கேற்ப, அவர்களை அமரவைத்து நல்ல விருந்து கொடுக்கிறோம்.

ஆனால், விழாக்களுக்கு முதன்மையாகப் பேச வருகிறவர்களையும் 'விருந்தினர்'/ 'சிறப்பு விருந்தினர்' என்று அழைக்கிறோமே. இதில் 'விருந்து' என்ற சொல் எப்படி வந்தது? வருகிறவர்களுக்குத் தலைவாழை இலை போட்டுச் சாப்பாடு பரிமாறுவார்களா என்ன?

'விருந்து' என்றால், இன்றைக்கு நாம் அறிந்த ஒரே பொருள், சாப்பாடு என்பதுதான். ஓர் இயற்கைக் காட்சியைக் 'கண்ணுக்கு விருந்து' என்றால், கண்ணுக்குச் சாப்பாடு, ஒரு நல்ல பாடலைச் 'செவிக்கு விருந்து' என்றால், காதுக்குச் சாப்பாடு.

ஆனால் உண்மையில் 'விருந்து' என்ற சொல்லின் பொருள், புதுமை என்பதுதான். தொல்காப்பியர் இதனை, 'விருந்தே புதுமை' என்பார்.

ஆக, விருந்தினர் என்பவர், நமக்கு இதற்குமுன் அறிமுகமாகாமல், புதியவராக வருகிறவர்தான். வீட்டுக்கு வருகிற அப்பா, அம்மா, அண்ணன், சித்தப்பா, பெரியப்பா பையன், அலுவலகத்தில் உடன் பணிபுரிபவரையெல்லாம் விருந்தினர் என்று சொல்லலாகாது. அவர்களைக் குறிப்பிட உறவினர், நண்பர் என்ற சொற்கள் இருக்கின்றனவே.

அப்படியானால், விருந்தினர் என்பவர் யார்?

அன்றைக்கு வழிப்பயணமாகச் செல்கிறவர்களுக்குத் தெருவுக்குத் தெரு உணவகங்களெல்லாம் கிடையாது. எங்கேயாவது நல்ல மனம் கொண்டவர்களின் வீடுகளில் சாப்பிட்டால்தான் உண்டு.

அப்படி வருகிறவர்கள்தான், அந்த வீட்டில் உள்ளவர்களுக்கு விருந்தினர்கள், அதாவது, புதியவர்கள், அவர்களை முன்பின்

தெரியாவிட்டாலும், இன்முகத்தோடு வரவேற்று உணவு பரிமாறி மகிழ்வது பண்பாடு. அதனால்தான், விருந்து என்ற சொல்லையே சாப்பாடு என்ற பொருளில் பயன்படுத்தப் பழகிவிட்டோம்!

தமிழ் மரபில் விருந்தோம்பல் மிகவும் முக்கியமான ஒன்று, திருவள்ளுவர் 'உடைமையுள் இன்மை விருந்து ஓம்பல் ஓம்பா மடமை' என்பார்.

உடைமை என்றால் இருப்பது, இன்மை என்றால் இல்லாதது, 'உடைமையில் இன்மை' என்றால், இருந்தும் இல்லாதது.

அதாவது, ஒருவர் பெரிய பணக்காரராக இருந்தாலும் சரி, புதிதாகத் தன் வீட்டுக்கு வருகிறவர்களை வரவேற்று, உபசரித்துக் கவனித்துக்கொள்ளவில்லையென்றால், அவர் வறுமையில் உள்ளதாகவே பொருள்.

★★★

சென்னையில் 'சிறை செய்பொருள் அங்காடி' என்று ஓர் அறிவிப்பு பார்த்தேன். சிறையிலுள்ள கைதிகள் செய்தவற்றை விற்பனை செய்கிறார்கள்போல. 'கைதி' என்ற சொல்லைப் பயன்படுத்தாமல், 'சிறை' என்றே பொதுவாகப் பயன்படுத்தியிருக்கிறார்கள்.

இதனை ஆகுபெயர் என்பார்கள். ஒன்று மற்றொன்றுக்கு ஆகிவருவது.

உதாரணமாக, ஊரே சிரித்தது என்றால், ஊர் சிரிக்கவில்லை, அதிலுள்ள மக்கள் சிரித்தார்கள். வெள்ளை அடித்தான் என்றால், வெள்ளையை அடிக்கவில்லை, வெள்ளை நிறத்திலிருக்கும் சுண்ணாம்பை அடித்தான், இங்கே 'ஊர்' என்ற சொல், அங்குள்ள மக்களுக்கு ஆகிவந்தது, 'வெள்ளை' என்ற சொல், அந்த நிறத்தில் உள்ள சுண்ணாம்புக்கு ஆகிவந்தது.

அதுபோல, சிறை செய்பொருள் என்றால், சிறைக்குக் கை கால் முளைத்து அந்தப் பொருள்களைச் செய்யவில்லை, சிறைக்குள் இருப்பவர்கள் செய்திருக்கிறார்கள். ஆகவே அதனை 'சிறை செய்பொருள்' என அழைக்கலாம்.

ஒருவேளை இந்தச் சொற்களை வேறுவிதமாகக் கோத்தால்?

சிறைசெய் பொருள் ... சிறையைச் செய்வதற்கான பொருள்கள், அதாவது, சிமென்ட், செங்கல் போன்றவை!

இன்னொருவிதமாகவும் சொல்லலாம், சிறைசெய் பொருள்... ஒருவரைச் சிறைப்படுத்துவதற்கான பொருள், கைவிலங்கு!

★★★

இன்று கோவையில் பாஜகவுடன் ஆரோ இணையப்போவதாக வதந்திகள்.

கோவை என்றாலே இணைப்புதான். நித்திலக்கோவை என்றால் முத்துமாலை என்று பொருள்.

கோர்வையாகப் பேசுகிறான் என்று சொல்வோமல்லவா, அது தவறு, 'கோவையாகப் பேசுகிறான்' என்பதே சரி, ஒழுங்காகச் சொற்களை இணைத்து வாக்கியம் அமைத்துப் பேசுகிறான் என்று பொருள்.

அதேபோல், ஊசியில் நூலைக் கோர்க்க இயலாது, கோக்கதான் இயலும், எடுக்கவோ கோர்க்கவோ அல்ல, எடுக்கவோ கோக்கவோ என எழுதவேண்டும். அச்சுகோர்த்தாற்போல் எழுதுகிறான் என்று அல்ல, அச்சுக்கோத்தாற்போல் எழுதுகிறான் என்று பாராட்டவேண்டும். காதலியோடு கை கோர்த்து நடக்கலாகாது, கை கோத்து நடக்கவேண்டும்.

கோ/ கோத்தல் என்பது வேர்ச்சொல், அதன் பொருள் இணை/ இணைத்தல், *assembling*.

அதே 'கோ' என்ற சொல்லுக்குத் தலைவன் என்று ஒரு பொருளும் உண்டு. பலரைக் கோப்பதால் அவன் கோ என்று சமத்காரமாக நாம் எண்ணிக்கொள்ளலாம்.

இன்று கோவைக்கு வரும் கோவைச் சந்தித்து ஒரு கோவை அமைக்கப்போவது ஆரோ!

★★★

திருவையாறில் தியாகராஜ ஆராதனை…

ஆறிலா? ஆற்றிலா?

ஆத்துல போட்டாலும் அளந்துபோடு என்ற பழமொழியைக் கேட்டிருப்போம், ஆகவே, ஆற்றில்தான் சரியாக இருக்குமோ.

பழமொழியையெல்லாம் சாட்சியாக ஏற்றுக்கொள்ள இயலாது என்று சொல்லவேண்டாம், தமிழில் மக்கள்மொழியில் பெரும்பாலும் இலக்கணப்பிழைகளே இல்லை, எழுதும்போதுதான் தப்பு அதிகம், இது மிகப் பெரிய விநோதம்.

சரி, மறுபடி அதே கேள்வி, திருவையாறில், திருவையாற்றில் எது சரி?

ஆறு என்ற சொல் நதியைக் குறித்தால், ஆறு + இல் = ஆற்றில் (உதா: ஆற்றிலே வெள்ளம் வந்தது)

ஆறு என்ற சொல் 5க்குப்பின் வரும் ஓர் எண்ணைக் குறித்தால், ஆறு + இல் = ஆறில் (உதா: கூடையில் ஆறு பழங்கள் உள்ளன. அந்த ஆறில் ஒன்று இன்னும் பழுக்கவில்லை)

ஆக, திருவையாற்றில் தியாகராஜ ஆராதனை என்று எழுதுவதே சரி. இங்கே 'திருவையாறு' என்பதுடன் 'இல்' சேரும்போது, 'று'க்கு முன்னால் 'ற்' இன்னொருமுறை வந்து 'திருவையாற்றில்' என மாறியுள்ளது. இதனை 'இரட்டித்தல்' என்பார்கள், அதாவது, ஓர் எழுத்து இரண்டுமுறை வருதல்.

இன்னும் சில உதாரணங்கள்:

சேறு + இல் = சேற்றில்

ஆடு + க்கு = ஆட்டுக்கு

நாடு + ஐ = நாட்டை

மாடு + இன் = மாட்டின்

இங்கெல்லாம் டு, று, என்ற எழுத்துகள் முதல் சொல்லின் நிறைவில் வந்திருப்பதையும், அதற்குமுன்னால் ஒரு நெடில் இருப்பதையும் கவனியுங்கள். அவற்றோடு ஐ, இல், இன், க்கு

போன்ற வேற்றுமை உருபுகள் சேரும்போது, அந்த வல்லினம் (ட், ற்) இரட்டித்து 'ட்டு', 'ற்று' என மாறிப் புணரும்.

ஒருவேளை டு, றுவுக்கு முன்னால் நெடில் இல்லாவிட்டால், அவை புணரும்போது இரட்டிக்காது. உதாரணமாக, கற்கண்டு + ஐ = கற்கண்டை என்றுதான் எழுதவேண்டும், கற்கண்ட்டை என்று எழுதக்கூடாது.

★★★

கொஞ்சம் கண்டிப்பாகப் பார்த்தால், 'அரண்மனை' என்பது தனிச்சொல் அல்ல, அரண் மனை, பாதுகாப்பு நிறைந்த வீடு/ மாளிகை என்ற பொருளில் வரும் சொற்றொடர்தான் அது.

அரண் எப்படி இருக்கவேண்டும்?

> *'உயர்வு, அகலம், திண்மை, அருமை இந்நான்கின்*
> *அமைவு அரணாம் என்று உரைக்கும் நூல்.'*

என்கிறது திருக்குறள். எதிரி எகிறிக் குதிக்காதபடி உயரம் வேண்டும், அகலம் (சுவரின் தடிமன்) வேண்டும், கண்ட செங்கல்லைப்போட்டுக் கட்டக்கூடாது, வலிமையாக இருக்கவேண்டும், எவராலும் உடைத்துக்கொண்டு உள்ளே வர இயலாதபடி அரியதாக இருக்கவேண்டும், அதுதான் அரண்.

இப்போதெல்லாம் 'அரண்' என்ற அழகிய சொல்லை நாம் அதிகம் பயன்படுத்துவதில்லை. அபூர்வமாக ஏதாவது ஒரு செய்தி அறிக்கையில் 'பாதுகாப்பு அரணை மீறித் தாக்கினார்கள்' என்று எழுதுகிறார்கள். அரண் என்றாலே பாதுகாப்புதானே!

தமிழில் ர, ற, ன, ண குழப்பம் பலருக்கு உண்டு. 'அரண்மனை'யை வைத்து இப்படி நன்கு சொல்விளையாட்டு நடத்தலாம்:

அரண்மனை: பாதுகாப்பான வீடு

அரன்மனை: சிவபெருமான் ஆலயம்

அறன்மனை: அறம் சொல்லும் இல்லம்/ நீதிமன்றம்?

அரன்மணை: சிவபெருமான் திருவுருவம் வைக்கப்பட்டிருக்கிற பீடம்

அறன்மணை… சரி போதும் :))

மற்றதெல்லாம் சரி, 'அறன்' எப்படி அறம் ஆனது?

இதைக் கடைப்போலி என்பார்கள். கடையில் வாங்கிய டூப்ளிகேட் சமாசாரம் அல்ல, கடைசியில் வரும் எழுத்து மாறி வருவது: ன்க்குப்பதில் ம் வரும், அல்லது ம்க்குப் பதில் ன். அர்த்தம் மாறாது.

ஆகவே, அறன், அறம் இரண்டும் ஒன்றுதான். அதேபோல்தான் நலம், நலன், வளம், வளன், உரம் (வலிமை), உரன்… ஏகப்பட்ட உதாரணங்கள் உண்டு!

★★★

குடியரசு தினம் என்று எழுதுகிறோமே, குடி சரி, அரசு சரி, நடுவில் 'ய' எப்படி வந்தது?

இதனை 'விகார'ப் புணர்ச்சி என்பார்கள். இரு சொற்கள் ஒன்றாகச் சேரும்போது முதல் சொல்லின் நிறைவுப்பகுதியோ, அடுத்த சொல்லின் தொடக்கப்பகுதியோ விகாரமாகும், அதாவது, மாறிப்போகும்.

குடி + 'அ'ரசு = குடி'ய'ரசு. இங்கே இரண்டாவது சொல்லின் தொடக்கத்திலிருந்த 'அ'கரம், 'ய'கரமாகியிருக்கிறது. வேறு சில உதாரணங்கள்:

வலி + அதிகம் = வலியதிகம்

பசி + அழுகை = பசியழுகை

மணி + அழகு = மணியழகு

இவை எல்லாமே (குடி, வலி, பசி, மணி) இகரத்தில் முடிந்துள்ள சொற்கள் என்பதைக் கவனியுங்கள். அவற்றின் பின்னே வரும் அகரம், புணர்ச்சி விதியின்படி யகரமாக மாறுகிறது.

இகரத்துக்குப் பின்னால் இகரம், உகரம், ஊகாரம் வந்தாலும் இதே விதிமுறைதான். உதாரணமாக:

குந்தி + இரு = குந்தியிரு

தள்ளி + இரு = தள்ளியிரு

கொடி + இடை = கொடியிடை

குடி + இயல் = குடியியல்

தனி + உரிமை = தனியுரிமை

வெளி + ஊர் = வெளியூர்

முதல் சொல் ஐ என முடிந்து, அடுத்த சொல் அகரத்தில் தொடங்கினாலும், இதே யகரம் வரும். உதாரணமாக, வாழை + அடி = வாழையடி, தேவை + அதிகம் = தேவையதிகம்.

ஆனால் ஒன்று, இச்சொற்களையெல்லாம் சேர்த்துதான் எழுதவேண்டும் என்று எந்தக் கட்டாயமும் இல்லை. 'குடியரசு தினம்' என்றும் எழுதலாம், 'குடி அரசு தினம்' என்றும் எழுதலாம், தூயதமிழ் ஆர்வலர்கள் 'குடி அரசு நாள்' என்றும் எழுதலாம். எல்லாம் சரியே!

ஒருவேளை கவிஞர் ரவி வர்மா 'ஆசையதிகம் வைத்து மனத்தையடக்கிவைக்கலாமா, என் மாமனே' என்று இலக்கணசுத்தமாக எழுதியிருந்தால், ஜானகியால் மெட்டுக்குப் பாட இயன்றிருக்காதே!

★★★

//அவதூறு வழக்கு விசாரணை தொடங்கியது//

அதென்ன அவதூறு?

அவம் என்றால் கெடுதல், தவறான விஷயங்கள். வள்ளலார் 'அவமே புரியும் அறிவிலியேனுக்கு அருளுமுண்டோ!' என்று பாடுவார்.

மானம் என்றால், பெருமை, அவமானம் என்றால், தவறான பெருமை/ இழிவு.

'தூறுதல்'/ 'தூற்றுதல்' என்றால், சிந்துதல், எதை வேண்டுமானாலும் சிந்தலாம். 'காற்றுள்ளபோதே தூற்றிக்கொள்' என்று வருமே, அங்கே வயலில் விளைந்ததைத் தூற்றுகிறோம்,

'தூறல் நின்னுபோச்சு' என்கிறோமே, அங்கே மழைத்துளிகள் தூறுகின்றன.

இதனை ஒரு பிரபலமான வாசகத்திலும் கேட்டிருப்பீர்கள், 'போற்றுவார் போற்றட்டும், புழுதிவாரித் தூற்றுவார் தூற்றட்டும்.'

அந்தப் புழுதிவாரித் தூற்றுதல்தான் அவதூறு!

'தூறு' என்றால், தூற்றப்படுகிற பொருள், அவம் + தூறு என்றால் தூற்றப்படுகிற அவம், ஒருவரைப்பற்றி உருவாக்கப்படும் தவறான செய்திகள், அவர்களுக்குக் கெடுதல் உண்டாக்கக்கூடிய ஒரு பிம்பம், அது ஊர்முழுக்கப் பரப்பப்படுதல், அதனால் உண்டாகிற பழி, அவமானம் போன்றவை.

பாரதியாரின் பாடலொன்று:

> 'ஆற்றங்கரையதனில் முன்னம் ஒருநாள், எனை
> அழைத்துத் தனியிடத்தில் பேசியதெல்லாம்
> தூற்றி நகர்முரசம் சாற்றுவன் என்றே,
> சொல்லி வருவையடி, தங்கமே தங்கம்!'

இங்கே கண்ணன்மீது காதல்வயப்பட்ட ஒரு பெண், 'அவன் வருவானா' என்று ஏங்குகிறாள், தன் தோழியை அவனிடம் அனுப்பிவைக்கிறாள். அப்போது சற்றே அன்பான மிரட்டல்தொனியில், 'சீக்கிரம் வராட்டி அவன் செஞ்சதையெல்லாம் ஊர்முழுக்க முரசுகொட்டித் தூற்றிப்புடுவேன்' என்கிறாள்.

ஆனால், இது செல்ல மிரட்டல்தான், அவள் செய்யப்போவது 'அவதூறு' இல்லை, வெறும் 'தூறு'தான். காதல் சமாசாரமாச்சே!

★★★

வேட்பாளர் என்ற சொல் எப்படி வந்திருக்கும்?

வேட்டல் என்றால், ஒன்றை விரும்புதல்/ வேண்டுதல் என்று பொருள். இது 'வேள்' என்ற சொல்லிலிருந்து வந்தது. அதன் பொருள், 'விருப்பம்'.

தாகமாக இருப்பதை 'நீர்வேட்கை' என்பார்களே, அந்தச் சொல்

இதிலிருந்து வந்ததுதான். அப்புறம் வேள்வி (ஒன்றை விரும்பிச் செய்வது), வேடன் (ஒன்றை விரும்பிச் சென்று பிடிக்கிறவன்) போன்ற சொற்களும் இக்குடும்பம்தான்.

தேர்தலில் நிற்கும் ஒருவர், ஒரு பதவிமீது வேட்கை கொள்கிறார், அதனை விரும்புகிறார், அதற்காகவே தேர்தலில் நிற்கிறார், அதனால் அவர் வேட்பாளர். அதற்காக அவர் தாக்கல் செய்யும் மனு, வேட்பு மனு.

★★★

சமீபத்தில் வெளியாகியுள்ள 'கதகளி' திரைப்படத்தின் பெயரை ஒரு நண்பர் 'கதக்களி' என்று எழுதியிருந்தார். அதைப் பார்க்க வேடிக்கையாக இருந்தது, ஆனால் தமிழ் இலக்கணப்படி யோசித்தால் அது சரிதானே?

'கத' என்பது கதை, 'களி' என்பது களிப்பு/ மகிழ்ச்சி, மலையாளத்தில் அதற்குப்பொருள் 'ஆட்டம்' என்று அறிகிறேன், அதுவும் மகிழ்ச்சியின் வெளிப்பாடுதான்.

ஆகவே, 'கதகளி' என்பது, கதையை ஆட்டத்தின்மூலம் வெளிப்படுத்துதல்/ நாட்டிய நாடகம் என்பதுபோல் பொருள் எடுத்துக்கொள்ளலாமா? மலையாளம் தெரிந்த நண்பர்கள் இதை விளக்கலாம்.

ஆனால், முற்றிலும் தமிழ்ச்சொற்களை வைத்து யோசித்தால், கதையைச் சொல்லும் களிப்பு. ஆகவே, கதை + களி = புணர்ச்சி விதிப்படி கதைக்களி என்று ஆகும். கதைப் பாடல் என்று சொல்கிறோமல்லவா? அதுபோல.

ஒரு வேடிக்கையான விஷயம், உளுந்து + களி = உளுந்துக்களி, இங்கே 'களி'க்கு வேறு அர்த்தம், ஆனால் அதே இலக்கண விதி!

இதற்காகக் 'கதகளி' தவறு என்று அர்த்தமில்லை, 'கதக்களி' என்று நாமெல்லாரும் எழுதவேண்டியதில்லை. ஆனால், ஒரு பிறமொழிச்சொல் தமிழுக்கு வரும்போது இயல்பாக நமது இலக்கண விதிமுறை அங்கே கலந்து தமிழ்வடிவமாவதை

(ரோடு + ஓரம் = ரோட்டோரம், ஓர் ஆட்டோ என்பதுபோல்) ரசிக்கலாம்.

★★★

மாடும் பொங்கலும் சேர்ந்தால் மாடுப்பொங்கல்தானே வரவேண்டும், எப்படி மாட்டுப் பொங்கல் ஆனது?

குற்றியலுகரம் ஞாபகமிருக்கிறதா? ‘உ’ குடும்ப எழுத்துகள் வல்லினத்தோடு இணைந்து, ஒரு சொல்லின் நிறைவில் வரும்போது, தங்களுடைய இயல்பான ஒலியிலிருந்து சற்றே குறைந்து ஒலிக்கும். உதாரணமாக, ஆடு, மாடு, வீடு, சோறு. இவற்றை ‘நெடில் தொடர்க் குற்றியலுகரம்’ என்பார்கள். அதாவது, நெடிலைத் தொடர்ந்து வருகிற குற்றியலுகரம்.

இந்தச் சொற்களெல்லாம் அடுத்து வரும் பெயர்ச்சொற்களுடன் இணையும்போது, உகரத்துடன் இணைந்துள்ள அந்த வல்லினம் இரண்டாகும். அதாவது,

ஆடு + குட்டி = ஆ + ட் + இன்னொரு ‘ட்’ + உ + புணர்ச்சி விதியின்படி ‘க்’ + குட்டி = ஆட்டுக்குட்டி

இதேபோல்,

மாடு + பொங்கல் = மா‘ட்’டுப்பொங்கல்

வீடு + அறை = வீட்’டறை

சோறு + பானை = சோ‘ற்’றுப்பானை

இதை நாம் இலக்கணப் புத்தகத்தில் படிக்கவேண்டியதே இல்லை, நாம் இந்த விதியை மிக இயல்பாகப் பயன்படுத்துகிறோம், தமிழில்மட்டுமல்ல, ஆங்கிலச் சொற்களில்கூட:)

ரோடு + ஓரம் = ரோட்டோரம்:)

சரி, மறுபடி மாட்டுக்கு வருவோம். தமிழில் ‘மாடு’ என்றால், செல்வம் என்றும் ஒரு பொருள்.

‘மறப்பின்மை யான்வேண்டும் மாடு’ என்பார் நம்மாழ்வார்:(திருமாலை) மறக்காமல் இருப்பதுதான் நான் வேண்டுகின்ற செல்வம்.

ஒரு திருக்குறளில் செல்வம், மாடு இரண்டுமே வரும்:

'கேடுஇல் விழுச்செல்வம் கல்வி ஒருவற்கு,

மாடுஅல்ல மற்றையவை.'

படிப்புதான் செல்வம், மற்றதெல்லாம் செல்வமில்லை.

செல்வம் என்கிற பொருள்தரும் இந்தச் சொல் 'மாடு' என்ற விலங்கின் பெயருக்கும் வருவது சுவையான ஒற்றுமைதான். அந்நாள்களில் மாடு நிறைய வைத்திருப்பவர்கள் செல்வந்தர்களாக இருந்திருப்பார்கள், ஆகவே, மாடே செல்வம்!

இதேபோல் சுவையான இன்னொரு சொல், 'அரை'. இதனை 1/2 என்றும் சொல்லலாம், உடலின் அரைப் பகுதியில் (பாதியில்) உள்ள 'இடுப்பு' என்றும் இதற்குப் பொருளுண்டு.

★★★

கச்சா எண்ணெய் விலை குறைந்தது. அதனால் பெட்ரோல், டீசல் விலை குறையுமா தெரியாது, நாம் வேறொரு பஞ்சாயத்தைப் பார்ப்போம்: கச்சா எண்ணெயா, அல்லது, கச்சா எண்ணையா?

கண்டிப்பாகச் சொல்லப்போனால், ரெண்டும் தப்பு!

எள்+நெய் = எண்ணெய், எள்ளிலிருந்து எடுக்கப்பட்ட நெய், அதாவது நாம் இப்போது நல்லெண்ணெய் என்று சொல்கிற பண்டம்தான் அது.

அப்படியானால் தேங்காய் எண்ணெய்? சூரியகாந்தி எண்ணெய்?

அவற்றைத் தேங்காய் நெய், சூரியகாந்தி நெய் என்று எழுதுவதுதான் மிகச்சரி. ஆனால் மக்கள் பழக்கத்தில் 'எண்ணெய்' = 'நெய்' என்று பதிவாகிவிட்டதால், தேங்காய் எள் நெய், சூரியகாந்தி எள் நெய் என்று அவற்றை விநோதமாக அழைத்துக்கொண்டிருக்கிறோம்! எல்லாருக்கும் புரிவதால், பிரச்னையில்லை.

ஆனால், 'தேங்காய் எண்ணை'/ 'கச்சா எண்ணை' என்று எழுதுவது தவறு. 'எண்ணெய்' என்பதே சரி.

அப்படியானால், 'எண்ணை' என்ற சொல் முற்றிலும் தவறா?

அல்ல. அதுவும் சரியான சொல்தான். ஆனால், அந்தச் சொல்லின் பொருள் *oil* இல்லை: எண்(*Number*) + ஐ = எண்ணை.

உதாரணமாக, 'எட்டு என்ற எண்ணைக் காகிதத்தில் எழுது' என்றால், அங்கே 'எண்ணை' வரும், 'எட்டு பாட்டில் எண்ணெய் வாங்கிவா' என்றால், அங்கே எண்ணெய் வரும்.

அப்போ வெண்ணை?

அதுவும் தப்புதான், வெண்ணெய் என்று எழுதவேண்டும், வெள்(ளை)+நெய் = வெண்ணெய்.

★★★

பெங்களூர் நாட்கள் என்றொரு படம் வருகிறதாம்.

நாட்கள்/ நாள்கள் எது சரி?

இதைப்பற்றிப் பலரும் விவாதித்து, அடிதடி சண்டையெல்லாம் போட்டிருக்கிறோம். கிட்டத்தட்ட வாழ்த்துகள்/ வாழ்த்துக்கள்க்கு இணையான சண்டை இது.

நாள் மலர் என்றால் அன்று பூத்த மலர் என்று பொருள். அதுபோல நாள் கள், என்றால் அன்றுதான் மரத்திலிருந்து இறக்கிய புதுக் கள்:) அல்லது, பல நாளான பழைய கள் என்றுகூட நினைக்கலாம். நாள் + கள் = நாட்கள் என்று புணர்ந்தாலும் அதே ரூல்தான்.

பெங்களூரில் கள் கிடைக்கிறதா தெரியாது. ஆனால் தெருவுக்குத்தெரு மதுக்கடைகள், பார்கள், பப்கள் உண்டு, அதனால் இப்படிப் பெயர்வைத்திருப்பார்களோ?

இது ஒரு வேடிக்கைக்காகச் சொல்கிற உதாரணமே, உண்மையில், நாள் + கள் என இதனை இரு சொற்களாகப் பிரிக்கலாகாது. அதை ஒரே சொல்லாகதான் நினைக்கவேண்டும், பிரித்துப் பொருள்கொள்ளக்கூடாது, 'பூவை' என்ற சொல்லைப் 'பூ வை' என்று பிரிப்பதுபோல் சும்மா ஜாலிக்கு சொல் விளையாட்டு ஆடலாம், அவ்வளவே.

கிடக்கட்டும், நாட்கள்/ நாள்கள்: எது சரி?

இப்போதெல்லாம் நான் இந்த வம்புக்கே செல்வதில்லை, 'நாள்' என்று பொதுவாக எழுதிவிடுகிறேன்.

பொதுவாக, தமிழில் அலகுகளுக்குப் பன்மை அவசியமில்லை. 'ஒரு நாள்' என்றால் *Singular*, 'ஏழு நாள்' என்றால் *Plural*. எண்ணோடு சேர்ந்து வரும்போது அர்த்தம் தானாகப் புரிந்துவிடும்.

அதற்காக, இந்தப் படத்தின் பெயரை 'பெங்களூர் நாள்' என்று எழுத இயலாது. இங்கே எண் இல்லை. ஆகவே, இது ஒருமையா, பன்மையா என்று புரியாது.

ஆகவே, மறுபடி அதே பேஜார்: நாள்களா/ நாட்களா?

எனக்கென்னவோ '*Bangalore Days*' என்ற மலையாளப் படத்தின் பெயரை அப்படியே தமிழில் 'பெங்களூர் நாட்கள்/நாள்கள்' என்று மொழிபெயர்ப்பதே தவறான அணுகுமுறையாகத் தோன்றுகிறது. வேறு சில மொழிமாற்றுப்படங்களுக்கு 'இஞ்சி இடுப்பழகி', '36 வயதினிலே' என்று தனித்துவமாக, தமிழ்ச்சூழலுக்குப் பொருந்தும்வகையில் பெயர் சூட்டியதுபோல, தயாரிப்பாளர்கள் இதற்கும் கொஞ்சம் மெனக்கெட்டிருக்கலாம்!

★★★

தேர்தல் நேரம், கூட்டணிப் பரபரப்புகள்.

கூட்டணி (கூட்டு + அணி) என்ற சொல்லே கொஞ்சம் சுவையானதுதான். குறிப்பாக, அந்தக் 'கூட்டு'.

இந்தச் சொல்லைத் தமிழில் இருவிதமாக எண்ணலாம்: பெயர்ச்சொல், வினைச்சொல்.

'கூட்டு' என்பதைப் பெயர்ச்சொல்லாக நினைத்தால், அது கூட்டப்பட்ட ஒரு பொருள். உதாரணமாக, கத்தரிக்காய்க் கூட்டு என்பது, கத்தரிக்காயுடன் பருப்பு, தேங்காய் போன்றவற்றைக் கூட்டித் தயாரிக்கப்பட்ட உணவுப்பண்டம்.

அதே 'கூட்டு' என்பதை வினைச்சொல்லாக நினைத்தால்,

அது கூட்டுதல் என்கிற செயல். உதாரணமாக, 'நான்கையும் ஐந்தையும் கூட்டு!'

இப்போது, மறுபடி கூட்டணிக்கு வருவோம். கூட்டு அணி, இங்கே 'கூட்டு' என்பதைப் பெயர்ச்சொல்லாக நினைத்தால், அது பல கட்சிகள் ஒன்றாகக் கூட்டப்பட்டுள்ள ஓர் அணியைக் குறிக்கும். ஒருவேளை வினைச்சொல்லாக நினைத்தால்?

கூட்டுதல், அதாவது, யாரோ வலிய முயற்சி செய்து இரு கட்சிகளைக் கூட்டி அணிசேர்த்திருக்கிறார்கள், அதனால் அது, 'கூட்டு அணி.'

இந்தச் சொல்லைத் தமிழில் வினைத்தொகை என்பார்கள். அதாவது, நிகழ்காலமா, கடந்தகாலமா, எதிர்காலமா என்பதைக் காட்டும் சான்றுகள் (கூட்டுகின்ற அணி, கூட்டிய அணி, கூட்டும் அணி) மறைந்துவருவதால், இந்தச் சொல் முக்காலத்துக்கும் பொருந்தும்.

ஆக, கூட்டணி என்பதில் வரும் 'கூட்டு' வினைச்சொல்லானால், அது தேர்தலுக்காகமட்டும் கூட்டப்பட்டதாக இருக்கலாகாது, அதற்கு முன்பும், பின்பும் தொடரவேண்டும் என்றுகூட வேடிக்கையாகச் சொல்லலாம்.

ஒருவேளை, கூட்டணியைக் கூடணி என்று எழுதினால்?

அது எழுத்துப்பிழை அல்ல. அதற்கும் பொருள் உண்டு. கூடு + அணி, அதாவது, கூடிய/ கூடுகின்ற/ கூடப்போகும் அணி. இன்னொருவர் வலியக் கூட்டவில்லை, தானாக, கொள்கைரீதியில் ஒத்துப்போய் இரு அணிகள் கூடி ஓர் அணி ஆகின. அது கூடணி. யாராவது முயற்சி செய்து கூட்டினால் அது கூட்டணி.

Of course, கூடணி என்று ஒரு சொற்றொடர் புழக்கத்தில் இல்லை. ஆனால், நாம் கூடு + அணி என்பவற்றை இணைத்து இப்படியொரு வினைத்தொகையைத் தாராளமாக உருவாக்கலாம்.

கூட்டு அணி, கூடு அணி என்பவற்றைத் தமிழில் செயப்பாட்டுவினை, செய்வினை என்பார்கள். இவற்றிடையே

நுணுக்கமான வித்தியாசம்தான்: ஒரு செயல் ஒருவரால் செய்யப்படுவதாகச் சொல்வது, அல்லது, ஒரு செயலை ஒருவர் செய்ததாகச் சொல்வது: ராமனால் அம்பு எய்யப்பட்டது, ராமன் அம்பை எய்தான்.

இந்த வித்தியாசத்தைப் புரிந்துகொள்ள இன்னோர் எளிய உதாரணம், சூட்டு மலர், சூடு மலர்.

மலர்களில் ஏது சூடு, அவை குளிர்ச்சியானவை ஆயிற்றே என்று ரத்தம்வரக் கடிக்கவேண்டாம். விஷயத்துக்கு வருவோம்.

ஜானகியின் தலையில் மைதிலி பூ வைக்கிறாள் என்றால், ஜானகி மலர் சூடுகிறாள், மைதிலி மலர் சூட்டுகிறாள். மைதிலி கையில் உள்ளது அவள் (இன்னொருவருக்குச்) சூட்டு மலர், ஜானகி தலையில் உள்ளது அவள் (தானே, அல்லது இன்னொருவரால்) சூடு மலர்.

அதனால்தான் ஆண்டாள், 'சூடி'க் கொடுத்த சுடர்க்கொடி.

★★★

ஆர்வலர், தன்னார்வலர் என்ற சொற்கள் *Volunteer* என்ற பொருளில் பயன்படுத்தப்படுகின்றன. தன்னார்வத்தால் வந்து ஒரு பணியைச் செய்பவர்.

அதென்ன தன்னார்வம்? *Self Interest?* அதோடு பணிசெய்பவர் எப்படி *Volunteer* ஆவார்?

இங்கே ஆர்வம் என்றால் *Interest* அல்ல, அன்பு, *love.*

ஆர்வத்துக்கு அன்பு என்று ஒரு பொருள் உண்டா என்ன?

நன்றாக உண்டு. அதுவும் வெறும் அன்பு அல்ல, மிகுந்த அன்பு, முதிர்ந்த அன்பு. திருவள்ளுவர் சொல்கிறார்:

'அன்பு ஈனும் ஆர்வம் உடைமை'

அன்பின் முதிர்ந்த நிலைதான் ஆர்வம். பெரியாழ்வார் பாடுகிறார்:

> 'மார்வம் என்பதோர் கோயில் அமைத்து,

மாதவன் என்னும் தெய்வத்தை நாட்டி
ஆர்வம் என்பதோர் பூ இட வல்லார்க்கு
அரவதண்டத்தில் உய்யலும் ஆமே.'

நெஞ்சிலே கோயில் கட்டி, அங்கே தெய்வத்தை வைத்து அன்பைப் பூவாகப் போட்டால் போதும், ஒரு பய நம்மை அசைக்கமுடியாது!

ஆக, தன்னார்வலர் என்றால், ஒரு செயலைச் செய்யவேண்டும் என்று தன்னுள் சுரக்கும் மிகுந்த அன்பால், அப்பணியை வலியவந்து செய்பவர்.

இந்தச் சிறு மாற்றத்தால் அச்சொல் எத்துணை அழகாகத் தோன்றுகிறது பாருங்கள்!

★★★

புற்கை என்றால், புன்மையான உணவு என்று பொருள்.

அதென்ன புன்மை?

புல் என்றால் தரையில் வளரும் சிறிய, பச்சையான தாவரம்மட்டுமல்ல, அற்பமான எதற்கும் புல் என்ற சொல்லைப் பயன்படுத்தலாம், மரத்தோடு ஒப்பிடும்போது அந்தப் பச்சைப் புல்லானது 'புல்'லியதுதானே?

'புல்'லர் என்ற சொல்லைக் கேட்டிருப்போம். இழிவானவர்கள்/ சிறியவர்கள் என்று அதற்குப் பொருள்.

அந்த வேர்ச்சொல்லில் இருந்து வரும் இன்னொரு சொல், 'புற்கை', அதாவது, சாதாரணமான உணவு, பெரிய சுவை இருக்காது, தயாரிக்க நேரமாகாது, பசி அடங்கும், அவ்வளவுதான். அகராதியில் இதைக் 'கஞ்சி' என்கிறார்கள்.

நாலடியாரில் ஒரு பாடல், மனத்துக்குப் பிடிக்காதவர்கள் தங்கப் பாத்திரத்தில் சோறு போட்டு, அதில் சர்க்கரையும் பாலும் போட்டுப் பிசைந்து கொடுத்தாலும், அந்த உணவு இனிக்குமா? அதைவிட, சாதாரணப் பாத்திரத்தில் உப்பில்லாத 'புற்கை'யை உண்பது நல்லது.

இந்தப் பாடலில் இன்னொரு விசேஷம், 'புலி நகம்போன்ற சோறு' என்கிறார்கள். பாஸ்மதி அரிசிபோல் அன்றைக்குப் புழக்கத்தில் இருந்த ஓர் உயர்ந்த ரக அரிசியாக இருக்குமோ?

பொன்கலத்துப் பெய்த புலிஉகிர் வான்புழுக்கல்
அக்காரம் பாலோடு அமரார் கைத்து உண்டலின்,
உப்புஇலிப் புற்கை உயிர்போல் கிளைஞர்மாட்டு
எக்கலத்தானும் இனிது.

★★★

முயற்சிக்கிறேன் என்ற சொல் ஏன் தவறு? நடக்கிறேன், படிக்கிறேன் என்றெல்லாம் சொல்லுகிறோமே, அதுபோலதானே இதுவும்?

ஒரு வினைச்சொல்லின் பின்னே 'க்கிறேன்', 'க்கிறாய்', 'க்கிறோம்' என்றெல்லாம் சேர்த்துச் சொற்களை உருவாக்கலாம். ஆங்கிலத்தில் '*ing*' என்ற பின்னொட்டுக்குச் சமம் இது.

நட என்பது வினைச்சொல், ஆகவே நடக்கிறேன்.

படி என்பது வினைச்சொல், ஆகவே படிக்கிறேன்.

முயற்சி என்பது வினைச்சொல் அல்ல, அது ஒரு பெயர்ச்சொல். அதன் வினைச்சொல்லைக் கண்டறிந்து, அதன்பிறகுதான் 'க்கிறேன்' என்று சேர்க்கவேண்டும்.

'முயல்'வதுதான் முயற்சி. ஆகவே, முயல்கிறேன் என்று எழுதவேண்டும்.

அல்லது, முயற்சி செய்கிறேன் என்று எழுதலாம், இங்கே 'செய்' என்பது வினைச்சொல், ஆகவே செய்கிறேன்.

முயற்சிபோலவே உள்ள பிற சொற்கள் சில: பயிற்சி (பயில்தல்), கவர்ச்சி (கவர்தல்), புகழ்ச்சி (புகழ்தல்). இதையெல்லாம் நாம் பயிற்சிக்கிறேன், கவர்ச்சிக்கிறேன், புகழ்ச்சிக்கிறேன் என்று எழுதுவதில்லையே. பயிற்சி செய்கிறேன், புகழ்ச்சி செய்கிறேன், பயில்கிறேன், கவர்கிறேன், புகழ்கிறேன் என்றுதானே எழுதுகிறோம், இந்த முயற்சிக்கிறேனுக்கு மட்டும் ஏன் சிறப்பு அனுமதி?

என்னைப் பொறுத்தவரை இலக்கணத்துக்கு ஒரே ஒரு விதிதான்: சொல்லிப்பார்த்தால் பல் உடைவதுபோல் இருந்தால் அந்தச் சொல் தப்பு. முயற்சிக்கிறேன் என்பது அந்த வகை.

★★★

முதுமை என்ற சொல்லுக்கு வயது முதிர்ந்தவர் என்ற பொருள்மட்டுமே கொள்கிறோம். புத்தியில் முதிர்ந்தவர், சிறந்தவர் என்ற பொருளும் உண்டு.

இன்று காலை கந்தபுராணத்தில் ஒரு வரி பார்த்தேன். விஸ்வகர்மா என்கிற தச்சனிடம் *(Architect)* முருகன் சொல்கிறான்: 'இவ் இடத்தினில் எமக்கு ஒரு மூதூர் செவ்விதில் புனைவு செய்குதி.'

அதாவது, இந்த இடத்தில் எனக்கு ஒரு மூதூரை (முது ஊரை) நன்றாக உருவாக்கித் தா.

இதைப் படித்தவுடன் திகைப்பாக இருந்தது. மூதூர் என்றால் பழைய ஊர்தானே? பழைய ஊரை எப்படிப் புதிதாக உருவாக்க இயலும்? *Antique Factory* என்று ஒன்று உண்டா என்ன?

அதன்பிறகு, இங்கே முதிய ஊர் என்பது, வயதில் முதிர்ந்த ஊர் இல்லை, சிறப்பில் முதிர்ந்த ஊர் என்று புரிந்துகொண்டேன். எல்லாவிதத்திலும் சிறந்த ஊர் என்பதுபோல் பொருள் எடுத்துக்கொள்ளலாம்.

இந்தப் பின்னணியோடு பார்த்தால் 'மூத்தோர் சொல் அமுதம்' என்ற வாசகத்துக்குப் புது அர்த்தம் பிறக்கும்!

★★★

'வாழ்க வளமுடன்' என்பது பிரபலமான வாழ்த்து வாசகம்.

உண்மையில், வளம் + உடன் = வளத்துடன் *(similar to* மரம் + உடன் = மரத்துடன்). ஒரு சொல் 'ம்' என நிறைந்தால், அதனுடன் வேற்றுமை உருபுகள் சேரும்போது, 'அத்து' என்ற சாரியை நடுவில் தோன்றும்.

உதா: வளம் + ஐ = வளத்தை, வளம் + ஆல் = வளத்தால்,

வளம் + கு = வளத்துக்கு, வளம் + இன் = வளத்தின், அதேபோல், வளம் + உடன் = வளத்துடன்.

மரம், சினம், உரம், நலம், கரம், வரம், தரம், இனம்... இப்படி 'ம்' என நிறைவடையும் எல்லாச் சொற்களுக்கும் இது பொருந்தும்.

ஆகவே, நீவிர் நுமது இனத்துடன் இறைவன் வரத்துடன் வாழ்க வளத்துடன்!

★★★

'காதலிக்க நேரமில்லை' படத்தில் 'இவர் உங்க மகனா?' என்பதுபோல் ஒரு பணக்காரரைக் கேட்பார் பாலையா. சட்டென்று 'மகன்' என்ற சொல் மரியாதைக்குறைவானது என்று உணர்ந்ததுபோல் குழைந்து, 'இவர் உங்க மகருங்களா?' என்று திருத்துவார்.

அவன் என்பதை அவர் என்பதுபோல, மகன் என்பதை மகர் என்பார்.

அது வெறும் வேடிக்கைச் சொல் என்று நினைத்துக் கொண்டிருந்தேன். இதற்குமுன்பே பயன்பாட்டில் உள்ள சொல்தான்போல.

மகர் என்றால் மகன் என்பதன் மரியாதைப் பன்மை. உதா: "வசுதேவர்க்கு மகர்" என்று பிள்ளைப்பெருமாள் ஐயங்கார் கண்ணனைக் குறிப்பிடும் திருவேங்கடமாலைப் பாடல்.

இதையே 'மகன்கள்', 'மகள்கள்', 'மக்கள்' என்று பலரைக் குறிப்பிடவும் பயன்படுத்தலாமாம். 'அண்ணன்மாரே', 'தம்பிமாரே', 'அக்காமாரே', 'தங்கச்சிமாரே' என்று சொல்வார்களே, அவையெல்லாம் இதன் திரிபுதான். மகர் என்பது மார் என்று ஆகிவிட்டது.

சினிமா வசனத்திலும் நற்சொற்களுண்டு!

★★★

ஏழை பங்காளன்

இப்படி ஒரு சொல் திருவெம்பாவையில் வருகிறது.

இதை ஓர் அரசியல்வாதி சொன்னால், ஏழைகளின் பங்காளன் என்று அர்த்தம் எடுத்துக்கொள்ளலாம். ஆன்மிகவாதி சொன்னால்?

அதுமட்டுமில்லை, ஏழைகளின் பங்காளன் என்று சொல்ல, அங்கே ஓர் 'ப்' வரவேண்டும். ஏழைப் பங்காளன் என்று இருக்கவேண்டும். யானைப் பாகன் என்பதுபோல. ஐந்தாம் வேற்றுமைத் தொகை என்று சொன்னால் கோபிக்கமாட்டீர்களே?

சிவனை ஏழை மக்களின் பங்காளன் என்று சொல்வதில் தவறில்லை. ஆனால், இங்கே ப் வரவில்லை, வெறும் ஏழை பங்காளன் என்றுதான் எழுதியிருக்கிறார் மாணிக்கவாசகர். அதற்கு என்ன பொருள்?

ஏழையைப் பங்காகக் கொண்டவன் சிவபெருமான்.

அது யார் ஏழை?

தமிழில் ஏழை என்றால் *Poor* என்றுமட்டும் பொருள் இல்லை. இந்தச் சொல்லுக்குப் பல பொருள்கள் உண்டு.

உதாரணமாக, 'ஏழை வேடன்' என்று குகனைக் குறிப்பிடுவான் கம்பன்.

குகன் தன் பகுதிக்கு ராஜா. அவன் எப்படி *Poor* ஆவான்?

இங்கே 'ஏழை' என்றால் எளியவன் என்று பொருள். பழகுவதற்கு எளியவன்.

அதே கம்பனில் 'ஏழை சோபனம்' என்று சீதையை வாழ்த்துவார் ஆஞ்சனேயர். அங்கே ஏழை என்றால் பெண்.

ஆக, 'ஏழை பங்காளன்' என்றால் பெண்ணைப் பங்காக, தன் உடலின் ஒரு பகுதியாக உடையவன் என்று பொருள். சிவனில் பாதி பார்வதி அல்லவா? அவள்தான் இங்கே 'ஏழை', அந்தச் சொல்லின் பொருள் 'பெண்' என்பதுதான்.

இதையே 'வேயுறு தோளி பங்கன்' என்று பாடுவார் திருஞானசம்பந்தர். மூங்கில்போன்ற தோள்களை உடையவள் 'வேயுறு தோளி', பார்வதி, அவளைத் தன்னில் பாதியாகக் கொண்டவன் சிவபெருமான்.

அது சரி, வள்ளலார் முருகனைப் பாடும்போது, ‘குருகு ஆரும் புனம் காக்கும் வள்ளி பங்கன்’ என்பார். அதற்கு என்ன அர்த்தம்? முருகன் தன் உடலில் பாதியை வள்ளிக்குக் கொடுத்தானா என்ன?

அங்கே ‘பங்கன்’ என்பதன் பொருள், பக்கத்தில் கொண்டவன் என்பது. வள்ளி அருகிலிருக்க பக்தர்களுக்குக் காட்சி தருபவன் வள்ளி பங்கன், முருகன்!

★★★

காதல் என்பது அன்பு. காதலைக் கொண்டவன்/ள் காதலன்/ காதலி. அந்தச் சொல்லுக்கு 3 வகைப் பொருள் உண்டு என்கிறார் ஞா. தேவநேயப் பாவாணர்:

1. கணவன்/ மனைவி/ கணவனாகப்போகிறவன்/ மனைவியாகப்போகிறவள் (அல்லது)
2. மகன்/ மகள்/ வேறு உறவினர் (அல்லது)
3. தோழன்/ தோழி

உங்களுக்கு எத்தனை காதலர்கள்?

★★★

‘தங்களது பொற்கரங்களால் விருது வழங்க வருகை தரும் முதலமைச்சர் வாழ்க’

இப்படி ஒரு வாசகம் படித்தேன்.

ஒருவரை மரியாதையாகக் குறிப்பிடும்போது, தாங்கள், தங்கள் என்ற பதம் ஒருமையிலும் வரும். இவை நீங்கள், உங்கள் என்பதற்கு நிகரானவை.

உதா: தாங்கள் சாப்பிட்டீர்களா? தங்கள் வருகைக்கு நன்றி!

ஆனால், இவை எல்லாம் முன்னிலையில்தான் வரவேண்டும். புரியும்படி சொல்வதென்றால், 2nd Person. எதிரே நிற்பவரிடம் மரியாதையாகப் பேசுவது.

இப்போது, மேற்சொன்ன வாசகத்தைப் படியுங்கள். அது

முன்னிலை அல்ல, படர்க்கை, *3rd Person.* ஒரு மூன்றாம் நபரைப்பற்றிப் பேசுவது.

ஆகவே, 'தங்களது' என்ற இங்கே சொல் பொருந்தாது. அப்படி எழுதினால், இந்தப் போஸ்டரைப் படிக்கும் உங்களுடைய கையை எடுத்து முதலமைச்சர் விருது வழங்குகிறார் என்று பொருள்.

இதை எப்படிச் சரியாக எழுதவேண்டும்?

'தமது பொற்கரங்களால் விருது வழங்க வருகை தரும் முதலமைச்சர்' என்பதுதான் சரி.

ஒருவேளை 'தங்கள்' என்ற சொல்லை இங்கே பயன்படுத்தியே ஆகவேண்டும் என்றால் 'தங்களது பொற்கரங்களால் விருது வழங்க வருகை தரும் முதலமைச்சரே, வாழ்க' என்று எழுதலாம். அப்போது அது படர்க்கை அல்ல, முன்னிலை ஆகிவிடும். ஆகவே, 'தங்கள்' என்ற சொல் பொருந்தும்.

★★★

ஓர் அழைப்பிதழில் 'மேனாள் மத்திய அமைச்சர்' என்று எழுதியிருந்தார்கள். 'முன்னாள்'க்குப் பதில் இப்படித் தவறாக அச்சிட்டுவிட்டார்களா என்று நண்பர் கார்த்திகேயன் கேட்டிருந்தார்.

நானும் அப்படிதான் எண்ணியிருந்தேன். சமீபத்தில்தான் 'மேனாள்' என்பதும் 'முன்னாள்' என்பதும் ஒரே பொருள் என்று தெரிந்துகொண்டேன்.

மேனாள் = மேல் + நாள், அதாவது *earlier days*. இதற்குமுன் நடந்த விஷயத்தைச் சொல்லும்போது, மேனாள் நிகழ்ச்சி என்று சொல்லலாம். முன்னாளுக்கு இணையான சொல்தான் இது.

உதாரணமாக, நாலாயிரம் திவ்யப் பிரபந்தத்தில் பேயாழ்வார் வெண்பா.

பார்த்த கடுவன் சுனைநீர் நிழல் கண்டு
பேர்த்து ஓர் கடுவன் எனப் பேர்த்து, கார்த்த

களங்கனிக்குக் கை நீட்டும் வேங்கடமே மேனாள்
விளங்கனிக்குக் கன்று எறிந்தான் வெற்பு

திருவேங்கடமலையில் ஓர் ஆண் குரங்கு இருந்தது, அது அங்கிருந்த சுனையில் தண்ணீர் குடிக்க எட்டிப் பார்த்தது. அங்கே அதன் பிம்பம் தெரிந்தது. அதைப் பார்த்து, அங்கே இன்னோர் ஆண் குரங்கு இருப்பதாக நினைத்துவிட்டது அந்தக் குரங்கு.

ஆகவே, 'வம்பு எதற்கு?' என்று வேறோர் இடத்துக்குச் சென்றது. அங்கே மேகம் போல் கருத்த களாப்பழத்தைக் கை நீட்டி எடுத்து உண்டது.

அந்தத் திருவேங்கடமலை யாருடையது தெரியுமா? மேனாளில் (அதாவது, முன்னாளில்) கன்றை வீசி எறிந்து விளாங்கனியை விழவைத்த கண்ணன்/ திருமாலின் மலை.

★★★

யுவன் ஷங்கர் ராஜாவின் முதல் படமான அரவிந்தனில் 'பூவாட்டம் காயாட்டம் கன்னித் தோட்டம், மானாட்டம் மீனாட்டம் துள்ளுதே' என்கிற அற்புதமான பாடல் உண்டு. டி. எல். மகராஜனும் ஸ்வர்ணலதாவும் (என்னவொரு கூட்டணி!) அதனை இன்னும் சிறப்பாகப் பாடி அழகுபடுத்தியிருப்பார்கள். அந்த வரிகளை நான் பலமுறை சொல்லிச் சொல்லி மகிழ்ந்திருக்கிறேன். என்ன நேர்த்தி, என்ன அழகு!

இங்கே 'ஆட்டம்' என்ற சொல், 'பூப்போல, காய்போல, மான்போல, மீன்போல' என்ற பொருளில் வந்திருக்கிறது. பண்டிதர்கள் இதை 'உவம உருபு' என்பார்கள். மொத்தம் 36 உவம உருபுகள் உண்டு, போல, நிகர்த்த, அன்ன, புரைய என்று நீளமான பட்டியல்.

ஆனால் அவற்றில் 'ஆட்டம்' இல்லை என்று நினைக்கிறேன். இது பேச்சுவழக்கில் வந்திருக்கவேண்டும். ஆனால் சொல்வதற்கு எத்துணை இனிமை! தேனாட்டம் இனிக்கிறது!

★★★

‘நூறு தடா நிறைய அக்கார அடிசில்’ என்பாள் ஆண்டாள்.

‘தடா’ என்றால் பெரிய பானை. நூறு பானை நிறைய சர்க்கரைப் பொங்கல்!

கவனியுங்கள், ‘தடாக்கள்’, ‘பானைகள்’ இல்லை, ‘தடா’, ‘பானை’தான். ஆயிரம் தடா, லட்சம் தடாவாக இருந்தாலும் அதே.

‘நூறு தடாக்கள்’ என்று எழுதுவது தவறில்லை. அது அவசியமும் இல்லை.

‘பத்து ரூபாய் சம்பளம்’ Vs ‘பத்து ரூபாய்கள் சம்பளம்’... படித்துப் பாருங்கள், எது உறுத்துகிறது?

தமிழில் அலகுகளைக் குறிப்பிடும்போது பன்மை அவசியப்படாது. அது இல்லாமலே பொருள் புரியும். நேசமிகு தாய்மார்கள்கூட ‘பத்து மாசம் சுமந்து பெத்தேன்’ என்றுதான் சொல்கிறார்கள்.

ஆம், ‘கள்’ளை எப்போதும் அளவாகப் பயன்படுத்தவேண்டும்.

★★★

ஒரு புதுப்படத்துக்கு ’இருவன்’ என்று பெயர் சூட்டியிருக்கிறார்கள். அது இலக்கணப்படி சரியா என்று கேட்டார் நண்பர் கிரி.

இரு என்றால் பெரிய/ நீண்ட என்று பொருள் உண்டு (உதா: இருங்கூந்தல் = நீண்ட கூந்தல்)

ஆகவே, இருவன் என்றால், பெரியவன், வலுவானவன் என்று பொருள் :>

இது வேடிக்கை பதில். சீரியஸ் பதில் வேண்டுமென்றால், இந்தப் படத்தில் இரண்டு ஹீரோக்கள், அவர்கள் இருவர் ஆனாலும் ஒருவரே என்பதுபோல் இந்தப் பெயர் வைத்திருப்பார்கள் என்று ஊகிக்கிறேன்.

இருவன், இருத்தி என்று எழுதுவது இலக்கணப்படி சரியல்ல. ஆனால் இருவரும் ஒருவரே என்பதைக் குறிக்கும் புதிய சொல்லாக்கமாக இதை எடுத்துக்கொள்ளலாம் என்பது என் கணிப்பு.

★★★

பேச்சுவாக்கில் 'அழகான குரல்' என்று குறிப்பிட்டேன். அதற்கு நண்பர் சங்கர் 'அழகு என்பது பேச்சுக்குப் பொருந்துமா? காட்சிக்குமட்டும்தானே வரக்கூடும்? "இனிய" குரல் என்றால் சரி, "அழகு"க் குரல் என்று ஏதாவது உண்டா?' என்று கேட்டார்.

அழகு என்பது "பார்க்கும் பொருள்"களுக்குதான் என்றில்லை. எதற்கும் பயன்படுத்தலாம்.

உதாரணமாக,

1. அழகுத் தமிழ் என்கிறோமே, அதென்ன தமிழ் எழுத்துகளின் வரி வடிவத்துக்கான பாராட்டா? எழுதியவரின் கையெழுத்துக்கான பாராட்டா? மொழியின் தன்மையைப் பாராட்டுகிறோம், இல்லையா? அதைக் கண்ணால் காணவேண்டிய அவசியம் இல்லை.
2. ஒருவரை அழகான பெண் என்றால் அது முக அழகா? அவரது நல்மனத்தைப் பாராட்டுவதாகவும் இருக்கலாம்.
3. அகத்தின் அழகு முகத்தில் தெரியும் என்பது பழமொழி, அகத்தைப் பார்க்க ஏலாதே, அதற்கு எப்படி அழகு வந்தது?
4. நாலடியாரில் "கல்வி அழகே அழகு" என்று ஒரு வரி. இங்கே அழகு என்பது பள்ளிக்கூடத்தின் தோற்றமா? கல்வி என்கிற (கண்ணுக்குத் தெரியாத பொருளின்) அழகுதானே?

ஆக, அழகு என்பது பார்வையுடன்மட்டும் தொடர்புடையது அல்ல. அழகுக் குரல் நிச்சயம் உண்டு. ஐம்புலன்களுக்கும் உணர்வுக்கும்கூட அதைப் பயன்படுத்தலாம்.

சுவையான தோசை என்பதும் அழகான தோசை என்பதும் உட்பொருளில் ஒன்றேதான்!

★★★

மறை என்றாலே எதிர் எனப் பொருள் (மறுத்தல் என்பதுபோல).

உதாரணமாக: 'நீ சாப்பிட்டாயா' என்ற கேள்விக்கு 'சாப்பிடவில்லை' என்று பதில் சொன்னால், அது மறை விடை. எதிர் விடை என்று சொன்னாலும் சரியே.

'சாப்பிட்டேன்' என்று பதில் சொன்னால் அது நேர் விடை. அங்கே 'மறை' வராது, 'நேர்மறை விடை' என்று கிடையாது.

ஆகவே, எதிர்மறை எண்ணம், நேர்மறை எண்ணம் என எழுதல் வேண்டா. எதிரெண்ணம் (= மறையெண்ணம்), நேரெண்ணம் போதும்.

★★★

இன்று பார்த்த ஒரு செய்தித்தாள் தலைப்பு:

இளையராஜா, யுவன் ஷங்கர் ராஜா பங்கேற்கும் இசை நிகழ்ச்சி

நடிகர், நடிகைகளும் நடனம் ஆடுகிறார்கள்

செய்திகளுக்கும் ஓர் எடிட்டர் ஏன் தேவை என்பதற்குச் சிறந்த உதாரணம் இது.

இந்த வாசகத்தைப் படிக்கும்போது இளையராஜாவும் யுவனும் நடனம் ஆடுகிறார்கள், கூடவே பல நடிகர், நடிகையரும் ஆடுகிறார்கள் என்ற அர்த்தம் வருகிறதல்லவா?

வரவில்லை என்று சொல்லாதீர்கள், காரணம், நீங்கள் ஏற்கெனவே மனத்தளவில் அவர்கள் இருவரும் நடனம் ஆடப்போவதில்லை என்று தெரிந்துகொண்டு, அதற்கேற்ப மாற்றிப் படித்துக்கொள்கிறீர்கள்:) இந்த இருவரை அறியாத ஒருவர் இதை எப்படி வாசிப்பார்? எப்படிப் புரிந்துகொள்வார்? நிச்சயம் கருத்துப் பிழை ஏற்படும். அந்தக் குழப்பத்தைத் தவிர்க்கவேண்டியது எழுதியவர் அல்லது எடிட்டரின் வேலை.

அப்படியானால், இதை அவர் எப்படிக் குழப்பமில்லாமல் எழுதியிருக்கவேண்டும்?

பல விதங்களில் மாற்றலாம். என் தேர்வு இது:

இளையராஜா, யுவன் ஷங்கர் ராஜா பங்கேற்கும் இசை நிகழ்ச்சி

நடிகர், நடிகையரின் நடனங்களும் இடம் பெறும்

★★★

நதியில் விளையாடி, கொடியில் தலை சீவி
நடந்த இளம் தென்றலே, வளர்
பொதிகை மலை தோன்றி, மதுரை நகர் கண்டு
பொலிந்த தமிழ் மன்றமே!

தமிழ்த் திரை இசை வரலாற்றிலேயே மிகப் பிரபலமான வரிகள் இவை. தென்றல் காற்று நதியில் விளையாடி, கொடியில் தலை சீவி நடந்து செல்கிற அற்புதமான கற்பனை ஒருபுறம், குழந்தையைத் தென்றலுக்கும் தமிழுக்கும் உவமையாகச் சொல்லும் அழகு இன்னொருபுறம்.

ஆனால், நாம் இப்போது பேசப்போவது, கண்ணதாசன் நடுவே மிகச் சிறப்பாகவும் பொருத்தமாகவும் பயன்படுத்தியிருக்கும் 'பொலிந்த' என்ற வார்த்தையைப்பற்றி.

'பொலிதல்' என்ற இந்த வினைச்சொல் *(Verb)* இப்போது அதிகம் புழக்கத்தில் இல்லை. நல்லவேளையாக, விளம்பர உலகம் அதன் பெயர்ச்சொல் *(Noun)* வடிவத்தைப் பத்திரமாகப் பாதுகாத்துவைத்திருக்கிறது. அன்று முதல் இன்றுவரை, 'என் மேனிப் பொலிவுக்குக் காரணம் லக்ஸ்' என்று சொல்லாத நடிகைகள் உண்டா!

சோப்பு விளம்பரத்தில், 'பொலிவு' என்ற வார்த்தை தோற்றப் பொலிவு, அழகு, சிறப்பு என்பதுபோல் சற்றே சுற்றி வளைத்த பொருள்களில் வருகிறது. ஆனால் இங்கே கண்ணதாசன் எழுதியிருப்பது, அதே வார்த்தையின் நேரடிப் பொருளில், அதாவது வளர்தல், பெருத்தல், கொழித்தல் என்ற அர்த்தத்தில்.

உதாரணமாக, கம்ப ராமாயணத்தில் ஓர் இடத்தில் ராமன் தசரதனைப்பற்றிப் பேசும்போது 'புதல்வரால் பொலிந்தான்' என்கிறான். அதாவது, தசரதன் ஏற்கெனவே சிறப்பான அரசன், பெரிய வீரன்தான், ஆனால் இப்போது, நல்ல மகன்களால் அவன் மேலும் பெருமை பெற்றான்.

'பொலிகாளை' என்று கேள்விப்பட்டிருப்பீர்கள். இதே பொலிவுதான் அங்கேயும், நன்கு பெருத்த, வளமான, சினைக்குப் பயன்படக்கூடிய காளை.

இந்தப் பாடல் வரியில் கண்ணதாசன் மூன்று விஷயங்களைச் சொல்கிறார்:

★ தமிழ் பொதிகை மலையில் தோன்றியது

★ பின்னர், மதுரை நகருக்கு வந்தது

★ அங்கே சங்கம் (மன்றம்) வைத்து வளர்க்கப்பட்டது

இவை மூன்றுமே, சும்மா மெட்டுக்குப் பொருத்தமாகச் சொல்லப்பட்டவை அல்ல. தமிழ் மொழியின் தொடக்கம் பொதிகை மலையில்தான் எனவும், அது மதுரையில் வளர்ந்ததாகவும்தான் நம்மிடம் குறிப்புகள் உள்ளன. குறிப்பாக, மதுரை தமிழ்ச் சங்கம்தான் தமிழின் இன்றைய வளத்துக்குக் காரணம். அந்தத் தகவல்களையெல்லாம் சர்வசாதாரணமாக, எந்தத் திணித்த உணர்வும் இல்லாமல் பாடலினுள் இணைத்துவிடுகிறார் கண்ணதாசன்.

இந்தக் கோணத்தில் பார்க்கும்போது, 'பொலிந்த' என்ற வார்த்தை எத்துணைப் பொருத்தம்!

இன்னொரு விஷயம், இந்தப் பாட்டைக் கேட்கும்போதெல்லாம் அதிகம் புழக்கத்தில் உள்ள 'தமிழ்ச் சங்கம்' என்ற வார்த்தையைப் பயன்படுத்தாமல் கண்ணதாசன் ஏன் 'தமிழ் மன்றமே' என்று எழுதியிருக்கிறார் என நினைப்பேன்.

ஆனால், அந்த இடத்தில் 'தமிழ்ச் சங்கமே' என்று பாடினால், வல்லின 'ச்' மெட்டில் உட்காராமல் உறுத்துகிறது, 'தமிழ் மன்றமே'தான் சுகமாக இருக்கிறது.

சொல்லப்போனால், இந்த வரிகள் முழுவதுமே வல்லின ஒற்றுகள் இல்லை. அதனால்தான் சும்மா சத்தமாகப் படித்தாலே கீதம் சுகமாக உருண்டோடுகிறது.

அதனால்தான் கண்ணதாசன் தமிழ்ச் சங்கத்தை மன்றம் என எழுதினாரா? அல்லது மதுரையின் சரித்திரத்தில் 'தமிழ் மன்றம்' என்று வேறொரு சமாசாரம் இருக்கிறதா? உங்களுக்குத் தெரிந்தால் சொல்லுங்கள்.

★★★

'ஆடிமாசம் காத்தடிக்க' என்கிற பிரபலமான கேளிக்கைப்பாட்டின் இடையே ஒரு வரி:

'தொட்டா என்ன? பட்டா என்ன? கெட்டா போகும்!
அம்மியும் அசங்குற ஆடி மாசக் காத்தடிக்க...'

'ஆடி மாசக் காத்துல அம்மியே பறக்கும்' என்பது பழமொழி. அதை இந்தப் பாடலில் பயன்படுத்த நினைத்த வாலிக்கு பல்லவி, அனுபல்லவியில் சரியான வாய்ப்புக் கிடைக்கவில்லை. அதனால், முதல் சரணத்துக்கும் பல்லவிக்கும் நடுவிலுள்ள இடைவெளியில் சரேலென்று நுழைத்துவிடுகிறார்.

இந்தப் பாட்டில் இந்த வரி இருப்பது பல பேருக்குச் சொன்னால்தான் தெரியும். அதைக் கவனித்தவர்களுக்குக்கூட 'அம்மியும் அசையுற' என்றுதான் காதில் விழுந்திருக்கும். ஆனால் அங்கே ஜானகி பாடும் வார்த்தை, 'அசங்குற'தான்.

'அசங்குதல்' என்றால், அதற்குத் தமிழ் அகராதி சொல்லும் பொருள்: நடுங்குதல், அசைதல், தளர்தல்.

'ஆடாது, அசங்காது வா' என்று ஒரு பிரபலமான பக்திப் பாட்டு கேட்டிருப்போம். இன்றைக்கும் பேச்சுவாக்கில் 'ஆடாம, அசங்காம கொண்டு வா' என்பார்கள், அதாவது, 'ஆடாமல், அசையாமல்' என்று அர்த்தம்.

இன்னொரு பொருள், தளர்ந்துவிடுதல். 'அசந்து தூங்கிட்டேன்' என்று சொல்கிறோம், அயர்ந்து என்பதன் கொச்சை வடிவம் இது, அந்த அயர்தலுக்கும், அசதிக்கும், இந்த அசங்கலுக்கும் தொடர்பிருக்கிறது.

அதேபோல், யாராவது ஒரு விஷயத்தைச் சிறப்பாகச் செய்தால் 'அசத்திப்புட்டான்' என்கிறோம். அதாவது என்னை அசரடித்துவிட்டான் / அயரச்செய்துவிட்டான் / அவனது திறமையைப் பார்த்து நான் நடுங்கிப்போனேன் / நம்மால் இது முடியுமா என்று எண்ணித் தளர்ந்துபோனேன்... இப்படிப் பலவிதமாகப் பொருள் கொள்ளலாம்.

ஆனால், இதெல்லாம் கொச்சை வழக்குகளா? அல்லது, 'அசங்க'லுக்கு இலக்கிய உதாரணம் உண்டா?

ராமனுடன் போரிட வந்த ராவணனை வர்ணிக்கும் கம்பர் 'தேவர்கள் வேர்த்து அசங்கிட' என்கிறார். அதாவது, ராவணனின் போர்த் திறமையைப் பார்த்து, தேவர்களுக்கு வியர்த்துவிட்டதாம், நடுங்கிப்போனார்களாம்.

அதுபோலதான், ஆடிக் காற்றில் நடுங்கிய அந்த அம்மியும்!

★★★

சில வார்த்தைகளைக் கேட்கும்போது அவை மிகவும் நவீனமானவை, சில வருடங்களுக்குமுன்னர், மிஞ்சிப்போனால் சில பத்தாண்டுகளுக்குமுன்னர் கண்டுபிடிக்கப்பட்டவை என்று நினைக்கிறோம்.

உதாரணமாக, 'கண்ணாளனே' என்ற சொல், ஒரு காதலி தன்னுடைய காதலனை 'என்னுடைய கண் போன்றவனே' என்று அழைப்பதாகப் பொருள் கொண்டு மகிழ்கிறோம். உண்மையில் அது நீண்ட பின்னணி கொண்ட ஒரு புராதனச் சொல்.

சாட்சி வேண்டுமா? இன்னொரு சினிமாப் பாட்டிலேயே தொடங்குவோம், 'கண்ணாளனுடன் கலந்து ஆனந்தம் பெற' என்று பட்டுக்கோட்டை கல்யாணசுந்தரம் எழுதியிருக்கிறார்.

கொஞ்சம் பின்னால் சென்றால், பாரதிதாசன், 'அன்று எனக்குக் காட்சி தந்த கண்ணாளன்' என்று எழுதினார்.

இன்னும் சற்று பின்னால் சென்றால், வள்ளலார், 'கண்ணாளா, சுடர் கமலக் கண்ணா' என்று கடவுளைப் போற்றினார்.

மேலும் பின்னோக்கிச் செல்வோம், கம்பனும் இந்தச் சொல்லைப் பயன்படுத்தியதுண்டு. 'அறம் வளர்க்கும் கண்ணாளன்' என்று ராமனைப் புகழ்ந்தவர் அவர்.

கம்பனுக்கு முன்னால், ஆழ்வார்களும் இதே சொல்லைப் பயன்படுத்தியிருக்கிறார்கள், 'கண்ணாளன், கண்ண மங்கை நகராளன்' என்று பாடினார் திருமங்கை ஆழ்வார்.

இன்னும் தொடர்ந்து தேடினால், ஏராளமான 'கண்ணாளன்'கள் கிடைப்பார்கள். அன்றுமுதல் இன்றுவரை நல் அர்த்தம் தருகிற

இளமையான தமிழ்ச் சொல் அது. 'சீர் இளமைத் திறம்' என்று மனோன்மணீயம் போற்றுவதுபோல்!

அது சரி, கண்ணாளன் என்ற சொல்லுக்கு உண்மையில் என்ன அர்த்தம்?

இந்த உலகில் எத்தனை இன்பங்கள் இருந்தாலும், அவற்றைக் கண்ணால்மட்டும்தான் காணமுடியும், மற்ற உடல் பாகங்கள் அதனை வெறுமனே அனுபவிக்குமேதவிர, கண்தான் முதலில் பார்க்கும், அதனைப் பெற்றுத்தரும். அதுபோல, 'கண்ணாளன்' என்றால், சுகங்களைப் பெற்றுத் தருகிறவன் என்று பொருள். கம்பனும் ஆழ்வார்களும் இதைக் கடவுளுக்குச் சொன்னார்கள், பட்டுக்கோட்டையாரும் வைரமுத்துவும் காதலன் / கணவனுக்குச் சொன்னார்கள்.

அதென்ன கணவன்மட்டும்? மனைவி கண்போல் இருக்கமாட்டாளா?

ஓ, கண்ணாளனுக்குப் பெண்பால் உண்டு, கண்ணாட்டி!

★★★

'மரிக்கொழுந்து', 'மருக்கொழுந்து': எது சரி?

உண்மையில் அந்தச் சொல் 'மருக்கொழுந்து' என்றுதான் இருக்கவேண்டும், பின்னர் பேச்சு நடையில் 'மரிக்கொழுந்து' எனத் திரிந்துவிட்டது. இப்போது இருவிதமாகவும் பயன்படுத்தப்படுகிறது.

தமிழில் 'மரு' என்றால் வாசனை என்று அர்த்தம். 'மரு அமர் குழல் உமை' என்று திருஞானசம்பந்தர் பாடியிருக்கிறார். அதாவது, வாசனை மிகுந்த கூந்தலைக் கொண்ட உமாதேவி.

அதேபோல், இங்கே மரு + கொழுந்து = வாசனை மிகுந்த கொழுந்து!

★★★

'கண்ணம்மா, காதல் என்னும் கவிதை சொல்லடி' என்று ஒரு நல்ல பாடல், இளையராஜா எழுதி இசையமைத்து,

ஜானகியுடன் இணைந்து பாடியது.

அந்தப் பாடலில் ஒரு வரி:

புன்னை மரத் தோப்போரம், உன்னை நினைந்து
முன்னம் சொன்ன குயில் பாட்டு சொல்லி மகிழ்ந்தேன்!

பாரதியாருக்கு மிகவும் பிடித்த ‘கண்ணம்மா’ என்கிற பாத்திரத்தின் பெயரைச் சொல்லித் தொடங்குகிற இந்தப் பாடல்முழுவதுமே, பாரதிக்கு ஒரு *tribute*போல இருக்கும். அவர் அடிக்கடி பயன்படுத்திய வார்த்தைகள் மற்றும் அவரது ஞாபகத்தைக் கொண்டுவரும் சொற்களை நிரப்பி எழுதியிருப்பார் இளையராஜா.

இங்கே ‘முன்னம் சொன்ன குயில் பாட்டு’ என்ற பதத்துக்கு நேரடியாக எல்லாரும் எடுத்துக்கொள்ளும் பொருள், ‘நீ முன்பு ஒருநாள் சொன்ன குயில் பாட்டை நான் இப்போது ஞாபகப்படுத்திக்கொண்டேன், அதைச் சொல்லிச் சொல்லி மகிழ்ந்தேன்.’

கொஞ்சம் யோசித்தால், இதற்கு இன்னோர் அழகான பொருளும் தோன்றும். பாரதியாரிடமே உதாரணம் கேட்கலாம்:

இருமை அழிந்தபின் எங்கிருப்பாய் அற்ப மாயையே? தெளிந்து
ஒருமை கண்டோர்முன்னம் ஓடாது நிற்பையோ?

ஆக, ‘முன்னம்’ என்றால் *in front*, ஒருவருக்கு முன்பாக இருப்பது, *physical presence!*

இந்த அர்த்தத்தில், மேற்சொன்ன வரிக்குப் பொருள், ‘நீ என் முன்னே குயில் பாட்டைச் சொன்னாய், இப்போது நீ என் எதிரே இல்லாவிட்டாலும்கூட, அந்தப் பாடலைப் பாடுவதன்மூலம் நான் உன்னை உணர்கிறேன்.’

இலக்கணத் தமிழிலும் ‘முன்னம்’ என்று ஒரு வார்த்தை இருக்கிறது. அதன் அர்த்தம், ஒரு செய்தியை யார் யாரிடம் பேசினார்கள் என்று சொல்லாமல் சொல்வது.

உதாரணமாக, ஒரு மாதிரி வாக்கியம்: கட்டபொம்மன் ஜாக்ஸன் துரையிடம் "வரியெல்லாம் கட்டமுடியாது, சர்த்தான் போய்யா" என்றான்.

இந்த வாக்கியத்தில் சொல்லப்பட்ட செய்திமட்டுமல்ல, அதை யார் சொன்னார்கள், யாரிடம் சொன்னார்கள் என்று எல்லாமே நேரடியாக உள்ளது.

இன்னோர் உதாரணம்: "அவனை நினைச்சா சந்தோஷமா இருக்குடி, ஆனா எங்க கல்யாணத்துக்கு அப்பா, அம்மா ஒத்துக்குவாங்களோன்னுதான் கவலைப்படறேன்!"

இங்கே சொன்னவர் யார் என்கிற விவரம் இல்லை, அதைக் கேட்டவர் யார் என்றும் தெரியவில்லை, ஆனால் சொல்லப்பட்ட விஷயத்தை வைத்து, ஒரு காதலி தன் தோழியிடம் பேசுகிறாள் என்று நாம் ஊகிக்கலாம். அதைதான் 'முன்னம்' என்று அழைக்கிறது செய்யுள் இலக்கணம்.

★★★

கிராமத்து மக்கள் 'சேலை'யைச் 'சீலை' என்று அழைப்பார்கள். அவர்கள் சரியான சொல் தெரியாமல் கொச்சையாகப் பேசுவதாக நாம் நினைத்துக்கொள்வோம்.

ஆனால் நாம் *Window Curtains*ஐத் 'திரைச்சீலை' என்று சொல்கிறோம், 'திரைச்சேலை' என்று சொல்வதில்லை. அப்படியானால் எது சரி? எது கொச்சை?

இவை அனைத்துக்கும் வேர்ச்சொல்லாக நம்பப்படுவது, 'சீரை'.

உதாரணமாக, தேவாரத்தில் சிவபெருமானைக் குறிப்பிடும் திருநாவுக்கரசர் இப்படி எழுதுகிறார்: 'உடையும் சீரை, உறைவது காட்டிடை.'

அதாவது, சிவன் அணிவது சீரை என்ற ஆடை, அதன் அர்த்தம், மரப்பட்டையை எடுத்துப் பதப்படுத்தி உருவாக்கப்பட்ட துணி. 'மரவுரி' என்று சொல்வார்கள்.

ராமாயணத்தில் ராமனைக் காட்டுக்கு அனுப்ப வரம்

கேட்டதோடு கைகேயி நிற்கவில்லை, அவன் காடு செல்லக் கிளம்புகிறான் என்று தெரிந்ததும், அவனுக்கு இந்தச் சீரையைதான் கொடுத்தனுப்புகிறாள். இதைப் பரதன் பின்னர் ஆதங்கத்துடன் சுட்டிக்காட்டுகிறான்.

சீரையை உடுத்தியது ராமன்மட்டுமல்ல, லட்சுமணனும், சீதையும்தான். இதைக் குறிப்பிடும் கம்பர் வாசகம், 'சீரை சுற்றித் திருமகள் பின் செல...'

ஆக, சீரை என்பது மரவுரி, அதை ஆண்களும் பெண்களும் உடலைச் சுற்றி அணிந்திருக்கிறார்கள். பின்னர் இதுதான் 'சீலை'யாகத் திரிந்திருக்கவேண்டும் என்று கருதப்படுகிறது. நாம் இப்போது அதைச் 'சேலை' என்கிறோம். கன்னடர்கள் இன்னும் 'சீரெ' என்றுதான் சொல்கிறார்கள்.

'சேலை கட்டிய பெண்ணை நம்பாதே' என்று ஒரு பழமொழி உண்டு, அதைக் கொஞ்சம் சமத்காரமாக, 'சேல கட்டிய பெண்ணை நம்பாதே' என்று மாற்றி, இப்படி ஒரு விளக்கம் சொல்வார்கள்:

சேல கட்டிய பெண் : சேல் + அகட்டிய பெண் : சேல் (ஒருவகை மீன்) போன்ற வழிகளை அளவுக்கதிகமாக விரித்துப் பேசும் பெண் பொய் சொல்கிறாள், நம்பாதே!

அது சரி ,'புடவை'க்கு விளக்கம் என்ன?

முதலில், 'புடவை' என்று எழுதுவது தவறு, அது 'புடைவை' என்று இருக்கவேண்டும்.

'புடை' என்றால் பக்கம், 'மந்திரிகள் புடை சூழ முதலமைச்சர் வருகை தந்தார்' என்று செய்திகளில் வருகிறதே, அதுதான்.

ஆக, ஒரு பெண்ணின் உடலை எல்லாப் பக்கங்களிலும் சுற்றி அணியப்படுகிற ஆடை என்பதால், அதற்குப் 'புடைவை' என்று பெயர் வந்தது. பின்னர் அது எப்படியோ 'புடவை' என்று திரிந்துவிட்டது.

அதேபோல், 'துணி'ப்பதால் (துண்டித்து / கத்தரித்து) விற்பனை செய்வதால், அது 'துணி'. இதே காரணத்தால் ஆடைக்கு 'அறுவை' என்றும் பெயர் உண்டு (அறுத்துப் பயன்படுத்துவதால்).

அறுவை போதும் என்கிறீர்களா? சரி, இதோடு நிறுத்திக்கொள்கிறேன், வேட்டி, சட்டை போன்றவற்றை இன்னொரு சந்தர்ப்பத்தில் பார்ப்போம்!

★★★

'பழமுதிர்ச் சோலை', 'பழமுதிர் சோலை': எது சரி? 'ச்' வருமா? வராதா?

பள்ளி இலக்கணப் பாடத்தில் 'வினைத்தொகை' என்று படித்திருக்கிறோம். அதாவது, கடந்த / நிகழ் / எதிர்காலம் மூன்றுக்கும் பொருந்தக்கூடிய வகையில் அமைந்த சொற்றொடர்கள்.

இதற்கு மிகப் பிரபலமான உதாரணம், 'ஊறுகாய்',

இங்கே ஊறுதல் என்பது Verb, காய் என்பது Noun, அந்தக் காய் ஊறியது, ஊறுகிறது, ஊறிக்கொண்டிருக்கிறது, இனிமேலும் ஊறும், இப்படி எல்லாவற்றுக்கும் அந்த வாக்கியம் பொருந்தும்.

இன்னோர் உதாரணம், 'சிதறு தேங்காய்'. சிதறிய / சிதறுகின்ற / சிதறப்போகும் தேங்காய்.

வினைத்தொகை தொடர்பான ஒரு முக்கியமான இலக்கண விதி, Verb, Noun இடையே ஒற்று மிகாது. அதாவது 'ஊறுக்காய்', 'சிதறுத் தேங்காய்' என்று எழுதக்கூடாது, 'ஊறுகாய்'தான், 'சிதறு தேங்காய்'தான்.

ஆச்சா, இப்போது இந்தப் பாடலின் முதல் மூன்று வார்த்தைகளைக் கவனிப்போம் : பழம் + முதிர் + சோலை = பழமுதிர்ச் சோலை? அல்லது பழமுதிர் சோலை?

இங்கே முதிர்தல் என்பது Verb, பழம், சோலை என்பவை Noun, ஆக, பழம் விளைந்து முதிர்ந்த சோலை, விளைந்து முதிர்ந்துகொண்டிருக்கும் சோலை, இனியும் விளைந்து முதிரப்போகும் சோலை, அந்த அர்த்தத்தில் எடுத்துக்கொண்டால் இது ஒரு வினைத்தொகை, ஒற்று மிகாது, ஆக 'பழமுதிர் சோலை'தான் சரி. 'ச்' வராது.

இதனை வேறுவிதமாகவும் பிரிக்கலாம்: பழம் + உதிர் + சோலை = பழமுதிர் சோலை. பழங்கள் எங்கும் உதிர்ந்து கிடந்த, உதிர்ந்து கிடக்கிற, இனிமேலும் உதிர்ந்துகொண்டே இருக்கப்போகும் ஒரு சோலை.

'முதிர்தல்' என்ற *Verb*க்குப் பதில் 'உதிர்தல்' என்ற *Verb* வந்துள்ளது, மற்றபடி இதுவும் வினைத்தொகைதான். 'ச்' வராது. 'பழமுதிர் சோலை'தான் சரி.

அதெல்லாம் முடியாது, நான் 'பழமுதிர்ச்சோலை' என்றுதான் எழுதுவேன் என்று யாராவது பிடிவாதம் பிடித்தால்?

பரவாயில்லை, விடுங்கள், சோலை என்றால் அவ்வப்போது 'இச்' சத்தம் கேட்பது சகஜம்தானே!

★★★

'என்கிட்ட வம்பு, தும்பு வெச்சுக்காதே' என்று அடிக்கடி சொல்கிறோம். அதற்கு என்ன அர்த்தம்?

'வம்பு' என்றால் வீண் சண்டை என்று பொருள், அது நமக்குத் தெரியும். அதென்ன தும்பு? 'காசு, கீசு', 'காப்பி, கீப்பி' என்று சும்மா இணைத்துச் சொல்வதுபோல் பொருளற்ற ஒரு சொல்லா அது?

தமிழில் சும்மா ஓசை நயத்துக்காகச் சேர்க்கப்படும் இதுபோன்ற பொருளற்ற சொற்கள் 'கிகர' வரிசையில் அமைவதுதான் வழக்கம். குழந்தை, கிழந்தை, கல்யாணம், கில்யாணம், கம்ப்யூட்டர், கிம்ப்யூட்டர், பாட்டு, கீட்டு...

அந்த வழக்கத்தின்படி, வம்புக்குத் துணையாகக் கிம்புதானே வரணும்? ஏன் தும்பு? அப்படியானால் 'தும்பு'வுக்கு வேறு அர்த்தம் இருக்கிறதோ?

என்னிடம் உள்ள தமிழ் அகராதியில் தும்புக்கு இரண்டு பொருள்கள் தந்துள்ளார்கள்: கயிறு / நார்.

உதாரணமாக, 'தும்பை விட்டு வாலைப் பிடி' என்று நம் ஊரில் ஒரு பழமொழி சொல்வார்கள். அதன் அர்த்தம், மாட்டைப்

பிடிக்க விரும்புகிறவர்கள் அதன் கழுத்தில் உள்ள கயிறை(தும்பு) தான் பிடிக்கவேண்டும், அதை விட்டுவிட்டு வாலைப் பிடித்தால் பலன் இருக்காது.

வீட்டைச் சுத்தப்படுத்தும்போது, 'ஒரு தூசு தும்பு இல்லாம க்ளீன் பண்ணிட்டேன்' என்கிறோம். இங்கே 'தும்பு'வின் பொருள் நார், அல்லது அதுபோன்ற ஏதோ ஒரு சின்னஞ்சிறிய குப்பை.

ஒரே பிரச்னை, கயிறு, நார் என்ற இந்த இரண்டு விளக்கங்களும் 'வம்பு தும்பு'வுக்குப் பொருந்தாது. மூன்றாவதாக இன்னோர் அர்த்தம் இருக்கிறதா? கொஞ்சம் துப்(ம்)பு துலக்க முயற்சி செய்தேன்.

'தும்பு' என்று நேரடியாக இல்லாவிட்டாலும், 'தும்பு பிடுங்குதல்' என்று ஒரு பயன்பாடு இருக்கிறதாம். அதன் பொருள் ஒருவர்மீது குற்றம் சொல்லுதல், *Accusing*, போட்டுக்கொடுத்தல்.

இந்தத் தும்பு அந்த வம்புவுடன் அழகாகப் பொருந்துகிறது. 'அவன்கிட்ட வம்பு தும்பு வெச்சுக்காதே' என்றால், அவனை வீண் சண்டைக்கு அழைக்காதே, அவனாக ஏதாவது தப்புச் செய்தாலும் இன்னொருவரிடம் சென்று போட்டுக்கொடுக்காதே' என்று அர்த்தம் என ஊகிக்கிறேன்.

சரிதானா?

★★★

சில பாடல்களில் 'ஆலோலம்' என்கிற ஒரு சொல்லைக் கேட்டிருப்பீர்கள். அதற்கு என்ன பொருள்?

வயலில் தானியங்கள் விளைந்து நிற்கும் நேரம், அவற்றைத் தின்பதற்காகப் பலவகைப் பறவைகள் வரும். அவற்றை அடித்து விரட்டுவதும் தவறு, அதற்காக அவை அங்கேயே தங்கி நிறையச் சாப்பிடுவதற்கு அனுமதித்தாலும் அறுவடையில் குறைபாடு வரும். ஆகவே, அந்த வயலைக் காவல் காக்கும் பெண்கள் பாட்டுப் பாடி அவற்றை மெல்ல விரட்டுவார்களாம். அந்தப் பாடல் வகைதான் 'ஆலோலம்' என்று அழைக்கப்படுகிறது.

கந்த புராணத்தில் வள்ளியம்மை திருமணப் படலம், தினை வயலில் இருக்கும் வெவ்வேறு பறவைகளை ஆலோலம் பாடி விரட்டுகிறார் வள்ளி. அந்தப் பாடல்:

‘பூவைகாள், செங்கண் புறவங்காள், ஆலோலம்!
தூவி மா மஞ்ஞைகாள், சொல் கிளிகாள், ஆலோலம்!
கூவல் சேர்வுற்ற குயில் இனங்காள், ஆலோலம்!
சேவல்காள் ஆலோலம்’ என்றாள் திருந்து இழையாள்!

அதாவது, ‘மைனாக்களே, சிவந்த கண்களைக் கொண்ட புறாக்களே, சிறந்த தோகையைக் கொண்ட மயில்களே, பேசும் கிளிகளே, கூவும் குயில்களே, சேவல்களே, உங்களுக்கெல்லாம் ஆலோலம் பாடுகிறேன், லேசாகக் கொறித்துவிட்டுப் பறந்து செல்லுங்கள்’ என்றாள் திருத்தமான ஆபரணங்களை உடுத்திய வள்ளி.

அது சரி, ‘ஆலோலம்’ என்றால் என்ன அர்த்தம்?

‘அகல ஓலம்’ என்பதுதான் பின்னர் ‘ஆலோலம்’ என்று மாறிவிட்டதாகச் சொல்லிறார்கள். ‘ஓலம்’ என்றால் சத்தமாகக் கத்துதல், அகலம் என்றால்? வயல் முழுவதும் தங்கள் குரல் பரந்து விரிந்து கேட்கும்படி பாடுவதால் அப்படிச் சொல்கிறார்களோ!

★★★

‘நித்திலம்’ என்றால் முத்து. நமது பேச்சுவழக்கில் அவ்வளவாக உபயோகத்தில் இல்லாவிட்டாலும், பழந்தமிழ் இலக்கியத்தில் நிறைய நித்திலங்கள் உண்டு. சில உதாரணங்கள் இங்கே:

★ ‘ஒள் நித்தில நகையாய்’ : ஒளி நிறைந்த முத்துகளைப்போல் சிரிப்பவளே: திருவெம்பாவை (மாணிக்கவாசகர்)

★ ‘நித்தில முறுவல்’: (சீதைக்கு) முத்துப்போன்ற புன்முறுவல் : கம்ப ராமாயணம்

★ ‘நித்தில அரி சிலம்பு’: முத்துப் பரல்களைக் கொண்ட சிலம்பு : பரிபாடல் (பாடியவர் பெயர் தெரியவில்லை)

★ 'நித்திலம் நிரைத்து இலங்கினவேபோலும் முறுவல்': (சிவனுக்கு) முத்துகளை வரிசையாக அடுக்கிவைத்ததுபோன்ற புன்முறுவல் : திருவிசைப்பா (கருவூர்த் தேவர்)

★ 'ஆழ்பொருளுள்ளே மூழ்கி எடுத்து நிரல் படக் கோத்து நித்தில மாலைபோல்'... : திருக்குறளைப்பற்றிக் கவிமணி தேசிக விநாயகம் பிள்ளை பாடியது

நித்திலம் என்ற சொல் எப்படி வந்திருக்கும் என்பது தெரியவில்லை, ஆனால் 'நிதி' என்ற சொல் இதிலிருந்து வந்ததுதான் என எழுதுகிறார் முனைவர் இராம.கி. ஆரம்பத்தில் முத்துக் குவியலைக் குறித்த 'நிதி', பின்னர் பொதுவான செல்வத்தைக் குறிக்கும்படி மாறிவிட்டதாம்.

முத்துக்குமட்டுமல்ல, சிப்பிக்கும் ஓர் அழகான பழந்தமிழ்ச் சொல் உண்டு. 'இப்பி'. இதற்கு உதாரணமாக, திருஞானசம்பந்தர் பாடிய ஒரு வரி: 'ஒளிர் இப்பியும் முத்தும் மணியும்...'

★★★

'அஞ்சுகம்' என்ற சொல்லைப் பல பாடல்களில் கேட்கிறோம். காதலியை 'அஞ்சுகமே' என்று நேரடியாக அழைப்பதும், இந்தப் பாட்டில் வருவதுபோல் 'அஞ்சுகம் போன்றவளே' என்று வர்ணிப்பதும் உண்டு, பெண் குழந்தைக்கு 'அஞ்சுகம்' என்று பெயர் சூட்டும் பழக்கமும் இருந்திருக்கிறது.

இந்த வார்த்தைக்கு என்ன அர்த்தம்?

'அஞ்சுகம்' என்பதை அம் + சுகம் என்று பிரித்துப் படிக்கவேண்டும். 'அம்' என்றால் அழகிய, 'சுகம்' என்றால் கிளி, சுக முனிவர் என்று கிளி முகம் கொண்ட ஒருவரைப்பற்றிக் கேட்டிருக்கிறோம், அதே சொல்தான்.

'சுகம்'க்கு நாம் நன்கு அறிந்த இன்னொரு பொருளும் இருக்கிறது, இன்பம்.

ஆக, 'அஞ்சுகம்' என்று ஒரு பெண்ணை அழைத்தால், அழகிய கிளி போன்றவளே, அல்லது, அழகிய இன்பத்தைத் தருபவளே என்று அர்த்தம்.

ரொமான்ஸ் மழை ஆச்சா, கொஞ்சம் பக்தி மழையும் பொழிவோம். திருமந்திரத்தில் ஓர் இடத்தில் 'அஞ்சுக அஞ்செழுத்து' என்று வருகிறது. இதற்கு என்ன அர்த்தம்?

அழகிய கிளி போன்ற அஞ்செழுத்து மந்திரம்?

அழகிய சுகம் தரும் அஞ்செழுத்து மந்திரம்?

ம்ஹூம், இரண்டுமே சரிப்படவில்லை. 'நமசிவாய' என்ற திருமந்திரத்துக்கும் மேற்சொன்ன அஞ்சுக வர்ணனைகளுக்கும் சம்பந்தம் இருக்குமா என்ன?

இங்கே 'அஞ்சுக' என்பதை 'அஞ்சு உக' என்று பிரிக்கவேண்டுமாம். 'அஞ்சு' என்றால் நம்மைச் சோதனை செய்யக்கூடிய ஐந்து மலங்கள் / தீமைகள், 'உக' என்றால் அழிய, 'நம்மைத் துன்புறுத்தும் ஐந்து பிரச்னைகளையும் அழிக்கக்கூடிய அஞ்செழுத்து மந்திரம்' என்கிறார் திருமூலர்.

அட, காதலுக்கும் கடவுளுக்கும் ஒரே சொல், ஆனால் வெவ்வேறு பொருள், பலே!

★★★★★★★★

கல்யாணத்தில் மொய் எழுதுவார்கள், தெரியும், குழல் என்றால் தலைமுடி / கூந்தல், அதுவும் தெரியும். இரண்டையும் சேர்த்து 'மொய்குழல்' என்றால் என்ன அர்த்தம்?

'மொய்' என்ற வினைச்சொல்லின் அர்த்தம், கூடி மொய்த்தல், இந்தப் பெண் தன்னுடைய கூந்தலில் மலர்கள் சூடியிருப்பதால், அல்லது இயற்கையாகவே அவள் கூந்தலுக்கு நறுமணம் இருப்பதால் வண்டுகள் அவளுடைய தலைமுடியைச் சூழ்ந்து மொய்க்கின்றன என்று அர்த்தப்படுத்திக்கொள்ளவேண்டுமா?

கவிதையை நம் இஷ்டப்படி கற்பனை செய்யலாம். ஆனால் 'வண்டு மொய்குழல்' என்று இங்கே வெளிப்படையாகக் குறிப்பிடப்படாததால், இதற்கு வேறோர் அர்த்தமும் இருக்குமோ? கொஞ்சம் தேடுவோம்.

மாணிக்கவாசகரின் திருவாசகத்திலிருந்து ஒரு வரி: மொய்குழல் வண்டு இனம் ஆட ஆட...

இங்கே வண்டுகள் வெளிப்படையாகக் குறிப்பிடப்பட்டுள்ளன, ஆனால் மொய்குழல் அதற்கு முன்பாகவே வந்துவிடுகிறது. ஆக 'மொய்'க்கு வண்டு சம்பந்தப்படாத இன்னோர் அர்த்தம் இருந்தாகவேண்டும்.

அகராதியைக் கேட்டேன், 'மொய்'க்கு 'நெருங்கிய' என்று ஒரு பொருள் இருப்பதாகச் சொல்கிறது. வண்டுகள் 'மொய்'ப்பதுகூட, ஒன்றாக நெருங்கிதானே?

இந்த விளக்கம் இங்கே கச்சிதமாகப் பொருந்துகிறது. அவளுடைய கூந்தல் அடர்த்தியானது, அதில் உள்ள தலைமுடிகள் மிகவும் நெருங்கிக் காணப்படுகின்றன, அத்தகைய மொய்குழலில் அவள் பூ முடித்தாள், அதனால் வண்டுகள் மொய்த்தன, அது வண்டுமொய் மொய்குழலாகிவிட்டது!

★★★

'வான்மேகம், பூப்பூவாய்த் தூவும்' என்ற பாடலில் ஒரு வரி:

> *'மழைத்துளி தெறித்தது, எனக்குள்ளே குளித்தது,*
> *நினைத்தது பலித்தது, குடைக்கம்பி துளிர்த்தது.'*

இயைபுத்தொடையில் தெறித்தது, குளித்தது, பலித்தது என்று எழுதிவந்த வைரமுத்து, நிறைவாக 'குடைக்கம்பி துளிர்த்தது' என்கிறார். அது என் காதில் 'குளிர்த்தது' என்று விழுந்தது.

உண்மையில் 'குளிர்த்தது' என்று ஒரு வார்த்தை உண்டா? அது 'குளிர்ந்தது' என்றல்லவா இருக்கவேண்டும்?

இங்கே 'குளிர்தல்' என்பதுதான் வேர்ச்சொல், மலர்தல் ==> மலர்ந்தது, அதுபோல, குளிர்தல் ==> குளிர்ந்தது. சரிதானே? 'மலர்த்தது', 'குளிர்த்தது' என்று வருமா?

கொஞ்சம் தேடினேன். 'குளிர்த்தல்', 'குளிர்த்தது' போன்ற வார்த்தைகள் இப்போது நம்மால் அதிகம் பயன்படுத்தப்படுவதில்லை, ஆனால் பழந்தமிழ்ப் பாடல்களில் உள்ளன. கம்பனே பயன்படுத்தியிருக்கிறான்.

சுந்தரகாண்டத்தில் அனுமனைப் பிடித்த ராவணன் படையினர்

அவனுடைய வாலில் நெருப்பு வைக்கிறார்கள். இதைக் கேள்விப்பட்ட சீதை அக்கினி தேவனைப் பிரார்த்தனை செய்கிறாள், ‘அனுமனைச் சுடாதே’ என்று வேண்டுகோள் (அல்லது கட்டளை) வைக்கிறாள். உடனே, அனுமனின் வால் குளிர்ந்துவிடுகிறது. இதைச் சொல்லும் கம்பன் வரிகள்: ‘தண்மையால் குளிர்த்தது அக் குரிசில் வால்.’

’அனுமன் வால் குளிர்த்தது’ என்று கம்பன் வர்ணிப்பது சரி என்றால், ‘குடைக்கம்பி குளிர்த்தது’ என்று இந்தப் பெண் பாடினாலும் சரிதான்.

ஆனால், ‘குளிர்ந்தது’க்கும் ‘குளிர்த்தது’க்கும் என்ன வித்தியாசம்? எதை எப்போது பயன்படுத்தவேண்டும்?

அதையும் தேடினேன். எனக்குச் சரியான விளக்கம் கிடைக்கவில்லை. *Logical*லாக யோசித்தபோது தோன்றியதை எழுதுகிறேன், பிழையிருந்தால் சுட்டிக்காட்டித் திருத்துங்கள்.

1. ஒரு கப் காஃபி, சுடச்சுடக் கொண்டுவந்து வைக்கிறேன், அதை அப்படியே மறந்துவிடுகிறேன். ஒரு மணி நேரம் கழித்து, *Hot Coffee*யாக இருந்த அது குளிர்ந்த *Cold Coffee*யாக மாறிவிடுகிறது.

2. கடையில் குளிர் நீர், ஐஸ் கட்டி போன்றவற்றைப் பயன்படுத்தி நேராக *Cold Coffee* தயாரிக்கிறார்கள்

இந்த இரண்டுக்கும் ஒரு வித்தியாசம், முதல் காஃபி தானே குளிர்ந்தது, இரண்டாவது காஃபியை நாமாகக் குளிரச்செய்தோம். அதாவது #1 குளிர்ந்த காஃபி #2 குளிர்த்த காஃபி

இங்கே அனுமனின் வால் தானாகக் குளிரவில்லை, அந்தப் பெண்ணின் குடைக் கம்பி தானாகக் குளிரவில்லை, சீதையின் பிரார்த்தனையும், மழைத் தண்ணீரும் அவற்றைக் குளிரச் செய்தன, ஆகவே குளிர்த்த வால், குளிர்த்த குடைக்கம்பி என்று பயன்படுத்துகிறோம்.

இந்த விளக்கம் சரியா? தவறா? தீர்ப்பு சொல்லுங்கள்!

★★★

பழைய பாடல்களில் கன்னல் மொழி, கன்னல் தமிழ், கன்னல் சுவை போன்ற பயன்பாடுகளை நிறைய பார்க்கலாம். குறிப்பாகக் கன்னத்துக்கும் வண்ணத்துக்கும் இயைபாக இதனைப் பயன்படுத்துவார்கள்.

'கன்னல்' என்றால் கரும்பு. இதையே கரும்புச் சாறைக் குறிப்பிடுவதற்கும் பயன்படுத்துவார்கள்.

நாலாயிரம் திவ்யப் பிரபந்தத்தின் மிகச் சிறந்த பகுதிகளில் ஒன்று, கண்ணனைக் குழந்தையாகக் கற்பனை செய்து பெரியாழ்வார் பாடிய பாசுரங்கள். அவர் பயன்படுத்துகிற உவமைகளும் பாவனைகளும் அற்புதமானவை.

அந்த வரிசையில், கண்ணனையும் கன்னலையும் ஒரே வரியில் சேர்த்துப் பெரியாழ்வார் பாடியது: 'கன்னல் குடம் திறந்தால் ஒத்து ஊறி...'

அதாவது, ஒரு குடம் நிறைய கரும்புச் சாறை நிரப்பி வைத்திருக்கிறார்கள், அதிலிருந்து சாறு வழிந்து வெளியே வருகிறது. அதுபோன்றதாம், குழந்தைக் கண்ணன் வாயிலிருந்து வடியும் ஜொள்ளு :)

திருவருட்பாவில் வள்ளலாரும் இந்தப் பதத்தைப் பயன்படுத்தியிருக்கிறார், 'என்னுயிரில் கலந்து இனிக்கின்ற பெருமான்' என சிவபெருமானைப் போற்றித் தொடங்கும் அவர், 'கன்னல் என்றால் கைக்கின்ற கணக்கும் உண்டா?' என்கிறார். அதாவது, 'நீ கரும்புய்யா, உன்கிட்ட கசப்பு ஏது?'

அபிராமி அந்தாதியில் ஒரு வரி: கைக்கே அணிவது கன்னலும் பூவும். அதாவது, அபிராமித் தாயாரின் ஒரு கையில் கரும்பும், இன்னொரு கையில் பூவும் அணிகலன்களாகத் திகழ்கின்றன.

இந்தச் சொல் எப்படி வந்திருக்கும்? முனைவர் நா. கணேசன் தரும் விளக்கம் இது:

வயலில் இருந்து கரும்பை அறுவடை செய்தபின், ஆலைக்கு அனுப்புவார்கள். அங்கே அதனைப் பிழிந்து, காய்ச்சிச் சுண்டவைப்பார்கள், இதற்குக் 'கருகக் காய்ச்சுதல்' என்று பெயர்.

ஆக, கருகக் காய்ச்சப்படும் தாவரம் ==> கரும்பு / கரிம்பு / கரிநல் / கன்னல்!

★★★

'இல்லை'யும் 'அல்ல'வும் ஒன்றுதானா? ஒரே விஷயத்தைச் சொல்வதற்கு ஏன் இரண்டு சொற்கள்?

மொழிஞாயிறு ஞா. தேவநேயப் பாவாணர் எழுதிய 'கட்டுரைக் கசடறை' (என்னவோர் அற்புதமான தலைப்பு!) என்ற நூலைப் படிக்கும்போது, இல்லை, அல்ல என்கிற இரு சொற்களுக்கும் இடையே ஒரு முக்கியமான வேறுபாடு இருப்பது புரிந்தது:

ஒரு பொருளின் இன்மையைக் குறிக்கும்போது 'இல்லை' என்ற சொல்லைப் பயன்படுத்தவேண்டும். உதாரணம், 'கோயிஞ்சாமியிடம் கெட்ட குணங்கள் இல்லை.'

ஒன்றை இன்னொன்றுடன் ஒப்பிட்டு, இதுவும் அதுவும் வெவ்வேறு என்று சொல்லும்போது 'அல்ல' என்ற சொல்லைப் பயன்படுத்தவேண்டும். உதாரணம், 'கோயிஞ்சாமி கெட்டவன் அல்ல.'

இன்னும் சரியாகச் சொல்வதென்றால், 'அல்ல' என்பது அஃறிணைக்குதான், உயர்திணைக்குக் 'கோயிஞ்சாமி கெட்டவன் அல்லன்' (அல்லது) 'கோயிஞ்சாமி கெட்டவர் அல்லர்' என்று எழுதவேண்டும்

அதாவது, 'அச்சமில்லை அச்சமில்லை' என்று பாரதி எழுதியது மிகச் சரி. ஏனெனில், அவர் அச்சம் என்கிற பொருள் / குணத்தின் இன்மையைக் குறிப்பிடுகிறார். அங்கே 'அச்சம் அல்ல' என்று சொல்லமுடியாது!

★★★

'முத்தம்' என்றால் நேரடி அர்த்தம் எல்லாருக்கும் தெரியும். ஆனால், தமிழில் முத்தத்துக்கு இன்னொரு அர்த்தமும் உண்டு. தெரியுமா?

முத்து என்றால் *Pearl*, அதே முத்து சற்றே பெரியதாக இருப்பின்

அதனை ‘முத்தம்’ என்று அழைப்பார்கள்.

சாட்சி வேண்டுமா? நான்மணிக்கடிகையிலிருந்து இந்தப் பாடல்:

கள்ளி வயிற்றில் அகில் பிறக்கும், மான் வயிற்றில்
ஒள் அரிதாரம் பிறக்கும், பெருங் கடலுள்
பல் விலைய முத்தம் பிறக்கும், அறிவார் யார்
நல் ஆள் பிறக்கும் குடி?

உபயோகமற்றதாகத் தோன்றும் கள்ளி மரத்தின் நடுவே, மணமுள்ள அகில் கட்டை பிறக்கும், மானின் வயிற்றில் ஒளி நிறைந்த அரிதாரம் என்ற பொருள் பிறக்கும், ஏகப்பட்ட விலைக்கு விற்கப்படும் பெரிய முத்துகள், பெரும் கடலுக்குள் பிறக்கும். அதுபோல, நல்லவர்கள் எந்தக் குடும்பத்திலும் பிறக்கலாம்.

இங்கே ‘கடலுள் முத்தம் பிறக்கும்’ என்ற வரியில், ‘முத்தம்’க்கு அர்த்தம், தண்ணீரில் மூழ்கிக் கிஸ் அடிக்கிறார்கள் என்பதல்ல, ‘பெரிய முத்து கடலில் கிடைக்கும்’ என்பதுதான்.

தமிழில் ‘அம்’ என்ற விகுதி, சிறப்பைக் கொடுக்கும். உதாரணமாக:

‘நிலை’ என்றால் ஓர் இடத்தில் நிலைத்திருப்பது, அதையே இன்னும் சிறப்பாகச் சொல்வதுதான் ‘நிலையம்’, அதாவது நிலை + அம், பேருந்து நிலையம், ரயில் நிலையம் போன்றவை.

‘விளக்கு’ என்றால் சாதாரண தீபம், அதையே கடற்கரை ஓரமாக வைத்தால், ‘விளக்கம்’, அதாவது விளக்கு + அம், பெரிய கப்பல்களுக்கு வழிகாட்டுகிற கலங்கரை விளக்கம்.

அதே விதிப்படி முத்து + அம் = முத்தம், பெரிய முத்து.

★★★

‘நொடிப் போது’ என்ற வார்த்தையை நாம் அதிகம் பயன்படுத்துவதில்லை. ‘நொடிப் பொழுது’ (அதாவது ஒரு விநாடி நேரம்) என்பதன் சுருங்கிய / மருவிய வடிவம் இது.

அதேசமயம், ‘போது’ என்பது ஒதுக்கவேண்டிய வார்த்தை அல்ல, இதே வடிவில், இதே பொருளில் அது பல இலக்கியங்களிலும்

வருகிறது. உதாரணமாக, திருவருட்பாவில் வள்ளலார் ‘போதுபோக்கினையே மனனே’ என்று எழுதுகிறார். இன்றைக்கு நாம் சர்வசாதாரணமாகச் சொல்லும் ‘பொழுதுபோக்கு’ என்ற வார்த்தையேதான்.

‘போது’ என்ற தனிச்சொல் இப்போது பரவலாகப் பேசப்படாவிட்டாலும், அது ஒரு கூட்டுச்சொல்லாகப் புழக்கத்தில் இருக்கிறது. நம்மையும் அறியாமல் நாம் அதைத் தினந்தோறும் பயன்படுத்துகிறோம்.

இப்போது, அப்போது, எப்போது என்ற சொற்களின் முழு வடிவம், இந்தப் பொழுது, அந்தப் பொழுது, எந்தப் பொழுது. இதில் ‘பொழுது’ என்பது சுருங்கிப் ‘போது’ என மாறி, சுட்டும் ‘இந்த’, ‘அந்த’, ‘எந்த’ என்ற சொற்களும் இ, அ, எ எனச் சுருங்கி, இப்படி வேறுவிதமாக மாறிவிட்டது.

அதேபோல், ‘பாடியபோது’, ‘சந்தித்தபோது’, ‘பிறந்தபோது’ போன்ற சொற்களும்கூட, ‘பாடிய பொழுது’, ‘சந்தித்த பொழுது’, ‘பிறந்த பொழுது’ என்றுதான் நீளும். இப்படி நாமே உணராத அளவு ‘பொழுது’க்குப் பதில் ‘போது’ என்ற வார்த்தை நம்மை முழுமையாக ஆக்கிரமித்துவிட்டது.

பொழுது, போதுதவிர, போழ்து என்றும் ஒரு வார்த்தை உண்டு. பெரும்பாலும் கவிதைகளில்மட்டும் பயன்படுத்துவார்கள். ‘செவிக்கு உணவு இல்லாதபோழ்து, சிறிது வயிற்றுக்கும் ஈயப்படும்’ என்பதுபோல.

அது நிற்க. தமிழில் ‘போது’க்கு வேறு அர்த்தம் உண்டு: முதிர்ந்த மொட்டு. ‘காலை அரும்பி, பகல் எல்லாம் போது ஆகி, மாலை மலரும் இந்நோய்’ என்று காதல்பற்றி ஓர் அருமையான திருக்குறள் இருக்கிறது.

★★★

‘ஏழு ஸ்வரங்களுக்குள் எத்தனை பாடல்!’

இந்தப் பாடலின் முதல் வரியில் ‘எத்தனை’ என்கிற வினாச்சொல் இருப்பினும், அது உண்மையில் கேள்வி அல்ல. ‘இருப்பவை

ஏழு ஸ்வரங்கள்தாம். அதற்குள் எத்தனை எத்தனையோ பாடல்கள் அடங்கியுள்ளனவே!' என்கிற வியப்பைக் குறிப்பிடும் வாக்கியம்தான்.

ஆக, 'ஏழு ஸ்வரங்களுக்குள் எத்தனை பாடல்' என்ற வரிக்கு, நாம் '1792 பாடல்கள்' என்பதுபோல் ஓர் எண்ணிக்கையைக் குறிப்பிட்டு பதில் சொல்லவேண்டியதில்லை. அது கவிஞரின் நோக்கமும் இல்லை.

ஒரு பேச்சுக்கு, நாம் இதை ஒரு கேள்வி வாக்கியமாகவே எடுத்துக்கொள்வோம். இதனுடன் அடிப்படைத் தொடர்பு கொண்ட, ஆனால் சற்றே வேறுபட்ட இன்னும் இரு சொற்களைப் புரிந்துகொள்வோம் : எத்துணை & எவ்வளவு.

'எத்தனை'க்கும் 'எத்துணை'க்கும் 'எவ்வளவு'க்கும் என்ன வித்தியாசம்?

'எத்தனை?' என்று கேட்டால், அதற்குப் பதிலாக ஒன்று, இரண்டு, மூன்று, தொண்ணூற்றெட்டு, ஆறு லட்சத்துப் பதினாறு என்பதுபோல் ஓர் எண்ணை(Number)தான் பதிலாகச் சொல்லவேண்டும்

'எத்துணை?' என்று கேட்டால், எண் + அதனுடன் அளவு (Unit) ஒன்றையும் சேர்த்து பதிலாகச் சொல்லவேண்டும்

'எவ்வளவு?'ம் 'எத்துணை'மாதிரியேதான்

உதாரணமாக, 'உனக்கு எத்தனை வயது?' என்று ஒருவர் கேட்டால், '19' என்று எண்ணிக்கையைப் பதிலாகச் சொல்லலாம். 'உன் வீட்டில் எத்தனை பேர் வசிக்கிறார்கள்?' என்று கேட்டால், '6' என்று எண்ணிக்கையைப் பதிலாகச் சொல்லலாம்.

ஆனால் அதே நபர் 'உன் சம்பளம் எத்தனை?' என்று கேட்டால், அதற்கு என்ன பதில் சொல்வது?

சம்பளம் என்பது வெறும் எண் அல்ல, '10' என்று பதில் சொன்னால், அது பத்து ரூபாயா, பத்து பைசாவா, பத்து டாலரா, பத்து யூரோவா, பத்து தங்கக்கட்டிகளா?

ஆக, 'சம்பளம் எத்தனை?' என்ற கேள்வி தவறு, 'சம்பளம் எவ்வளவு?' அல்லது 'சம்பளம் எத்துணை?' என்றுதான் கேட்கவேண்டும். அப்போது பதில் '10 ரூபாய்' என்று (அளவோடு சேர்ந்து) வரும்.

அதெல்லாம் முடியாது, நான் 'எத்தனை'யைதான் பயன்படுத்துவேன் என்று நீங்கள் பிடிவாதம் பிடித்தால், பிரச்னையில்லை, 'உன்னுடைய சம்பளம் எத்தனை ரூபாய்?' என்று சற்றே மாற்றிக் கேட்கலாம். அப்போது '10' என்று (வெறும் எண்ணாக) பதில் கிடைக்கும்.

இன்னும் சில உதாரணங்கள்:

★ *உங்கள் வீட்டில் தினமும் எத்துணை பால் வாங்குகிறீர்கள்? (சரி)*

★ *உங்கள் வீட்டில் தினமும் எத்தனை லிட்டர் பால் வாங்குகிறீர்கள்? (சரி)*

★ *உன் உயரம் எத்தனை? (தவறு)*

★ *+2வில் நீ எத்தனை மார்க் வாங்கினாய்? (சரி)*

★ *இந்த மேட்ச்சில் சச்சின் டெண்டுல்கர் எத்தனை ரன் எடுத்தார்? (சரி)*

★ *இந்தக் கட்டுரையைப் படித்து முடிக்க எத்தனை நேரம் ஆகும்? (தவறு)*

★ *இந்தக் கட்டுரையைப் படித்து முடிக்க எத்தனை நிமிடங்கள் ஆகும்? (சரி)*

★ *இந்தக் கட்டுரையைப் படித்து முடிக்க எத்துணை நேரம் ஆகும்? (சரி)*

'எத்துணை'யின் இன்னொரு பயன்பாடு, அளவிடமுடியாத விஷயங்களைச் சொல்வது. உதாரணமாக, 'இந்த ஓவியம்தான் எத்துணை அழகு!'

இங்கே 'எத்தனை'யைப் பயன்படுத்தினால் ('இந்த ஓவியம் எத்தனை அழகு!') பதில் ஓர் எண்ணாக இருக்கவேண்டும்.

ஓவியத்தின் அழகை 10, 20 என்று நம்மால் அளவிட்டுச் சொல்லமுடியாதல்லவா?

'என்ன அழகு, எத்தனை அழகு!' என்று ஒரு பிரபலமான பாட்டுக் கேட்டிருப்பீர்கள். அது 'என்ன அழகு, எத்துணை அழகு!' என்றுதான் இருக்கவேண்டும். காதலிக்கு ஐஸ் வைப்பதென்றாலும், இலக்கணப்படி 'உன் முகம் எத்துணை அழகாக உள்ளது' என்றுதான் கொஞ்சவேண்டும்!

★★★

'ஆணிப்பொன்' என்றொரு சொல்லைச் சில பாடல்களில் கேட்டிருக்கலாம்.

ஆரம்பத்தில் நான் இதை 'ஆனிப்பொன்' என்றுதான் நினைத்துக்கொண்டிருந்தேன். அப்புறம் ஒரு நண்பர்தான் 'ஆணிப்பொன்' என்று திருத்தினார்.

அதென்ன 'ஆணிப்பொன்'?

எந்தக் கலப்படமும் இல்லாத, சுத்தமான 24 காரட் தங்கத்தைதான் 'ஆணிப்பொன்' என்று அழைக்கிறோம்.

பொதுவாகவே தமிழில் 'ஆணி' என்ற வார்த்தை உயர்வைக் குறிக்கிறது. 'ஆணிமுத்து வாங்கிவந்தேன் ஆவணி வீதியிலே' என்று கண்ணதாசன் எழுதிய பாடலைக் கேட்டிருப்பீர்கள்.

இன்றைக்கு நம்மிடம் 'ஆணி' என்று யாராவது சொன்னால், சுத்தியலால் அடித்துப் பிணைக்கும் ஓர் இரும்புத் துண்டுதான் மனத்தில் தோன்றும். ஆனால், நம்மையும் அறியாமல் இந்த 'ஆணி'யை, உயர்வு என்ற பொருளிலும் நாம் பயன்படுத்திவருகிறோம் என்று சொன்னால் ஆச்சர்யப்படுவீர்கள்.

'ஆணித்தரமாகப் பேசினான்' என்று சொல்கிறோம் அல்லவா? எந்தப் பிழையும் இல்லாமல், குழப்பம் இல்லாமல், தடுமாற்றம் இல்லாமல், தெளிவாகவும் அழுத்தமாகவும் அடித்துப் பேசினான் என்று நீட்டி முழக்காமல் 'ஆணி'த்தரம் என்று ஒரே வார்த்தையில் அதைச் சொல்லிவிடுகிறது தமிழ்.

பெரியாழ்வார் குழந்தைக் கண்ணனுக்கு ஆணிப்பொன்னால் தொட்டில் போட்டார்:

மாணிக்கம் கட்டி, வைரம் இடை கட்டி,
ஆணிப்பொன்னால் செய்த வண்ணச் சிறு தொட்டில்,
பேணி உனக்கு பிரம்மன் விடுதந்தான்,
மாணிக் குறளனே, தாலேலோ! வையம் அளந்தானே, தாலேலோ!

★★★

'நாழிகை' என்பது பழந்தமிழர் பயன்படுத்திய நேர அளவுகளில் ஒன்று. இன்றைய கணக்குப்படி 24 நிமிடங்களுக்குச் சமம்.

ஆக, ஒரு நாளில் 24 மணி நேரங்கள், 24 × 60 நிமிடங்கள், 24 × 60 / 24 = 60 நாழிகைகள். இதைப் பகலுக்கு 30, இரவுக்கு 30 என்று பிரித்துள்ளார்கள்.

நம்முடைய மணிக்கணக்கின்படி, அதிகாலை 6 AMக்கு, முதல் நாழிகை தொடங்குகிறது, 6:25க்கு இரண்டாம் நாழிகை, 6:49க்கு மூன்றாம் நாழிகை, and so on.

இதனைக் கணக்கிடுவதற்காக, 'நாழிகை வட்டில்' என்ற ஒரு கருவியையும் தமிழர்கள் பயன்படுத்தியிருக்கிறார்கள். Hour Glass போன்ற அமைப்பு, அதில் நீர் அல்லது மணலை நிரப்பியிருப்பார்கள், அது முழுவதும் வடிந்து கீழே வந்து சேர்வதற்கு ஆகும் நேரம், ஒரு நாழிகை, 24 நிமிடங்கள்.

கம்ப ராமாயணத்தில் பிரதான வில்லனாகிய ராவணனைவிட அதிகம் பேசப்பட்ட ஓர் எதிர்மறைப் பாத்திரம் உண்டு: அந்த ராவணனின் மகன் இந்திரஜித் என்கிற மேகநாதன்.

இந்திரஜித்தின் வில்வன்மையைச் சொல்ல வரும் கம்பர், 'நாழிகை ஒன்று, வளையும் மண்டலப் பிறை என நின்றது அவ்வரிவில்' என்கிறார். இந்த அட்டகாசமான வர்ணனையைப் புரிந்துகொள்வதற்கு, நாம் கம்பரின் கண்களில் நின்று கற்பனை செய்யவேண்டும்.

வில்லை எடுக்கிறான் இந்திரஜித், அதில் அம்பு தொடுக்கிறான்,

அதனால் வில் வளைகிறது, அந்த அம்பை எய்கிறான்.

இப்போது, அவனுடைய கை தோளுக்குப் பின்னே செல்கிறது, இன்னோர் அம்பை எடுக்கிறான், அதே வில்லில் தொடுக்கிறான், எய்கிறான்.

ஆனால், இந்திரஜித் அடுத்த அம்பை எடுத்துத் தொடுப்பதற்குள் வளைந்த வில் நிமிர்ந்து நேராகிவிடுமல்லவா?

அதுதான் இல்லை, முதல் அம்பு வில்லில் இருந்து விடுபட்டுச் சென்ற அதே வேகத்தில் அடுத்த அம்பை எடுத்துத் தொடுத்துவிடுகிறான், ஆகவே, வளைந்த வில் அப்படியே வளைந்தே நிற்கிறது. அதிலேயே தொடர்ந்து மூன்றாவது, நான்காவது அம்புகளைச் செலுத்திக்கொண்டே இருக்கிறான்.

இடைவெளியில்லாமல் இப்படி அம்புகளைத் தொடர்ந்து எய்த காரணத்தால், இந்திரஜித்தின் வில் ஒரு நாழிகைப் பொழுதுக்கு, அதாவது 24 நிமிடங்களுக்கு நிமிராமல் வளைந்தே காணப்பட்டதாம், அதைப் பார்ப்பதற்குப் பிறைச் சந்திரன்போல் தோன்றியதாம்.

சர்வதேச அளவில் 60 நிமிட 'மணி'யை நாம் பயன்படுத்தத் தொடங்கிவிட்டதால், 24 நிமிட 'நாழிகை' நம்முடைய தினசரிப் பேச்சில் அதிகம் இடம்பெறுவதில்லை. ஆனால், தமிழர்கள் நாளை 24 நிமிடக் கூறுகளாகப் பிரித்ததில் ஏதோ ஒரு காரணம் இருக்கவேண்டும் என்று தோன்றுகிறது.

Time Managementபற்றிப் பேசும் நிபுணர்கள் நமது நேரத்தைச் சரியானபடி பயன்படுத்திக்கொண்டு வேலைகளைச் செய்வதற்குப் பல உத்திகளை முன்வைக்கிறார்கள். அதில் பிரபலமான ஒன்று, Pomodoro Technique.

இந்த உத்தியைப்பற்றி விரிவாகப் பேசுவதற்கு நிறைய விஷயங்கள் உண்டு, இங்கே அது அவசியமில்லை என்பதால் சுருக்கமாகச் சொல்கிறேன்: ஒரே வேலையைத் தொடர்ந்து நெடுநேரம் செய்தால் சோர்வாகும், அதற்காக அடிக்கடி வேலைகளை மாற்றிக்கொண்டிருந்தால் எதையும் உருப்படியாகச் செய்யமாட்டோம். ஆகவே, ஒரு குறிப்பிட்ட

நேர இடைவெளியில், எந்த இடையூறும் இல்லாமல் ஒரே வேலையைச் செய்வது, அதன்பிறகு சிறு ஓய்வு எடுத்துக்கொண்டு, மீண்டும் அதே நேர இடைவெளியில் அதே வேலையைத் தொடர்வது, அல்லது அடுத்த வேலையைச் செய்வது...

இப்படி ஒவ்வொரு நாளையும் அந்தக் குறிப்பிட்ட நேர இடைவெளிகளாகப் பிரித்துக்கொண்டு வேலை செய்தால், எல்லாவற்றையும் சிறப்பாகச் செய்துமுடித்துவிடலாம் என்பதே இந்த உத்தியின் அடிப்படை. பல பள்ளி, கல்லூரிகள், அலுவலகங்களில் இந்த முறை பயன்படுத்தப்பட்டுப் பெரும் வெற்றி பெற்றிருக்கிறது. பல லட்சம் பேர் இதனால் பயன் பெற்றுள்ளதாகச் சொல்கிறார்கள்.

Pomodoro Technique சொல்லும் அந்த *"Perfect"* நேர இடைவெளி, 25 நிமிடம். கிட்டத்தட்ட ஒரு நாழிகை :)

★★★

'வாலைக் குமரியடி, கண்ணம்மா,
மருவக் காதல் கொண்டேன்!'

என்று ஒரு பாடலில் எழுதுகிறார் பாரதியார்.

குறும்பான பெண்ணை 'வால் குமரி' என்று சொல்லலாம், அதென்ன 'வாலைக் குமரி'?

பெண்களின் வயதைப் பொறுத்து பேதை, பெதும்பை, மங்கை, மடந்தை, அரிவை, தெரிவை, பேரிளம்பெண் என்று ஏழுவிதமாகப் பிரிப்பார்கள், கேள்விப்பட்டிருக்கிறோம்.

இதேபோல், இன்னொரு வகைபாடும் இருக்கிறது: வாலை, தருணி, பிரவுடை, விருத்தை.

★ வாலை: 15 வயதுவரை உள்ள பெண்கள்

★ தருணி: 16 முதல் 30 வயதுக்குள் உள்ள பெண்கள்

★ பிரவுடை: 31 முதல் 55 வயதுக்குள் உள்ள பெண்கள்

★ விருத்தை ★ 55 வயதுக்குமேல் உள்ள பெண்கள்

ஆக, 'வாலைக் குமரி' என்றால் பதினைந்து வயதுப் பெண் (அல்லது அதைவிடச் சிறியவள்) என்று அர்த்தம். *Underage* காதல் ரொம்பத் தப்பாச்சே பாரதி!

கவலை வேண்டாம், இதே வார்த்தையில் ஒரு *Loop Hole* இருக்கிறது, அதன்மூலம் கவிஞரைப் பிரச்னையில் சிக்காமல் காப்பாற்றிவிடலாம்.

'வால்', 'வாலை' என்ற சொற்களுக்குத் தமிழில் 'சுத்தமான' என்ற பொருளும் உண்டு. ஆக, வாலைக் குமரி என்றால் ஹமாம் போட்டுக் குளித்துவிட்டு வந்த சுத்தமான பெண் (அல்லது, தூய்மையான எண்ணங்களைக் கொண்ட / களங்கமில்லாத பெண்)!

போகட்டும், 'மருவ'க் காதல் என்கிறாரே பாரதியார், அதென்ன மருமம்?

தமிழில் 'மருவுதல்' என்றால் இது, அது என்று வித்தியாசமே பார்க்காதபடி இரண்டறக் கலத்தல் என்று அர்த்தம். காதலுக்கு மிகப் பொருத்தமான அடைமொழி, பாரதின்னா சும்மாவா!

★★★

'முறுவல்' என்றால், அட்டகாசமாக வாய் விட்டுச் சிரிக்காமல், உதட்டால்மட்டும் (கொஞ்சம்போல்) சிரிப்பது, பேச்சுவழக்கில் அதிகம் இல்லாவிட்டாலும், இன்றைக்கும் எழுத்தில் நிறையப் பயன்படுத்துகிற ஒரு சொல்தான் இது.

அதே சொல்லுக்கு, 'பல்' என்றும் ஓர் அர்த்தம் உண்டு, தெரியுமா?

நளவெண்பாவில் புகழேந்தியின் பாடல் ஒன்று, 'முந்நீர் மடவார் முறுவல் திரள் குவிப்ப' என்று தொடங்குகிறது. கடற்கரைக்கு வரும் அலைகள், அங்கே பல முத்துகளை விட்டுச் செல்கின்றன, அவற்றைப் பார்க்கும்போது, அழகிய பெண்களின் பற்களைப்போல் இருக்கின்றனவாம்.

இங்கே 'முறுவல்' என்றால் பல், 'திரள்' என்றால் ஒன்றுசேர்தல், பல கவிதைகளைத் தொகுத்துள்ள ஒரு நூலைத் 'திரட்டு' என்று

சொல்கிறோமே, அதன் வேர்ச்சொல் இதுதான். ஆக, ‘முறுவல் திரள்’ என்றால், பற்களின் கூட்டம், அல்லது தொகுப்பு.

‘முறுவல்’ சரி, அதென்ன ‘புன்’?

ராமாயணத்தில் ராமனும் ராவணனும் முதன்முறையாகச் சந்தித்துக்கொள்ளும் காட்சியில், ‘புன் தொழில் ராவணன்’ என்கிறார் கம்பர். அதாவது, (இன்னொருவருடைய மனைவியை விருப்பமில்லாமல் கடத்திவந்து சிறைப்படுத்தியதன்மூலம்) சிறுமையான தொழிலைச் செய்துவிட்ட ராவணன்.

‘புன்’ என்றால் சிறிய / சிறுமையான / அதிகம் இல்லாத என்று பொருள் சொல்லலாம். புன்சிரிப்பு, புன்முறுவல், புன்னகை (புன் நகை) என்று சிரிப்புக்கு அடைமொழியாகவே நாம் மிகுதியாகப் பயன்படுத்தும் ஒரு சொல் இது.

‘முறுவல்’போலவே, சிரிப்பைச் சொல்லும் இன்னொரு சொல் ‘மூரல்’. இதுவும் ‘புன்’ என்கிற அடைமொழியுடன் சேர்ந்து ‘புன்மூரல்’ என்று குறிப்பிடப்படுகிறது.

சில பழந்தமிழ் இலக்கியங்களில் இந்த இரண்டையும் சேர்த்து, அதாவது ‘மூரல் முறுவல்’ என்றும் படிக்கிறோம், இது ‘கேட்டு வாசல்’, ‘நடுசென்டர்’போல அபத்தமாகத் தோன்றும், ஆனால் அங்கெல்லாம் ‘மூரல் = பல்’, ‘முறுவல் = சிரிப்பு’ *(Or, Vice Versa)* என்று புரிந்துகொள்ளவேண்டுமாம், அதாவது, பல் தெரியச் சிரிப்பது.

இவ்வளவு தூரம் வந்துவிட்டோம், இன்னும் இரண்டு வார்த்தைகளைப் பார்த்துவிடலாம்!

முதலில், முறுகு.

ஹோட்டலில் நுழைந்தவுடன் ‘முறுகலா ஒரு தோசை’ என்று ஆர்டர் செய்கிறோம், இது ‘முள்’ என்பதிலிருந்து வந்தது, நாம் கடித்துத் தின்னும் முறுக்கு, நமீதா விளம்பரம் செய்கிற முறுக்குக் கம்பிகள் எல்லாமே இந்தக் குடும்பம்தான்.

இந்தச் சொல்லுக்கு இரண்டு பொருள்கள் உள்ளன:

★ நேராக இல்லாமல் திரிக்கப்பட்டது / முறுக்கப்பட்டது

★ சூட்டினால் கடினமானது.

அரிசி முறுக்குக்கும், வீடு கட்டும் கம்பிக்கும் இந்த இரண்டு பொருள்களும் பொருந்துகின்றன, ஆனால் தோசைக்கு இரண்டாவது அர்த்தம்மட்டும்தான் என்று நினைக்கிறேன்.

அடுத்து, முருகு.

கடினமான 'முறுகு'வில் வல்லின 'ற'க்குப் பதில் இடையின 'ர' சேர்த்தால், அர்த்தமே மாறிவிடுகிறது. இந்த 'முருகு'வின் பொருள், அழகு, இளமை.

அதனால்தான், 'அழகன் முருகன்' என்கிறோம், இடுகுறிப் பெயர் அல்ல, காரணப் பெயர்!

இப்போ, மாப்பிள்ளை முறுக்கு, மாப்பிள்ளை முருக்கு... இரண்டில் எது சரி?

★★★

'கோல விழி அம்மன்' என ஓர் அம்மன் பெயர் உண்டு. என்ன பொருள்?

நமக்குத் தெரிந்து 'கோலம்' என்றால் வீட்டு வாசலில் போடுவது. 'அரிசி மாவுக் கோலத்தைப் போன்ற விழிகளைக் கொண்ட அம்மன்' என்று ஓர் இறைவிக்குப் பெயர் வைப்பார்களா? எங்கேயோ இடிக்கிறது!

அகராதியைப் பார்த்தால் தெரியும், 'கோலம்' என்ற சொல்லுக்குத் தமிழில் 'அழகு' / 'அலங்கரிப்பு' / 'தோற்றம்' போன்ற பொருள்களும் உண்டு.

உதாரணமாக,

★ திருப்பாவையில் ஆண்டாள் எழுதியது: 'கோல விளக்கே, கொடியே விதானமே!'

★ சீதை கல்யாணத்தின்போது கம்பன் எழுதியது: 'தன்னையே அனையது ஓர் கோலம் தாங்கினான்.'

★ மாலை நேரத்து வானத்தைப் பாரதிதாசன் எழுதியது: 'குன்றின்மீது நின்று கண்டேன், கோலம், என்ன கோலமே!'

'கோலம்' என்கிற வார்த்தையை இதே பொருளில் கோயில்களில் நிறையப் பார்க்கலாம், இறைவனின் நின்ற திருக்கோலம், இருந்த திருக்கோலம், கிடந்த திருக்கோலம் என்பார்கள்.

சினிமாப் பாடலாசிரியர்களுக்கு ரொம்பப் பிடித்த வார்த்தை இது, 'ஒரு கோலக்கிளி சோடி தன்னைத் தேடுது' என்றால், அழகான கிளி தனக்கு ஓர் இணையைத் தேடுகிறது என்று அர்த்தம்.

எல்லாம் சரி, நம்முடைய இன்றைய பேச்சுவழக்கில் 'கோலம்'க்கு இந்தப் பொருள் உண்டா?

நிச்சயம் உண்டு. குழந்தை முகத்தில் எதையாவது பூசிக்கொண்டு வந்து நின்றால், 'என்ன கோலம் இது?' என்று கேட்கிறோம். யாராவது அரைகுறையாக வேலை செய்தால், 'அவசர கோலத்தில் அள்ளித் தெளிக்காதே' என்கிறோம், 'மாப்பிள்ளையும் பெண்ணும் திருமணக் கோலத்தில் வந்து நின்றார்கள்' என்கிறோம். 'ஊர்முழுவதும் விழாக்கோலம் பூண்டது' என்கிறோம்.

நல்லவேளையாக, அத்தனை சுலபத்தில் நாம் ஒரு சொல்லை / பொருளை இழப்பதில்லை

★★★

நேற்று வீட்டில் பச்சைப் பட்டாணி சுண்டல் செய்திருந்தார்கள். பொறியலுக்கும் சுண்டலுக்கும் என்ன வித்தியாசம் என்று யோசித்தபடி சாப்பிட்டேன்.

பத்தாங்கிளாஸ் இலக்கணப் புத்தகத்தில் 'ஆகுபெயர்' என்று ஒரு பாடம் இருந்தது. அதாவது, ஒன்றின் பெயர் இன்னொன்றுக்கு ஆகிவருவது.

இதற்குப் பிரபலமான உதாரணம், 'ஊர் சிரித்தது'. உண்மையில் சிரித்தது ஊர் அல்ல, அதில் உள்ள மக்கள், ஆனால் அது ஊரே சிரித்ததாகச் சொல்லப்படும்.

இதேபோல், 'ரோஜா பயிரிட்டிருக்கிறேன்' என்று ஒருவர் சொன்னால், அவர் மண்ணில் ரோஜாவை விதைத்துள்ளார் என்று அர்த்தம் இல்லை, அவர் செடியைப் பயிரிட்டுள்ளார், அதில் பூக்கும் ரோஜாப்பூ அந்தச் செடிக்கே பெயராக ஆகிவருகிறது.

ஆகுபெயர்களில் பல வகைகள் உண்டு. சினையாகுபெயர், இடவாகுபெயர், பண்பாகுபெயர் என்று அது ஒரு பெரிய லிஸ்ட்.

அந்தப் பட்டியலில் ஒரு வகை, தொழிலாகுபெயர். ஒரு தொழில் அதனால் உருவாகும் பொருளுக்குப் பெயராக மாறுவது.

உதாரணமாக, 'சுண்டல்' என்ற வார்த்தையையே எடுத்துக்கொள்வோம், அது பெயர்ச்சொல் *(Noun)* அல்ல, வினைச்சொல் *(Verb)*, இதன் அர்த்தம், ஒரு பொருளை நீர் வற்றும்படி சுருக்குவது, 'பாலைச் சுண்டக் காய்ச்சினான்' என்று சொல்கிறோம் அல்லவா, அதுதான் இது.

ஆக, பச்சைப் பட்டாணியைச் சூடாக்கி நீரை வற்றவைத்துச் சுண்டச் செய்வது என்ற தொழில், அதனால் கிடைக்கும் உணவுப்பொருளுக்கே பெயராகிவிட்டது. 'சுண்டல்' என்பது தொழிலாகுபெயர்.

சுண்டல்மட்டுமில்லை, வறுவல், பொரியல், அவியல், மசியல், துவையல், பொங்கல் எல்லாமே *Verb*கள்தாம். அதனால் கிடைக்கும் உணவுப்பொருள்களுக்கும் அதே பெயரைச் சூட்டிவிட்டோம்!

அடுத்தமுறை யாராவது 'கடலைச் சுண்டல் செய்தேன்' என்று சொன்னால், 'கடலையே வற்றவைத்தாயா? நீ என்ன பெரிய அகத்தியரா?' என்று கேட்டுவிடுங்கள்!

★★★

'கானக்குயில்' என்று சில பாடல்களில் கேட்டிருப்பீர்கள், அது '*Kaa*'னக்குயிலா? அல்லது, '*Gaa*'னக்குயிலா?

சில பாடல்களில் அது *Kaa* ஒலியில் கேட்கிறது, வேறு சில பாடல்களில் *Gaa* ஒலியில் கேட்கிறது. ஏன்?

'*Kaa*'னக் குயில், '*Gaa*'னக் குயில், இரண்டுமே சரியான உச்சரிப்புகள்தாம், நீங்கள் எந்தப் பொருளில் எடுத்துக் கொள்கிறீர்கள் என்பதைப்பொறுத்து அது மாறுபடும்.

'கானம்' என்ற வார்த்தை வடமொழியிலிருந்து வந்தது, '*Gaa-na*' என்றால் பாடுதல், ஆக, 'பாட்டுப் பாடும் குயில்' என்ற அர்த்தத்தில் பயன்படுத்தினால் '*Gaa*'னக் குயில் என்பதுதான் சரியான உச்சரிப்பு.

'*Gaa*'னக் குயில் என்றால், பாடும் குயில், சரி. '*Kaa*'னக் குயில் என்றால்?

கானம் / கானகம் / காட்டுக் குயில் என்று பொருள்.

சந்தேகமாக இருக்கிறதா? 'கான மயிலாடக் கண்டிருந்த வான்கோழி' என்ற ஔவையார் பாடலை நினைவுக்குக் கொண்டுவாருங்கள். அங்கே 'கானம்' என்றால் பாடல் என்பதா பொருள்?

மயில் பார்க்க அழகாக இருக்கும், ஆனால் அதன் குரல் (அகவல்) கேட்கச் சகிக்காது. அதைப்போய் 'பாட்டு மயில்' என்று ஔவைப்பாட்டி எழுதியிருப்பாரா?

ஆக, இது '*Gaa*ன மயில்' அல்ல, '*Kaa*ன மயில்', காட்டு மயில்.

தமிழில் அடிப்படை எண்களைக் குறிப்பிடும் சொற்கள், சின்னக் குழந்தைக்கும் தெரியும்: ஒன்று, இரண்டு, மூன்று, நான்கு, ஐந்து, ஆறு, ஏழு, எட்டு, ஒன்பது மற்றும் பத்து.

ஆனால் இவற்றை உச்சரிக்கும்போது நாம் பல மாற்றங்களைச் செய்கிறோம். 'ஒன்று' என்பது 'ஒண்ணு' ஆகிறது, 'இரண்டு' என்பது 'ரெண்டு' ஆகிறது, இப்படியே மூணு, நாலு, அஞ்சு, ஓம்பது என ஆறு எண்கள் எழுத்திலிருந்து மாறுபடுகின்றன.

மற்றதெல்லாம்கூடப் பரவாயில்லை ஐ.ந்.து என்ற சொல் எப்படி அ.ஞ்.சு என்று மாறுகிறது? இந்த இரு சொற்களுக்கும் கொஞ்சம்கூடச் சம்பந்தம் இல்லையே, 'ஐ'க்குப் பதில் 'அ', 'ந்'க்குப் பதில் 'ஞ்', 'து'க்குப் பதில் 'சு' என மூன்று எழுத்துகளும் மாறிவிட்டனவே, இது என்ன நியாயம்?

இப்படி ஓர் எழுத்து இருக்கவேண்டிய இடத்தில் இன்னோர் எழுத்து தோன்றுவதைத் தமிழில் 'போலி' என்பார்கள். உதாரணமாக, 'உரம்' என்பதை 'உரன்' என்று எழுதுவார்கள், 'மனம்' என்பதை 'மனது', 'மனசு' என்று எழுதுவார்கள்.

இதுபோல் ஓர் எழுத்து இப்படி அப்படி மாறினால் பரவாயில்லை, இருக்கிற மூன்று எழுத்துகளுமே மாறினால்?

அதற்கும் இலக்கணப் பெயர் உண்டு, 'முற்றுப் போலி', அதாவது ஒரு சொல்லில் இருக்கும் அனைத்து எழுத்துகளும் முழுமையாக மாறி, போலி வடிவம் நிலை பெற்றுவிடுவது. 'ஐந்து' என்பது 'அஞ்சு' என மாறுவதுபோல.

சரி, இதற்கெல்லாம் ஏதாவது சூத்திரங்கள் உண்டா? அல்லது இஷ்டம்போல் மாற்றலாமா?

தமிழில் எல்லாவற்றுக்கும் தெளிவான வரையறைகள் உண்டு. பிழையைக்கூட இப்படிதான் செய்யவேண்டும் என்று வகுத்துவைத்திருக்கிறார்கள் நம் முன்னோர்.

உதாரணமாக, 'ஐந்து' என்ற சொல்லையே எடுத்துக்கொள்வோம். மூன்று சூத்திரங்களின் அடிப்படையில் அது 'அஞ்சு' என எப்படி மாறுகிறது என்று பார்ப்போம்.

Rule 1 : தகரமும் சகரமும் ஒன்றுக்கொன்று போலியாக வரும்

இதன்படி, ஐந்து என்ற சொல்லில் 3வதாக வரும் 'து' என்ற எழுத்து மாறி, 'சு' என ஆகிறது, 'ஐந்சு'

Rule 2 : நன்னூல் சூத்திரம், 'ஐகான் யவ்வழி நவ்வொடு சில்வழி ஞஃகான் உறழும் என்மரும் உளரே', அதாவது, ஐ என்ற எழுத்தைத் தொடர்ந்து 'ந்'கர எழுத்து வந்தால், அது 'ஞ்'கரமாக மாறும்

இதன்படி, 'ஐந்சு' என்ற சொல்லில் 'ஐ'யைத் தொடர்ந்து 2வதாக வரும் 'ந்' என்ற எழுத்து மாறி, 'ஞ்' என ஆகிறது, 'ஐஞ்சு'

Rule 3 : அதே நன்னூலில் வேறொரு சூத்திரம், 'அ ஐ முதல் இடை ஒக்கும் ச ஞ ய முன்', அதாவது ச, ஞ, ய என்ற

எழுத்துக் குடும்பங்களுக்கு முன்னால் அ அல்லது ஐ வந்தால், அவை மாறித் தோன்றும், அதாவது, 'அ' என்பது 'ஐ' ஆகும், 'ஐ' என்பது 'அ' ஆகும்

இதன்படி, 'ஐஞ்சு' என்ற சொல்லின் முதலில் வரும் 'ஐ', அடுத்து வரும் 'ஞ்' காரணமாக, 'அ' என மாறுகிறது, 'அஞ்சு'.

ஆக, 'ஐந்து' போச்சு (இலக்கண முறைப்படி) 'அஞ்சு' வந்தது டும் டும் டும்!

★★★

ஒரு பாடலில், 'நிலா முகம்' என்று ஒரு வரி வருகிறது. இதைக் கேட்டவுடன், 'நிலாவைப் போன்ற முகம்' என்று நாம் புரிந்துகொள்கிறோம்.

வேறொரு பாடலில் 'பட்டுக் கன்னம்' என்று வருகிறது, உடனே 'பட்டுப் போன்ற மென்மையான கன்னம்' என்று நாம் கோடிட்ட இடங்களை நிரப்பிவிடுகிறோம்.

அந்தக் கோட்டுக்கு ஓர் இலக்கணப் பெயர் இருக்கிறது, 'தொகை'.

இங்கே 'தொகை' என்றால் நூற்று எழுபத்தேழு ரூபாய் அறுபது பைசா அல்ல. தொக்கி நிற்பது, அதாவது ஒளிந்து நிற்பது என்று பொருள்.

உதாரணமாக, 'அண்ணன் தம்பி' என்று சொன்னால், அது 'அண்ணனும் தம்பியும்' என்று விரியும், ஆக, 'உம்' என்கிற பதம் நடுவில் ஒளிந்திருக்கிறது, இது 'உம்மைத் தொகை'.

அதுபோல, 'நிலா முகம்', 'பட்டுக் கன்னம்', 'மான் விழி', 'தேன் மொழி', 'முத்துப் பல்' எல்லாம் 'உவமைத் தொகை'.

பொதுவாக உவமையில் 4 விஷயங்கள் இடம்பெறும்:

★ உவமேயம்

★ உவமை

★ ஒற்றுமை

★ உவம உருபு

உவமேயம் என்பதுதான், நிஜமான பொருள், அதற்கு இன்னொன்றை உவமையாகச் சொல்கிறோம். இந்த உவமைக்கும் உவமேயத்துக்கும் ஓர் ஒற்றுமை இருக்கவேண்டும், அதைக் குறிப்பிடுவதற்கு வரும் கூடுதல் சொல் 'உவம உருபு'.

'கிர்'ரென்று இருக்கிறதா? ஒரு சின்ன உதாரணம் சேர்த்தால் புரிந்துவிடும். மிஸ்டர் *X*ஐப் பார்த்து மிஸ்டர் *Y* சொல்கிறார், 'நீ பெரிய வீரன், நெப்போலியன்போல!'

இங்கே *X* என்பவர்தான் பொருள், அதாவது உவமேயம், நெப்போலியன் என்பது அவருக்கு உவமை, வீரம் என்பது ஒற்றுமை, 'போல' என்பதுதான் உவம உருபு.

இதே உதாரணத்தை 'நிலா முகம்'க்குக் கொண்டுவருவோம்:

★ உவமேயம்: முகம்

★ உவமை: நிலா

★ ஒற்றுமை: வட்ட வடிவம் (அல்லது) வெளிச்சம் (அல்லது) வேறு ஏதோ

★ உவம உருபு: ??

இந்தச் சொல்லின் பொருள் 'நிலா போன்ற முகம்', ஆனால் அதைச் சொல்லும்போது 'போன்ற' என்ற உவம உருபு மறைந்து நிற்கிறது, ஆகவே இதை 'உவமைத் தொகை' என்பார்கள்.

இதுபோல் உவமைகளாகக் கொட்டிப் பாட்டு எழுதி முடித்தபின், அந்தக் கவிஞர் *Cheque* வாங்குவாரில்லையா, அதுவும் 'உவமைத் தொகை'தான்!

★★★

புதிய தமிழ்க் கலாசாரத்தில் வேட்டியும் புடைவையும் இரண்டாம் நிலை உடைகளாகிவிட்டபோதும்கூட, அவற்றோடு தொடர்புடைய 'வரிஞ்சு கட்டி' என்ற சொற்றொடரை நாம் இப்போதும் சர்வ சாதாரணமாகப் பயன்படுத்துகிறோம், 'ஏதாவது ஒரு வம்புன்னா வரிஞ்சு கட்டிகிட்டு வந்துடுவீங்களே!'

'வரிஞ்சு கட்டுதல்' என்றால் என்ன அர்த்தம்?

முதலில், அது 'வரிஞ்சு' அல்ல, 'வரிந்து' என்று சொல்லவேண்டும். 'ஐந்து' என்கிற எண் பேச்சுவழக்கில் 'அஞ்சு' என்று போலியாக மாறுகிறதல்லவா, கிட்டத்தட்ட அதே ஃபார்முலாவின்படி 'வரிந்து' என்பது 'வரிஞ்சு' என மாறிவிடுகிறது.

தமிழில் 'வரிதல்' என்றால், இறுக்கிக் கட்டுதல் என்று அர்த்தம், பொதுவாகப் போர் வீரர்களுடைய உடை அலங்காரத்துக்குப் பயன்படுத்தப்படும் வார்த்தை இது.

போருக்குச் செல்கிறவர்களுடைய ஆடைகள் தொளதொள என்று இருந்தால், கண்ட இடத்தில் மாட்டிக்கொள்ளும், அல்லது, எசகுபிசகான நேரத்தில் அவிழ்ந்துவிடும், அப்போது அவர்கள் மானம் காக்க வேட்டியைப் பிடிப்பார்களா, அல்லது வீரம் காக்க வில்லைப் பிடிப்பார்களா?

இந்தப் பிரச்னையைத் தவிர்ப்பதற்காகதான், போர் ஆடைகள் இறுகக் கட்டப்பட்டன. அதாவது, போருக்குச் செல்கிறவர்கள் ஆடைகளை வரிந்துகொண்டார்கள். சற்றே நீட்டி முழக்கிச் சொல்வதென்றால், வரிந்து கட்டிக்கொண்டார்கள்.

அதே பதத்தைதான் இன்றைக்கு நாம் பயன்படுத்துகிறோம், 'வரிஞ்சு கட்டிகிட்டுச் சண்டைக்கு வர்றான்.'

இதில் இன்னொரு சுவாரஸ்யமான கோணமும் உண்டு.

முன்பெல்லாம் உழவர்கள் தங்களுடைய விளைச்சலில் ஒரு குறிப்பிட்ட பகுதியை அரசாங்கத்துக்குச் செலுத்திவிடவேண்டும். ஆகவே, அறுவடை நடக்கும்போதே அரசுக்கு உரிய பகுதியை அவர்கள் தனியாக ஒரு சாக்கில் கட்டிக் கொடுத்துவிடுவார்கள்.

இந்த நேரத்தில், சாக்கின் நுனிப்பகுதி நன்றாக இறுகக் கட்டப்படும், அதாவது, வரிந்து கட்டப்படும். இதிலிருந்துதான் 'வரி கட்டுதல்' என்ற வார்த்தை வந்ததாகச் சொல்கிறார்கள். பின்னர் அது பல வடிவங்களை எடுத்து இப்போது நமக்கு 'வருமான வரி'யாக நிற்கிறது.

இப்போதும், 'வரியே கூடாது சார்' என்று வரிந்து கட்டுகிறவர்கள் உளர்.

★★★

'நெல்லுக் குத்துதல்' என்ற பதம், 'நெல்லை உரலில் போட்டு உலக்கையால் குத்தி, உமி தனியாக, அரிசி தனியாகப் பிரித்தெடுப்பது' என்று நீளும். கிராமத்தில் வளர்ந்தவர்கள் இதை நேரில் பார்த்திருப்பர், மற்றவர்கள் சினிமாவில் பார்த்திருப்பர், அல்லது கேட்டிருப்பர்.

சாதாரணமாக நாம் ஒரு பொருளைக் கீழே போட்டு, உலக்கைமாதிரி ஒரு கனமான பொருளை அதன்மீது வைத்துக் குத்தினால் என்ன ஆகும்?

கீழே உள்ள பொருள் நசுங்கிப்போகும், அல்லது சிதைந்துபோகும்.

ஆனால், நெல் குத்தும்போதுமட்டும் அப்படி நிகழ்வதில்லை, நெல் சிதையாதபடி, இடிந்து மாவாக மாறிவிடாதபடி உமியைமட்டும் பிரித்தெடுப்பது ஒரு கலை.

தன்னுடைய குட்டியைக் கவ்வித் தூக்கும் குரங்கு, அதைக் கடித்துக் காயப்படுத்திவிடாது, அதேசமயம் ரொம்ப லேசாகப் பிடித்து அதை நழுவவும் விடாது. சரியான அந்தப் பக்குவம், தாய்க் குரங்குக்குத் தெரியும். உலக்கையைக் கையில் பிடித்த பெண்களெல்லாம் அதில் விற்பன்னர்கள்!

'அரிசிக்கு உறை, உமி. அதுபோல, நம்முடைய ஆன்மாவையும் உமி மூடியிருக்கிறது' என்கிறார் ஆதி சங்கரர். இன்னும் சரியாகச் சொல்வதென்றால், உமி அல்ல, உமிகள்.

ஆதி சங்கரர் சொல்லும் அந்த ஐந்து உமிகள், அன்னமய கோசம், பிராணமய கோசம், மனோமய கோசம், விஞ்ஞானமய கோசம், ஆனந்தமய கோசம். ஒன்றுக்குள் ஒன்றாக அமைந்திருக்கும் இவற்றைப்பற்றி விரிவாகப் பேசுமளவு எனக்கு ஞானம் இல்லை, ஆகவே, 'ஆன்மா எனும் அரிசிக்கு வெளியே ஐந்து வகையான உமிகள்' என்கிற அந்த உவமையை ரசிப்பதோடு நிறுத்திக்கொள்கிறேன்.

நெல் அறுவடையானதும், அதை உரலில் போட்டுக் குத்துகிறோம், தேவையற்ற உமியை நீக்குகிறோம், தேவையான அரிசியைமட்டும் பிரித்து எடுத்துச் சமையலுக்குப் பயன்படுத்துகிறோம்.

அதுபோல, மேற்சொன்ன ஐந்து வகை உமிகள் இருக்கும்வரை ஆன்மாவால் எந்தப் பலனும் இல்லை. அதை எந்த உரலில் போட்டுக் குத்துவது?

யோகப் பயிற்சிகள், தியானப் பயிற்சிகள், ஆத்ம விசாரம் என்று ஆதி சங்கரர் பல வழிகளைச் சொல்கிறார். ஆனால் இவற்றையெல்லாம் மொத்தமாகப் போட்டு அடித்துவிட்டால் உமிகளோடு அரிசியும் சிதைந்துவிடும், நெல் குத்தும் பெண்களைப்போலப் புத்திசாலித்தனமாக, சரியான வேகத்தில் இவற்றைப் பயன்படுத்தினால் உமிகள் பிரியும், சுத்தமான அரிசி (அதாவது ஆன்மா) வெளிப்படும்.

அது நிற்க, 'நெல் குத்துதல்' என்பது கொச்சை மொழி, அதற்கான சரியான வார்த்தை, 'நெல் குற்றுதல்' என்பதுதான். 'பற்ற வை' என்பது பேச்சுவழக்கில் 'பத்த வை' என்று மாறியதுபோல, 'நெல் குற்றுதல்' மாறி 'நெல் குத்துதல்' என்றாகிவிட்டது.

★★★

மெல்ல, மெள்ள: எது சரி?

பேச்சுவழக்கில் இந்த ஒரு சொற்களையும் நாம் பயன்படுத்துகிறோம். எழுத்திலும் மெல்ல, மெள்ள என்று மாற்றி எழுதுபவர்கள் உண்டு. இவற்றுள் எது சரி?

இரண்டுமே சரிதான். எங்கே எந்த அர்த்தத்தில் பயன்படுத்துகிறோம் என்பதைப் பொறுத்து இவற்றுள் மிகச் சரியான சொல்லைத் தேர்ந்தெடுக்கவேண்டும்.

மெல்ல, மெள்ள இரண்டில் ஒன்றுக்கு மென்மையாக என்று அர்த்தம், இன்னொன்றுக்கு மெதுவாக என்று அர்த்தம். எதற்கு எது என்று புரிந்துகொண்டுவிட்டால் அதன்பிறகு குழப்பமே வராது.

ஒரு பிரபலமான திருக்குறள், பின்னர் கண்ணதாசன் உபயத்தில் சினிமாப் பாடலாகவும் வந்தது:

> *யான்நோக்குங் காலை நிலன்நோக்கும், நோக்காக்கால்*
> *தான்நோக்கி மெல்ல நகும்*

இதன் அர்த்தம், 'நான் அவளைப் பார்த்தால், அவள் தரையைப் பார்க்கிறாள், நான் வேறு எங்கேயாவது பார்த்துக்கொண்டிருக்கும்போது, என்னைப் பார்க்கிறாள், தனக்குள் மெல்லச் சிரித்துக்கொள்கிறாள்.'

இங்கே 'மெல்ல'க்கு மென்மையாக என்று அர்த்தமா? அல்லது, மெதுவாக என்று அர்த்தமா?

அந்தப் பெண் அவனை நேருக்கு நேர் பார்க்க நாணுகிறாள், இப்போது அவன் எங்கேயோ பார்த்துக்கொண்டிருப்பதால், கொஞ்சம் தைரியம் வந்து அவனை ஓரக்கண்ணால் பார்க்கிறாள்.

அப்போதும், 'இவன் சட்டென்று திரும்பி நம்மை நேருக்கு நேர் பார்த்துவிடுவானோ' என்கிற அச்சம் அவளுக்குள் இருக்கும், அந்த நேரத்தில் ஃபோட்டோவுக்கு போஸ் கொடுப்பதுபோல் மெதுவாகச் சிரித்துக்கொண்டிருப்பாளா?

ஆக, இங்கே அவள் மெதுவாகச் சிரிக்கவில்லை, 'புன்சிரிப்பு' என்பதுபோல் மென்மையாகச் சிரிக்கிறாள். பின்னர் சட்டென்று மீண்டும் அப்பாவியாக முகத்தை வைத்துக்கொள்கிறாள். அதைக் குறிப்பிடும்வகையில் திருவள்ளுவர் 'மெல்ல' என்ற வார்த்தையைப் பயன்படுத்துகிறார்.

அடுத்து, கம்ப ராமாயணத்திலிருந்து ஒரு மிக அழகான வர்ணனைப் பாடல்:

> *மழைபடப் போதுளிய மருதத் தாமரை*
> *தழைபடப் பேர் இலைப் புரையில் தங்குவ,*
> *விழைபடு பெடையொடும் மெள்ள நள்ளிகள்*
> *புழை அடைத்து ஒதுங்கின வச்சை மாக்கள்போல்!*

மருத (விவசாய) நிலம், அதில் மழை பெய்கிறது, அதனால் தாமரை செழித்து வளர்ந்திருக்கிறது. அந்தப் பெரிய தாமரைகளின் இலைக்குக் கீழே, நண்டுகள் ஜோடியாகத் தங்கியிருக்கின்றன.

மழை அதிகரிக்க அதிகரிக்க, நண்டுகளால் அங்கே இருக்க முடியவில்லை. தங்களுடைய வளைக்குள் செல்கின்றன.

ஒருவேளை, மழைத் தண்ணீர் அங்கேயும் வந்துவிட்டால்? குளிர் காலக் காதல் விளையாட்டுக்கு இடையூறாக இருக்குமே!

ஆகவே, நண்டுகள் தங்களுடைய வளையின் வாசலை மண்ணால் அடைத்து மூடிவிடுகின்றன.

இந்தக் காட்சியைப் பார்க்கும் கம்பர், அதற்கு ஓர் அட்டகாசமான உவமை சொல்கிறார், 'நண்டுகள் தங்கள் வளையின் வாசலை அடைத்தது எப்படி இருந்தது தெரியுமா? கஞ்சப் பயல்கள் தங்கள் வீட்டுக்கு யாரேனும் வந்துவிடுவார்களோ என்ற பயத்தில் வீட்டு வாசலை எப்போதும் மூடியே வைத்திருப்பார்கள், அதுபோல, இந்த நண்டுகளும் கதவைச் சாத்திக்கொண்டு வளைக்குள் ஒதுங்குகின்றன!'

பாட்டின் அழகு ஒருபுறமிருக்க, நாம் அந்த 'மெள்ள'வைக் கவனிப்போம். மெல்ல இல்லை, மெள்ள!

இங்கே 'மெள்ள'க்கு மென்மையாக என்ற அர்த்தம் இருக்க வாய்ப்பு இல்லை. மழைத் தண்ணீர் உள்ளே வந்துவிடுமோ என்ற பயத்தில் பதற்றத்துடன்தான் நண்டு வளையின் வாசலை அடைக்கப் பார்க்கும், மென்மையாக அல்ல.

ஆனால், நண்டுக்குச் சின்னக் கை(கால்?)தானே உண்டு. அதில் மண்ணை அள்ளி அள்ளி அடைக்க நெடுநேரம் ஆகும். அதனால்தான் 'மெள்ள', அதாவது மெதுவாக என்ற வார்த்தையைப் பயன்படுத்துகிறார் கம்பர்.

ஆக, 'மெல்ல' என்பதன் வேர்ச்சொல் 'மெல்', 'மென்மை', *doing something softly*, ஆனால் 'மெள்ள' என்பது, மெதுவாக, *doing something slowly*, இவை இரண்டும் ஒரேமாதிரி தோன்றினாலும் ஒன்றல்ல.

'ஆஹா, மெல்ல நட, மெல்ல நட, மேனி என்னாகும்!' என்றால், 'மென்மையாக நட, அதிர்ந்து நடக்காதே' என்று அர்த்தம். அதே இடத்தில் 'மெள்ள நட' என்றால், 'உனக்கு என்ன அவசரம்? மெதுவாக நடந்து வா, இன்னும் நிறைய நேரம் இருக்கிறது' என்று அர்த்தம்.

இந்தக் கட்டுரையை நீங்கள் மெல்ல படித்தீர்களா? மெள்ள படித்தீர்களா?

★★★

நண்பர் மோகன கிருஷ்ணனுடன் நேற்று ஒரு சின்ன விவாதம். எழுத்தாளர் ஒருவருடைய படைப்புகளைக் 'குப்பை' என்று நான் விமர்சிக்க, அவர் செல்லமாகக் கோபித்துக்கொண்டார், 'எனக்கும் அவருடைய எழுத்துகள் பிடிக்காது, ஆனால் அதற்காக அவற்றைக் குப்பை என்று சொல்வது நியாயமில்லை!'

நானும் ஏட்டிக்குப் போட்டியாக அவருக்குப் பதில் சொன்னேன், 'எனக்குப் பிடிக்காததைக் குப்பை என்று சொல்லாமல் வேறு எப்படிச் சொல்வது?'

அதன்பிறகுதான் யோசித்தேன், தமிழில் 'குப்பை' என்பது உண்மையில் கேவலமான பொருளைக் கொண்ட வார்த்தை இல்லையே, அதன் அர்த்தம் 'குவியல்'தானே?

உதாரணமாக, 'அழகின் சிரிப்பு' நூலில் பாரதிதாசனின் வர்ணனை ஒன்று இப்படிச் செல்கிறது:

அருவிகள், வைரத் தொங்கல்!
அடர்கொடி, பச்சைப் பட்டே!
குருவிகள், தங்கக் கட்டி!
குளிர்மலர், மணியின் குப்பை!
எருதின்மேல் பாயும் வேங்கை
நிலவுமேல் எழுந்த மின்னல்,
சருகெலாம் ஒளிசேர் தங்கத்
தகடுகள் பாரடா நீ!

இங்கே 'மணியின் குப்பை' என்றால், விலைமதிக்கமுடியாத மணிகள் நிறைந்த குவியல் என்று அர்த்தம், மலர்க் குவியலை மணிக் குவியலுக்கு ஒப்பிடுகிறார் பாரதிதாசன்.

கம்ப ராமாயணத்தில் தொடங்கி இப்படி நிறைய உதாரணங்கள் காட்டமுடியும், 'குப்பை' என்ற சொல்லுக்குப் பொருள், குவியல், செல்வக் குப்பை, ரத்தினக் குப்பை, காய்கறிக் குப்பை, நெல் குப்பை, மலர்க் குப்பை...

ஆனால் இன்று நாம் 'குப்பை' என்றாலே வீசி எறியப்படவேண்டிய, பயனற்ற ஒன்று என்ற அர்த்தத்தில்தான் பயன்படுத்துகிறோம், 'உப்பில்லாப் பண்டம் குப்பையிலே' என்று பழமொழிகூட இருக்கிறது.

அது சரி, 'இவர் முப்பது வருஷமா இந்தக் கம்பெனியில குப்பை கொட்டியிருக்கார்' என்பதுபோன்ற வாசகங்களின் அர்த்தம் என்னவாக இருக்கும்? குப்பைக்கு இழிவான பொருள் இருந்தால், இந்த இடத்தில் பொருந்தாதே, முப்பது வருஷமாக இவர் செய்ததெல்லாம் வீண் என்ற அர்த்தம் வந்துவிடுமே!

வயலில் வேலை செய்கிறவர்கள் பயிரை (அதாவது, விளைச்சலின் பலனை) அறுவடை செய்து ஓரமாகக் குவிப்பார்கள், அதாவது, கொட்டிக் குப்பையாக்குவார்கள். அதுபோல, இந்த அலுவலகத்தில் அவர் முப்பது வருடங்களாகப் பல நல்ல பணிகளைச் செய்து குவித்திருக்கிறார், குப்பை கொட்டியிருக்கிறார்!

முக்கியமான குறிப்பு, இது அகராதிப் பொருள் அல்ல, என்னுடைய சுவாரஸ்யமான ஊகம்மட்டுமே, உங்களுடைய கருத்துகளை எதிர்பார்க்கிறேன்!

★★★

'ஆயிரம் தாமரை மொட்டுக்களே' என்று ஒரு பாடல் உள்ளதே, அதென்ன ஆயிரம் தாமரை மொட்டுக்கள்? இரண்டாயிரமாக இருக்கக்கூடாதா? பத்தாயிரம் என்று சொல்லக்கூடாதா? லட்சம், கோடி என்று எண்கள் இல்லையா? இங்கே ஏன் குறிப்பாக ஆயிரத்தைச் சொல்கிறார் கவிஞர்?

'ஆயிரம்' என்பது மெட்டுக்குக் கச்சிதமாகப் பொருந்துகிறது. ஆனால் அதைக்காட்டிலும் முக்கியமான ஒரு காரணம் உண்டு.

பொதுவாக நம்முடைய தினசரிப் பயன்பாட்டில் வரும் 'ஆயிரம்' என்பது, 999க்குப்பிறகு வரும் ஓர் எண். அதைத் தாண்டி அதற்கு எந்த முக்கியத்துவமும் இல்லை.

ஆனால், அதே ஆயிரம் தமிழ்க் கவிதைகளில் வரும்போது,

'பல' என்கிற அர்த்தத்தைப் பெறுகிறது. அதாவது, இருபதும் ஆயிரம்தான், இருநூறும் ஆயிரம்தான், இரண்டாயிரம் கோடியும் ஆயிரம்தான்.

சாட்சி வேண்டுமா? அப்பர் சொன்னால் ஒப்புக்கொள்வீர்களா? இதே 'ஆயிரம் தாமரை' என்ற வரிகளோடு தொடங்கும் அவரது பாடல் ஒன்று இங்கே:

ஆயிரம் தாமரை போலும்
ஆயிரம் சேவடியானும்!
ஆயிரம் பொன்வரை போலும்
ஆயிரம் தோள் உடையானும்!
ஆயிரம் ஞாயிறு போலும்
ஆயிரம் நீள்முடியானும்!
ஆயிரம் பேர் உகந்தானும்
ஆரூர் அமர்ந்த அம்மானே!

திருவாரூரில் எழுந்தருளியிருக்கும் சிவபெருமானே,

உனக்கு ஏகப்பட்ட திருவடிகள் உண்டு, அவை அனைத்தும் ஆயிரக்கணக்கான தாமரைகளைப்போலச் சிவந்துள்ளன.

அதேபோல், உனக்கு ஏராளமான தோள்கள் உண்டு, அவை ஆயிரக்கணக்கான பொன் மலைகளைப்போல் வலுவோடு மின்னுகின்றன.

உனக்கு ஏராளமான திருமுடிகள் உண்டு, அவை அனைத்தும் ஆயிரக்கணக்கான சூரியன்களைப்போல் பிரகாசிக்கின்றன.

திருவடிகள், தோள்கள், திருமுடிகளைப்போலவே, உனக்குப் பல பெயர்களும் உண்டு, அவற்றை நாங்கள் பாடித் துதிக்கிறோம்.

'சிவனுக்கு ஒரு தலை, இரண்டு தோள்கள், இரண்டு கால்கள்தானே உண்டு, அப்புறம் எப்படி ஆயிரம் வந்தது?' என்று கால்குலேட்டரும் கையுமாகக் கேள்வி கேட்காதீர்கள், இங்கே ஆயிரம் என்பது 999க்குப்பின் வரும் எண் அல்ல.

சந்தேகமிருந்தால் 'ஆயிரம் பொய்யைச் சொல்லி ஒரு கல்யாணம் செய்' என்று சொல்கிறவர்களிடம் கேளுங்கள்,

'உங்க கல்யாணத்துக்கு எத்தனை பொய் சொன்னீங்க?'

நிச்சயம் ஆயிரமாக இருக்காது. நூற்று இருபத்தைந்துக்குள்தான் இருக்கும்!

★★★

அணைகள் வீட்டுக்குள்ளும் உண்டு, வெளியிலும் உண்டு.

வீட்டுக்குள் உள்ள அணை, பஞ்சு + அணை = பஞ்சணை, பஞ்சினால் செய்யப்பட்ட படுக்கை, அதன்மீது தலை + அணை = தலையணை, தலைக்கென்று வைத்துக்கொள்ளும் (சிறு) படுக்கை.

வீட்டுக்கு வெளியே உள்ள அணை, ஆற்றில் வருகிற தண்ணீரைத் தேக்கிவைக்கிறது, பின் அதனை விவசாயத்துக்கோ மின்சாரம் எடுப்பதற்கோ பயன்படுத்த உதவுகிறது, இதனை 'நீர்த்தேக்கம்' என்றும் குறிப்பிடுவார்கள்.

இவை பெயர்ச்சொல் (Noun) அணைகள், இதுவே வினைச்சொல்(Verb)லாக வரும்போது 'அணை'த்துக்கொள், தழுவிக்கொள் என்று கட்டளை வாசகமாகிவிடுகிறது.

இப்படி விதவிதமான பொருள்கள் அமைவதால்தானோ என்னவோ, கம்பனுக்கும் இந்த வார்த்தைமீது தனிக் காதல். ஓர் அற்புதமான பாட்டில் நான்கு அணைகளை ஒன்றன்கீழ் ஒன்றாக நிறுத்திவைத்திருக்கிறான்:

மிகவும் உணர்ச்சிமயமான காட்சி அது. வாலி வதைக்குப்பிறகு கிஷ்கிந்தைக்கு அரசனாகிவிட்ட சுக்ரீவனைச் சந்திக்கச் செல்கிறான் லட்சுமணன். அவனை வரவேற்கிறான் சுக்ரீவன், 'ரொம்ப தூரம் நடந்து வந்திருப்பீங்க, கொஞ்சம் உட்கார்ந்து காபி, கீபி சாப்பிடுங்களேன்!'

லட்சுமணன் சுக்ரீவனைக் கோபமாகப் பார்க்கிறான், 'அங்கே காட்டில் என் அண்ணன் சிரமப்பட்டுக்கொண்டிருக்கிறான், நான் இங்கே நாட்டில் சவுகர்யமாக உட்கார்ந்து காப்பி சாப்பிடுவேனா? என்னையும் உன்னைப்போல சொகுசுக்கு அடிமை என்று நினைத்துவிட்டாயா?' என்று மனத்துக்குள்

நினைத்துக்கொள்கிறான். அங்கே வரும் பாட்டு:

> 'கல் அணை மனத்தினை உடைக் கைகேசியால்,
> எல் அணை மணி முடி துறந்த எம்பிரான்,
> புல் அணை வைக, யான் பொன் செய் பூத் தொடர்
> மெல் அணை வைகவும் வேண்டுமோ?' என்றான்.

முதல் வரியில் வரும் 'கல் அணை', கரிகாலன் கட்டியது அல்ல, கல் அணைய, கல் அனைய, கல்லைப் போன்ற மனத்தினைக் கொண்ட கைகேயி, அவள் வாங்கிய வரத்தால்...

இரண்டாவது வரியில் வரும் 'எல் அணை மணி முடி'க்கு அர்த்தம், 'ஒளி பொருந்திய கிரீடம்', அதனைத் துறந்துவிட்டான் என் அண்ணன், ராமன்!

மூன்றாவது வரியில் வரும் 'புல் அணை' என்பது, நாம் மேலே பார்த்த 'பஞ்சணை'க்கு எதிர்ப்பதம், அதாவது, புல்லால் ஆன படுக்கை, பஞ்சணைபோல் அது மெத்மெத் என்று இருக்காது, உறுத்தும், அதில்தான் ராமன் படுத்திருக்கிறான்.

அண்ணன் நிலைமை அப்படியிருக்க, பொன்னால் செய்து பூக்களைத் தூவிய இந்த 'மெல் அணை', அதாவது, மெல்லிய படுக்கையில், அல்லது அலங்காரமான இருக்கை(Guest Chair) யில் நான் உட்கார்வேனா?

அட! வரிசையாக நான்கு அணைகள் வைத்துக்கூட, லட்சுமணனின் அன்பு வெள்ளத்தைக் கட்டுப்படுத்தமுடியவில்லையே!

★★★

'சீமை' என்ற வார்த்தைக்கு என்ன அர்த்தம்?

பொதுவாக வெளிநாட்டிலிருந்து வந்தவர்களை 'சீமைத்துரை' என்பது வழக்கம். ஆனால் வெளிநாடு என்பதுதான் 'சீமை'க்கு உண்மையான பொருளா? 'தென்பாண்டிச் சீமை', 'தென்மதுரைச் சீமை', 'சிவகங்கைச் சீமை' என்று உள்நாட்டிலும் சீமைகள் உள்ளனவே.

'சீமைக் கத்தரிக்காய்' என்று ஒரு காய் உள்ளது, 'சீமைப் பசு' என்று

ஒரு விலங்கு உள்ளது. அவையெல்லாம் வெளிநாட்டிலிருந்து இறக்குமதியாகிறதா?

அப்படியானால், சீமை என்பதன் அர்த்தம் 'வெளியூர்' என்பதாக இருக்குமோ?

இலங்கை மலையகப் பாடல்களில் "நம்ம சீமை" என்ற பயன்பாட்டைப் பார்க்கிறோம். இதன் அர்த்தம் என்ன? வெளிநாட்டை எப்படி "நம்ம" என்ற அடைமொழியோடு குறிப்பிடமுடியும்?

இந்தக் கேள்விகளைத் தொகுத்துப் பார்த்தால் ஒரு விஷயம் தெளிவாகப் புரியும், 'சீமை' என்பது வெளிநாடு அல்ல, வெளியூர்கூட இல்லை, அது ஒரு பகுதி, அவ்வளவுதான், ஊர், நகரம், மாவட்டம், மாநிலம், நாடு என்பதுபோல, நிலப்பகுதியைக் குறிக்கும் சொல்.

மொழிஞாயிறு ஞா. தேவநேயப் பாவாணர் 'பழந்தமிழ் ஆட்சி' என்று ஒரு நூல் எழுதியுள்ளார். இதில் அவர் நான்குவிதமான 'சீமை'களைக் குறிப்பிடுகிறார்:

- ★ நகரச் சீமை (City)
- ★ இனச் சீமை (ஓர் இனத்தைச் சேர்ந்தவர்கள் ஒன்றாக வாழும் பகுதி)
- ★ தேயச் சீமை (Country)
- ★ கூட்டுச் சீமை ("United" States Of Americaபோல, பல நாடுகள் / சீமைகள் கூடி ஒரே சீமையாக வாழ்வது, Federal State)

★★★

'கரடுமுரடு' என்று சொல்கிறோமே, அதன் பொருள் என்ன?

'கரடு' என்றால், பாறை, பெரிய கல், குன்று, சிறிய மலை என்பதுபோல் பொருள் சொல்லலாம்.

'பொய்மான் கரடு' என்று கேள்விப்பட்டிருப்பீர்கள். சேலத்திலிருந்து நாமக்கல் செல்லும் வழியில் உள்ள

இந்தக் கரட்டை ஒரு குறிப்பிட்ட கோணத்திலிருந்து பார்க்கிறவர்களுக்குக் கொம்புகளுடன் ஒரு மான் உருவம் தெரியும். அதனால்தான் அப்படிப் பெயர் சூட்டப்பட்டது.

வித்தியாசமான இந்தக் கரட்டை வைத்துக் கல்கி அவர்கள் ஒரு சுவாரஸ்யமான கதைகூட எழுதியிருக்கிறார். கொஞ்சம் தேடினால் இணையத்தில் இலவசமாகவே கிடைக்கும்.

பழந்தமிழ் இலக்கியத்திலும் நிறைய கரடுகள் உண்டு. திருவருட்பாவில் வள்ளலார், 'பாறைகூட உருகிவிடும், என் மனம் உருகாதுபோலிருக்கிறதே' என்று குறிப்பிடும்போது, 'ஈண்டு உருகாக் கரடும் இதற்கு உருகல் அரிது அலவே' என்கிறார்.

'கரடு' சரி, அதென்ன 'முரடு'?

அதுவும் நமக்குப் பரிச்சயமான வார்த்தைதான் 'முரட்டுக் காளை' என்று சொல்கிறோமே, அதன் வேர்ச்சொல்தான் இந்த 'முரடு', *Roughness* என்று பொருள்.

ஆக, 'கரடு முரடு' என்பதன் அர்த்தம், 'முரடான கரடு', அதாவது, *Rough Rock!*

★★★

பழக்கம், வழக்கம்: என்ன வித்தியாசம்?

இந்தச் சொற்களை நாம் சர்வசாதாரணமாக மாற்றிப் பயன்படுத்துகிறோம். ஆனால் அவற்றினிடையே ஒரு நுட்பமான வேறுபாடு உள்ளது.

வழிவழியாக வருவது வழக்கம், பழகிக்கொண்டது பழக்கம்.

உதாரணமாக:

சாம்பாரைக் காரமாகச் செய்வது தமிழ்நாட்டில் வழக்கம், அங்கிருந்து ஒருவர் இங்கே கர்நாடகாவுக்கு வந்து, உள்ளூர்ச் சாம்பாரை ருசிபார்த்துவிட்டு, அதில் கொஞ்சம் வெல்லத்தைப் போட்டால், அது பழக்கம் (இதையே சென்னையில் வசிக்கும் ஒரு கன்னடர் நேர்மாறாகச் செய்தால், அவருக்கு இனிப்புச் சாம்பார் வழக்கம், இனிப்பு இல்லாத சாம்பார் பழக்கம்)

அரிசிச் சோறு வழக்கம், நூடுல்ஸ், பர்கர், பிட்ஸா பழக்கம் (நமக்கு)

அன்பு வழக்கம், காதல் பழக்கம்... இப்படி இன்னும் நிறைய உதாரணங்கள் சொல்லலாம்

வழக்கம் சரி, பழக்கம் சரி, 'பழக்க வழக்கம்' என்கிறோமே, அதென்ன?

பழக்கமாகத் தொடங்கியது, பின்னர் வழக்கமாகிவிடுகிறது. அதைப் 'பழக்க வழக்கம்' என்கிறோம், 'வழக்க பழக்கம்' என்று சொல்வதில்லை, காரணம், பழக்கம்தான் பின்னர் வழக்கமாக மாறும், வழக்கம் எதுவும் பழக்கமாக மாறமுடியாது!

★★★

ஆசிரியர், ஆசான்: இந்தச் சொற்களுக்கு என்ன பொருள்?

ஆசிரியர் = ஆசு + இரியர்.

தமிழில் 'ஆசு' என்றால் குற்றம், 'இரிதல்' என்றால் கெடுதல், ஓடுதல், விலக்குதல். ஆக, ஆசிரியர் என்றால், (மாணவர்களிடம் உள்ள) குற்றங்களை நீக்குபவர். அவர்களை நல்வழிப்படுத்துகிறவர்.

கொஞ்சம் பொறுங்கள், இந்த விளக்கத்தில் ஒரு சின்னப் பிரச்னை.

ஆசிரியர் = ஆசு + இரியர் என்றால், ஆசான் = ஆசு + ஆன், குற்றம் புரிந்தவன் என்று அல்லவா அர்த்தம் வருகிறது?

தமிழில் ஒரே சொல்லுக்குப் பல அர்த்தங்கள் உண்டு. எங்கே எப்படி வருகிறது என்பதை வைத்துச் சரியானதைத் தேர்ந்தெடுத்துக்கொள்ளவேண்டும். *Context Based Meaning.*

இங்கே ஆசு = பற்றுக்கோடு. உதாரணமாக, கம்ப ராமாயணம் சுந்தர காண்டத்தில் அனுமனுடன் பேசும் சீதை, தான் விடுதலையாகும் நாளைப்பற்றிச் சொல்லும்போது 'அரக்கர் தம் வருக்கம் ஆசு அற மீட்ட நாள்' என்பாள். ஆசு அற = அரக்கர்களைப் பற்றிக்கொள்ள எதுவுமே இல்லாதபடி அழித்து என்னை மீட்கப்போகிறான் என் ராமன்!

அந்தவிதத்தில் ஆசு + ஆன் = மாணவர்களுக்குப் பற்றுக்கோடாகத் திகழ்கிறவர், ஏதாவது சந்தேகம்ன்னா புத்தகத்தை எடுத்துகிட்டு அவர்கிட்டதானே ஓடறோம்?

★★★

முன்னூறு, முந்நூறு, எது சரி?

இரண்டுமே சரிதான். ஆனால் வெவ்வேறு அர்த்தம்.

முதலில், 300 விஷயத்தைப் பார்ப்போம், இது மூன்று + நூறு என்று பிரியும். இதற்கான தொல்காப்பிய விதி: 'நூறு முன் வரினும் கூறிய இயல்பே, மூன்றன் ஒற்றே நகாரம் ஆகும்.'

அதாவது மூன்று + நூறு என்று இணையும்போது, அதில் இருக்கும் ஒற்று 'ன்' நகாரமாக, 'ந்' என்று மாறிவிடும்.

இதனால், மூன்று + நூறு = முந்நூறு. அதனை 'முன்னூறு' என்று எழுதுவது தவறு.

இன்னொருவிதத்தில் 'முன்னூறு' என்பதும் சரிதான், அதை முன் + நூறு என்று பிரிக்கவேண்டும். அப்போது அது முன்னூறு என்று புணரும்.

சுருக்கமாகச் சொன்னால்,

- 'இந்த வேலையைச் செய்வதற்கு முன்னூறு ரூபாய் கிடைக்கும்' என்றால், வேலையைச் செய்வதற்கு முன் நூறு ரூபாய் கிடைக்கும், அதாவது, *you will get an advance payment of Rs 100*
- 'இந்த வேலையைச் செய்வதற்கு முந்நூறு ரூபாய் கிடைக்கும்' என்றால், *you will get a payment of Rs 300*

அடுத்து, ஐநூறா, ஐந்நூறா, எது சரி?

வழக்கம்போல், இரண்டுமே சரிதான், எந்தச் சூழ்நிலையில் பயன்படுத்துகிறீர்கள் என்பதைப் பொறுத்து விடை மாறும்!

சாலையில் நடந்து செல்கிறீர்கள். கீழே ஏதோ கிடக்கிறது, குனிந்து பார்த்தால், அது ஒரு நூறு ரூபாய் நோட்டு.

மகிழ்ச்சியில் துள்ளுகிறீர்கள். 'ஐ! நூறு ரூபாய் கிடைத்தது எனக்கு' என்கிறீர்கள்.

ஆனால், அதே இடத்தில் ஐந்து நூறு ரூபாய்த் தாள்கள் கிடைத்தால், 'ஐநூறு ரூபாய்' என்று சொல்லக்கூடாது, 'ஐந்நூறு ரூபாய்' என்றுதான் சொல்லவேண்டும்!

ஐந்து + நூறு ஆகியவை இணையும்போது, 'ஐந்து' என்ற சொல்லின் நிறைவில் உள்ள 'து' என்ற எழுத்து நீக்கப்படும், ஆனால் 'ந்' என்ற எழுத்து நீக்கப்படாது, இதனைத் தொல்காப்பியம் 'நான்கும் ஐந்து ஒற்றுமெய் திரியா' என்று குறிப்பிடுகிறது.

ஆக, ஐந்(து) + நூறு = ஐந்நூறு.

★★★

தமிழ் சினிமாப் பாடல்களுக்கென்று ஓர் அகராதி தயாரித்தால், அதில் 'பாவை' என்ற சொல்லுக்குப் பொருள் 'பெண்' என்பதாக இருக்கும்.

உண்மையில், பாவை என்றால் அதன் நேரடிப் பொருள், பதுமை, பொம்மை என்பதுதான். 'தோல் பாவைக் கூத்து' என்று ஒரு நாட்டுப்புறக்கலையைக் கேள்விப்பட்டிருப்பீர்கள், தோலால் செய்யப்பட்ட பொம்மை உருவங்களைக் கொண்டு நிகழ்த்தப்படுவது அது.

அபூர்வமாக, சில சினிமாப் பாடல்களிலும் பாவை என்பதைப் பொம்மை என்ற பொருளிலும் பயன்படுத்தியுள்ளார்கள். உதாரணமாக, 'வார்த்தை தவறிவிட்டாய்' என்று பாரதி வரியை முதலாகக் கொண்டு வாலி எழுதிய திரைப் பாடலில், 'பார்க்கும் இடத்திலெல்லாம் உன்னைப்போல் பாவை தெரியுதடி' என்று ஒரு வரி வரும். அதன் பொருள், 'பார்க்கும் பெண்களெல்லாம் உன்னைப்போலத் தெரிகிறார்கள்' என்பதல்ல, 'பார்க்கும் இடத்திலெல்லாம் உன் உருவம் தெரிகிறது' என்கிறான் அந்தக் காதலன், நந்தலாலாவின் காதல் வடிவம் இது!

அப்படியானால், ஒரு பெண்ணைக் குறிப்பிடப் பாவை என்ற சொல்லைப் பயன்படுத்துவது தவறா?

பொதுவாக பொம்மைகள் குழந்தைகளைக் கவரவேண்டும் என்ற நோக்கத்துடன் மிகவும் அழகாகதான் உருவாக்கப்படும். ஆகவே, அழகான ஒரு பெண்ணைப் 'பாவை போன்றவள்' என்று உவமை சொல்லலாம். அதுவே அந்தப் பெண்ணுக்குப் பெயராகவும் ஆகிவரலாம்.

அதன்படி, பாவை = பெண், உவமையாகுபெயர்!

இதை உறுதிப்படுத்தும்வகையில், வாலியின் பாடல் ஒன்று 'பாவை'யின் இரு பொருள்களையும் ஒன்றாகச் சேர்த்துப் பயன்படுத்துகிறது. ஒரு பெண் இப்படிப் பாடுவதாக:

என்ன செய்ய?

நானோ தோல் பாவைதான்,

உந்தன் கைகள் ஆட்டிவைக்கும் நூல் பாவைதான்!

இங்கே முதலில் வரும் 'தோல் பாவை' என்பதைத் தோலால் செய்யப்பட்ட அஃறிணைப் பொம்மை என்றும் பொருள் கொள்ளலாம், தோலால் போர்த்தப்பட்ட மனிதப் பெண் என்றும் பொருள் கொள்ளலாம், நூல் கொண்டு அந்தப் பெண்ணைப் பொம்மையாக ஆட்டிவைக்கிறவன், அந்த முகுந்தன்!

★★★

'தூக்கணாங்குருவி' என்ற பெயர் மிகப் பிரபலமானது. பேச்சுவழக்கிலும் பல நாட்டுப்புறப் பாடல்கள், சினிமாப் பாடல்களிலும்கூட இடம்பெற்றிருக்கிறது.

இந்தக் குருவியைவிட, மரத்திலிருந்து தொங்கும்விதமாக அது கட்டும் வித்தியாசமான கூட்டை எல்லாரும் அறிவர்.

சின்ன வயதில் இதை வைத்து ஒரு கதைகூடப் படித்திருப்போம், பெருமழையில் நனையும் குரங்கு: அதைக் கேலி செய்யும் தூக்கணாங்குருவி: ஓவர் அறிவுரை, கிண்டல், கேலியால் கடுப்பான குரங்கு, மரத்தின் மேலே ஏறி அந்தக் குருவியின் கூட்டைப் பிய்த்துப்போட்டுவிடும்!

இந்தக் கதை 'விவேக சிந்தாமணி'யில் வருகிறது. இப்படி:

வானரம் மழைதனில் நனைய, தூக்கணம்
தான் ஒரு நெறி சொல, தாண்டிப் பிய்த்திடும்,
ஞானமும் கல்வியும் நவின்ற நூல்களும்
ஈனர்க்கு உரைத்திடில் இடர் அது ஆகுமே!

அந்தக் குருவி, மழையில் நனைந்த குரங்குக்கு நல்ல அறிவுரை சொல்லி என்ன பிரயோஜனம்? அதன் கூட்டை இழந்து அதுவும் மழையில் நனையவேண்டியதாகிவிட்டது.

அதுபோல, பாத்திரம் அறிந்து பிச்சையிடவேண்டும், ஞானமும் கல்வியும் நூல்களும் ஈனர்களுக்குப் போய் உரைத்தால், அப்புறம் நமக்குதான் பிரச்னை வரும்.

பாட்டு நன்றாகதான் இருக்கிறது. ஆனால், ஏதோ இடிக்கிறது!

நாம் இதுவரை 'தூக்கணாங்குருவி' என்றுதானே கேள்விப்பட்டிருக்கிறோம்? இந்தப் பாட்டில் 'தூக்கணம்' என்று வருகிறதே, தட்டச்சுப் பிழையா?

ம்ஹூம், இல்லை, 'தூக்கணாங்குருவி' என்று நாம் சொல்லிவருவதுதான் தவறு, அந்தக் குருவியின் நிஜப் பெயர், 'தூக்கணம்'தான். இலக்கியங்களில் தூக்கணப் புள், தூக்கணக் குருவி என்றெல்லாம் குறிப்பிடப்படும்.

'தூக்கணம்' என்ற பெயர், அந்தக் குருவி கட்டும் கூட்டின் காரணமாக அமைந்திருக்கலாம். ஏனெனில், இந்தக் குருவியின் கூடுபோன்ற வடிவத்தில் பெண்கள் காதில் அணியும் தொங்கல் / ஜிமிக்கி வகைக்கும் 'தூக்கணம்' என்ற பெயர் உள்ளது!

★★★

சோடி... இதற்கு என்ன அர்த்தம்?

ஹிந்தியில் 'ஜோட்' என்றால் பிணைப்பு என்று அர்த்தம், ஜோடி என்றால், பிணைக்கப்பட்டவர்கள், அந்தச் சொல்தான் தமிழில் கிரந்தம் தவிர்க்கப்பட்டு 'சோடி' என்று மாறிவிட்டதாக நினைத்திருந்தேன்.

ஆனால் உண்மையில், 'சோடி' என்பது தூய்மையான தமிழ் வார்த்தைதான் என்று தமிழண்ணல் எழுதிய ஒரு கட்டுரைமூலம் தெரிந்துகொண்டேன்.

தமிழில் சுவள், சுவடு, சோடு என்ற சொற்களுக்கு இணை *(Pair)* என்ற பொருள் உள்ளதாம், 'அவங்க ரெண்டு பேரும் சுவடியாப் போறாங்க' என்று கிராமத்து வழக்கில் சாதாரணமாகச் சொல்வார்களாம். மொழிஞாயிறு பாவாணரும் இந்தக் கருத்தை உறுதிப்படுத்துகிறார்.

இந்த 'சுவடியா' என்பதுதான் 'சோடியா' என்று மாறி, 'சோடி' என்ற சொல்லாக உருப்பெற்றிருக்கிறது, 'சோடிக் கிளி', 'சோடிக் குயில்' என்று பல திரைப்படப் பாடல்களிலும் இடம்பெற்றிருக்கிறது!

★★★

கல்யாணத்தைக் கிராமத்து மக்கள் 'கண்ணாலம்' என்கிறார்கள்.

அதுவொன்றும் கொச்சைச்சொல் என்று நினைத்துவிட வேண்டாம், ஆண்டாள்கூட ஒரு பாடலில் 'கண்ணாலம்' என்ற வார்த்தையைப் பயன்படுத்தியிருக்கிறாள்:

> *கண்ணாலம் கோடித்துக் கன்னி தன்னைக் கைப்பிடிப்பான்,*
> *திண் ஆர்ந்து இருந்த சிசுபாலன் தேசு அழிந்து*
> *அண்ணாந்து இருக்கவே ஆங்கு அவளைக் கைப்பிடித்த*
> *பெண்ணாளன் பேணும் ஊர், பேரும் அரங்கமே!*

நமக்கெல்லாம் தெரிந்த சினிமாக் கதைதான், கண்ணனைக் காதலித்தாள் ருக்மிணி. ஆனால், அவளுடைய தந்தை பீஷ்மகன் அவளைச் சிசுபாலனுக்குத் திருமணம் செய்துகொள்ளத் தீர்மானித்தான்.

'என்னை மீறி யார் ருக்மிணிமீது கை வைக்கமுடியும்?' என்று அந்தச் சிசுபாலன் தன் வலிமைமீது கர்வம் கொண்டிருந்த நேரம், அவன் அண்ணாந்து பார்த்துக்கொண்டிருக்கையில் ருக்மிணியைக் கொத்திக்கொண்டு போய்விட்டான் கண்ணன். அவன் எழுந்தருளிக் காக்கும் ஊர், ஸ்ரீரங்கம்!

★★★

ஒரு பாடலில் 'ராத்திரியில் பூத்திருக்கும் தாமரைதான் பெண்ணோ' என்று எழுதுகிறார் புலமைப்பித்தன்.

பெண்ணைத் தாமரைக்கு ஒப்பிடுவது பரவாயில்லை, அதென்ன ராத்திரியில் பூத்திருக்கும் தாமரை?

இயற்கையாக, தாமரை பகலில்தான் மலரும். இரவில் கூம்பிவிடும். இதைதான் எல்லா இலக்கியங்களிலும் திரும்பத் திரும்பப் பலமுறை படித்திருக்கிறோம்.

ஆனால் இங்கே, 'ராத்திரியில் பூத்திருக்கும் தாமரை' என்று குறிப்பிட்டுச் சொல்லி அதைப் பெண்ணுக்கு உவமையாக்குகிறார் புலமைப்பித்தன். உலகத்தில் எங்கும் இல்லாத ஒரு பொருளை உவமையாகச் சொல்வதால், தமிழ் இலக்கணப்படி இதற்கு 'இல் பொருள் உவமை (அல்லது உருவக) அணி' என்று பெயர்.

கிட்டத்தட்ட இதேமாதிரி இன்னொரு விஷயம், 'உயர்வு நவிற்சி அணி'. பல நேரங்களில் இதையும் 'இல்பொருள் உவமை அணி'யையும் சேர்த்துக் குழப்பிக்கொள்வோம்.

'நவில்தல்' என்றால் சொல்லுதல், 'உயர்வு நவிற்சி அணி' என்றால், இயல்பான ஒரு விஷயத்தை உயர்வாக, மிகைப்படுத்திச் சொல்லுதல்.

இதேபோல், 'இயல்பு நவிற்சி அணி'யும் உண்டு. இயல்பான ஒரு விஷயத்தை அப்படியே இயல்பாகச் சொல்லுதல்.

உதாரணமாக, ஒரு பெண்ணைப் பார்த்து, 'உன்னுடைய குரல் ரொம்ப இனிமை' என்றால் அது இயல்பு நவிற்சி அணி, ஆனால், 'உன்னுடைய குரலைக் கேட்டுக் குயில்கள்கூடத் தோற்றுவிட்டன' என்று சொன்னால், அது உயர்வு நவிற்சி அணி. அவளுடைய குரல் இனிமையானதுதான், ஆனால் 'குயில்களோடு போட்டி போட்டு ஜெயித்த குரல்' என்று அதை மிகைப்படுத்துகிறார் கவிஞர்.

கொஞ்சம் லோக்கலாக ஓர் உதாரணம் வேண்டுமென்றால், வீட்டில் பத்தாயிரம் ரூபாய்க்கு ஒரு சோஃபா வாங்குகிறோம், வருகிற விருந்தினர் அதைப் பார்த்து வியக்க, 'ஆமாங்க, பத்தாயிரம் ரூபாய் விலை' என்று நான் சொன்னால் இயல்பு

நவிற்சி, 'சும்மாவா? முப்பதாயிரத்துக்கு வாங்கியிருக்கோம்ல' என்றால், அது உயர்வு நவிற்சி. 'இதென்ன பெரிய விஷயம்? எங்க சொந்த ஊர்ல இதைவிட மெத்மெத்துன்னு ஒரு சோஃபா இருக்கு' என்று கதையளந்தால், அது இல்பொருள் :)

மழை பெய்கிறது, அதைப்பற்றி நண்பருக்கு ஃபோனில் சொல்லும்போது, 'தெருவெல்லாம் வெள்ளம்' என்றால் இயல்பு நவிற்சி, 'வெள்ளத்துல நாலஞ்சு திமிங்கிலமே தட்டுப்பட்டதுன்னா பார்த்துக்கோயேன்' என்றால், அது உயர்வு நவிற்சி அணி, 'வெள்ளத் தண்ணியில ரெண்டு அன்னம் நீந்தி வருதுய்யா' என்றால், இல்பொருள்.

இந்த விஷயத்தில் இதுவா அதுவா என்று மயக்கம் ஏற்படுவது இயல்பு. உதாரணமாக, ஒரு கம்பன் பாட்டு. ஜாம்பவான் அனுமனைப் புகழ்ந்து சொல்வது: 'மாரி துளிக்கும் தாரை இடுக்கும் வர வல்லீர்.'

மாரி என்றால் மழை, அந்த மழையினால் துளிகள் ஏற்பட்டு, அவை தாரையாகத் தரையை நோக்கிப் பொழிகின்றன, அனுமார் விரும்பினால், மிகச் சிறிய உருவம் எடுத்து, அந்த மழைத் தாரைகளுக்கு நடுவே புகுந்து வந்துவிடுவார்!

இப்போது சொல்லுங்கள், இது இயல்பு நவிற்சியா? உயர்வு நவிற்சியா? இல்பொருளா?

★★★

ஒரு பாடலில் வாலி இப்படி எழுதுகிறார்:

> மன்றம் வந்த தென்றலுக்கு,
> மஞ்சம் வர நெஞ்சம் இல்லையோ!

'மன்றம்' என்ற சொல் இப்போதும் புழக்கத்தில் உள்ள ஒன்றுதான், ஆனால் இதைப் பெரும்பாலும் நாம் தனித்துப் பயன்படுத்துவதில்லை. வேறு சொற்களோடு சேர்த்துச் சொல்கிறோம். உதாரணமாக:

> பட்டி மன்றம்
> நீதி மன்றம்

இளைஞர் மன்றம்
தமிழ் மன்றம்
ரசிகர் மன்றம்
நற்பணி மன்றம்

இந்தச் சொற்கள் எல்லாவற்றிலும் ‘மன்றம்’க்கு ஒரே பொருள்தான். அது என்ன என்று ஊகிக்கமுடிகிறதா?

பொதுவாக ‘மன்றம்’ என்றால் குழு *(Group)* என்றுதான் நாம் நினைத்துக்கொண்டிருக்கிறோம். ஆனால், ‘மன்றம் வந்த தென்றலுக்கு’ என்றால் என்ன அர்த்தம்? குழுவில் உள்ளவர்களுக்கு நடுவே புகுந்து வருகிறதா தென்றல்?

இருக்கட்டும். கொஞ்சம் பழங்கதை பேசிவிட்டு இதற்கு மீண்டும் வருவோம்.

சிலப்பதிகாரத்தை எழுதியவர் இளங்கோவடிகள். ஆனால், அவருக்குக் கோவலன், கண்ணகி கதையைச் சொன்னவர் சீத்தலைச் சாத்தனார்.

அப்படியானால், சீத்தலைச் சாத்தனாருக்கு அந்தக் கதை எப்படித் தெரிந்தது?

இதை அவர் விவரிக்கும்போது “மன்றப் பொதியிலில் வெள்ளியம்பலத்து நள் இருள் கிடந்தேன், மதுரை மாதெய்வம் வந்து தோன்றி’ இந்தக் கதையைச் சொன்னது” என்கிறார்.

அதாவது, ஒரு மன்றத்தில் சீத்தலைச் சாத்தனார் தூங்கிக்கொண்டிருக்கும்போது, மதுரை நகரின் காவல் தெய்வம் அவர்முன்னே தோன்றுகிறது, கோவலன், கண்ணகி கதையைச் சொல்கிறது.

இந்தப் பின்னணியோடு, வாலியின் இந்த வரிகளை இன்னொரு முறை படித்துப் பாருங்கள், ’மன்றம்’ என்ற சொல்லின் பொருள் பளிச்சென்று தெரிந்துவிடும்.

‘மன்றம்’ என்றால், பொது இடம், இவருக்குதான் சொந்தம் என்று இல்லாமல், பலரும் கூடுகின்ற இடம், ஒரு வீட்டின் வரவேற்பு அறைபோல என்று சொல்லலாம்.

அதே வீட்டில் ஒரு படுக்கை அறை தனிப்பட்ட சிலரின் பயன்பாட்டுக்காகமட்டும் இருக்குமல்லவா, அதைதான் 'மஞ்சம்' என்கிறார் வாலி. 'ஊரார் முன்னால் என்னைத் திருமணம் செய்துகொண்டவளுக்கு, என்னுடன் வாழ விருப்பமில்லை' என்று கதாநாயகன் புலம்புவதாக, தென்றலை உவமையாக வைத்துப் பாடுகிறார்.

'மன்றம்' என்ற சொல்லின் பொருளை நினைவில் வைத்துக்கொள்ள இன்னோர் எளிய உதாரணம், அதுவும் தென்றலை ஜோடி சேர்த்துக்கொண்டதுதான், 'இந்த மன்றத்தில் ஓடி வரும் இளம் தென்றலைக் கேட்கின்றேன்!'

★★★

தமிழில் 'குழல்' என்ற பெயர்ச்சொல், 'குழலுதல்' என்கிற வினைச்சொல்லில் இருந்து வந்தது. இதன் அர்த்தங்கள், சுருள்தல், வளைதல் போன்றவை.

கம்ப ராமாயணத்தில் சீதையைச் சந்திக்கும் அனுமன், அவளுக்கு நம்பிக்கை வரவேண்டும் என்பதற்காக ராமனைப்பற்றி நிறைய பேசுகிறான், அவரது தோற்றத்தை வர்ணிக்கிறான். அதில் ஒரு பாடல், ராமனின் தலைமுடியைப்பற்றியது, 'நீண்டு, குழன்று, நெய்த்து, இருண்டு...' என்று தொடங்கும்.

அதாவது, ராமனின் தலைமுடி நீண்டது, சுருண்டது, நெய் பூசியதுபோல் பளபளப்பானது, இருண்டது (கருமையானது)... இப்படித் தொடங்கி இன்னும் நிறைய வர்ணிக்கிறான் அனுமன்.

இங்கே நமக்கு முக்கியம், 'குழன்று' என்ற வார்த்தை, 'சுழன்று' அல்ல, 'குழன்று', அதாவது, சுருண்டு, அல்லது வளைந்து!

இப்படிக் குழன்று வருவதால்தான், தலைமுடிக்கே 'குழல்' என்று பெயர் வந்தது. 'கட்டோடு குழலாட ஆட' போன்ற பல பாடல்களில் இதைப் பார்த்திருக்கிறோம்.

அது சரி, ஆனால் அதே பெயரை இசைக்கருவியாகிய குழலுக்கும் வைத்தது ஏன்?

ஒன்றல்ல, இரண்டு காரணங்கள் சொல்லலாம்:

முதல் காரணம், வடிவ அமைப்பில் பார்த்தால், குழல் / குழாய் என்பது, ஒரு நீண்ட பட்டை சுருண்டு சுருண்டு அமைந்ததுபோல்தான் தெரியும், சின்ன வயதில் பென்சிலின்மீது நீளப் பட்டைக் காகிதத்தைச் சுற்றி விளையாடியவர்களுக்கும், ஒரு குழலின்மீது உட்கார்ந்திருக்கும் இருவண்ண ஜவ்வு மிட்டாயை இழுத்து வாங்கித் தின்றவர்களுக்கும் இது நன்றாகத் தெரியும்!

இன்னொரு காரணம், குழலின் ஒரு முனையில் ஊதப்படும் காற்று, உள்ளே வளைந்து ஓடி (அதாவது, குழன்று) வெவ்வேறு துளைகளின் வழியே வெளிவந்து இனிமையான இசையாகக் கேட்கிறது, 'வளையாத மூங்கிலில் ராகம் வளைஞ்சு ஓடுதே' என்று பழநிபாரதி எழுதினாற்போல!

'குழல்' சரி, அதென்ன 'புல்லாங்குழல்'?

இந்தச் சொல்லை நாம் புல் ஆம் குழல் என்று பிரியும். அதாவது, புல்லால் ஆன குழல் என்று பொருள்.

என்னது? புல்லா? அது மூங்கிலால் ஆனதல்லவா?

உண்மைதான். ஆனால், தாவரவியல்ரீதியில் பார்த்தால், மூங்கில் என்பதே மரம் அல்ல, ஒருவகைப் புல்தான், என்ன, கொஞ்சம் தடிமனான புல்!

அப்படியானால், குழல்போல இனிமையாகக் கூவும் குயிலைப் 'புள்ளாங்குழல்' என்றுகூட நாம் அழைக்கலாமோ?

★★★

எந்தன், உந்தன் என்ற சொற்களை நாம் தினசரிப் பேச்சில் பயன்படுத்துவதில்லை. ஆனால் கவிதைகளில், உரைநடையில், மேடைப் பேச்சில் நிறைய பயன்படுத்துகிறோம்.

பிரபலமாகிவிட்ட இந்த இரு வார்த்தைகளும், இலக்கணப்படி பார்த்தால் சரியா?

எந்தன், உந்தன் என்ற சொற்கள் என் + தன், உன் + தன், அதாவது என்னுடைய, எனக்குச் சொந்தமான, உன்னுடைய, உனக்குச் சொந்தமான என்ற பொருளில் வருகின்றன.

'ன, ல முன் ற, ன ஆகும் த, நக்கள்' என்பது நன்னூல் சூத்திரம்.

அதாவது, ஒரு சொல்லின் தொடக்கத்தில் 'த' அல்லது 'ந' என்ற எழுத்து இருந்து, அதன் முந்தைய சொல்லின் நிறைவில் 'ன்' அல்லது 'ல்' இருந்தால், அந்த 'த' என்ற எழுத்து 'ற' என மாறும், 'ந' என்ற எழுத்து 'ன' என மாறும்.

இந்தச் சூத்திரத்தின்படி, என் + தன் ஆகியவை சேரும்போது, 'ன்' என்ற எழுத்து முதல் சொல்லின் நிறைவில் உள்ளதால், இரண்டாவது சொல்லின் தொடக்கத்தில் உள்ள 'த' என்ற எழுத்து, 'ற'வாக மாறி, அது 'என்றன்' என ஆகும், இதேபோல் உன் + தன் = உன்றன்.

பிறகு ஏன் கண்ணதாசன் (ஓஹோ, எந்தன் பேபி), வாலி (எந்தன் நெஞ்சில் நீங்காத தென்றல் நீதானா), வைரமுத்து (இது கம்பன் பாடாத சிந்தனை, உந்தன் காதோடு யார் சொன்னது?) என்று எல்லாரும் எந்தன், உந்தன் என்று எழுதுகிறார்கள்?

இதற்கு மூன்று விளக்கங்கள் சொல்லலாம்.

#1 வலிய நீட்டிச் சொல்லும் விளக்கம்

'என்' என்று ஒருமையில் சொன்னால், என் + தன் = என்றன். அதையே கொஞ்சம் மாற்றி 'எம்' என்று பன்மையில் சொன்னால், எம் + தன் = எந்தன்.

ஒருமை எப்படிப் பன்மை ஆகும்?

பாடுவது காதலர்கள் அல்லவா? அவன் என்றாலே அதில் அவளும் சேர்ந்துவிடுகிறாள், அதனால் பன்மை. அம்புடுதேன்!

#2 கவித்துவ விளக்கம்

இவையெல்லாம் காதல் பாட்டுகள். 'மெல்லினங்கள் பாடு கண்ணே, வல்லினங்கள் வாய் வலிக்கும்' என்று வைரமுத்து எழுதியதுபோல, 'என்றன்', 'உன்றன்' என்றால் பாடும் காதலர்களுக்கு வாய் வலிக்குமே, அதனால் வல்லின எழுத்தாகிய 'ற'கரத்தை நீக்கி, மென்மையாக 'எந்தன்', 'உந்தன்' என்று மாற்றிவிடுகிறார்களோ என்னவோ!

#3 கிளுகிளு விளக்கம்

காதலர்கள் மத்தியில், யாரோ வகுத்த புணர்ச்சி விதிகளுக்கெல்லாம் மரியாதையில்லை!

★★★

‘சல்லி’ என்ற சொல்லை நாம் சினிமாவில் நிறைய கேட்டிருப்போம்.

உதாரணமாக, ’நீ அவளைக் கல்யாணம் செஞ்சுகிட்டா, என் சொத்துல சல்லிக் காசு கிடைக்காது’ என்று பணக்கார அப்பாக்கள் வசனம் பேசுவர். ‘சல்லிப் பயல்’ என்று சிலரைக் கோபிக்கார்கள். ‘சல்லிக் காசு பெறாத வீடு’ என்று அலட்சியமாகப் பேசுவார்கள்.

தமிழில் ‘சல்லி’க்கு நிறைய அர்த்தங்கள் உண்டு. அவற்றில் ஒன்று, அதிக மதிப்பு இல்லாத சில்லறைக் காசு. மேற்சொன்ன வசனத்தில் ஹீரோவின் தந்தை மகனுக்குக் கொடுக்க மறுப்பதும் அதைதான், வாலியின் பாட்டில் வரும் நாயகன் பாட்டில் வாங்க விட்டெறிவதும் அதே சல்லியைதான்.

நாயன்மார்களில் ஒருவர்கூட, சல்லியை விட்டெறிந்தார். ஆனால் அவருக்குப் பாட்டில் கிடைக்கவில்லை. அந்தப் பரமசிவனே காட்சி கொடுத்து ஆட்கொண்டான்.

அவர் பெயர் சாக்கிய நாயனார். புத்த மதத்தைச் சேர்ந்தவர். ஆனாலும் சிவன்மீது பற்று.

ஒரே பிரச்னை, சிவனை எப்படி வழிபடுவது என்று அவருக்குத் தெரியவில்லை. பக்கத்தில் கிடந்த ஒரு சல்லியை, அதாவது, சிறிய உடைந்த ஒரு கல்லை எடுத்துச் சிவலிங்கத்தின்மீது விட்டெறிந்தார்.

சிவன் கோபிக்கவில்லை. இப்படி ஒவ்வொரு நாளும் அவர் எறிந்த சல்லிகளை மலர்களாக எண்ணி ஏற்றுக்கொண்டான். ‘புத்தன் மறவாது ஓடி எறி சல்லி புது மலர்களாக்கினான் காண்’ என்று இந்த நிகழ்ச்சியைப் பாடுவார் திருநாவுக்கரசர்!

★★★

ஒரு பாடலில் புலமைப்பித்தன் எழுதுகிறார்:

'வானம்பாடி பறவைகள் ரெண்டு, ஊர்வலம் எங்கோ போகிறது,

எங்களின் ஜீவன் நனைகிறது!'

ஊர்வலம் சென்ற வானம்பாடிப் பறவைகள் இரண்டு, பன்மை, அப்படியானால், 'போகின்றன' என்றல்லவா எழுதியிருக்கவேண்டும்? 'போகிறது' என்பது தவறல்லவா?

'எங்களின் ஜீவன்' என்று சொல்லும்போதே, ஒன்றுக்கு மேற்பட்டவர்கள் (பன்மை) என்பது புரிகிறது. அப்படியானால், 'நனைகின்றன' என்றல்லவா எழுதியிருக்கவேண்டும்? நனைகிறது என்பது தவறல்லவா?

இந்த வரிகளை எழுதியவர் சாதாரண கவிஞர் அல்ல, புலமைப் பித்தன், அதுவும் "புலவர்" புலமைப் பித்தன். மெட்டுக்குப் பொருந்தவேண்டும் என்பதற்காக அவர் இலக்கண சுத்தமற்ற வரிகளை எழுதியிருப்பாரா?

கவிதை இருக்கட்டும், கொஞ்சம் லோக்கலாக வருவோம். தினமும் காலை எழுந்தவுடன் பல் தேய்க்கிறோம். ஒரு பல்லா, முப்பத்திரண்டு பற்களா? 'பற்களைத் தேய்க்கிறோம்' என்று பன்மையில் சொல்லாமல் ஒருமையில் சொல்வது ஏன்?

'சொந்தக் காலில் நிற்கிறேன்' என்று சபதம் செய்கிறார் ஒருவர். ஒற்றைக் காலில் நிற்க அவர் என்ன கொக்கா? அவருக்கு இரண்டு கால்கள் உள்ளனவே, அவர் ஏன் 'சொந்தக் கால்களில் நிற்கிறேன்' என்று சொல்வதில்லை?

'கண்ணால் பார்த்தேன்' என்று சாட்சி சொல்கிறார் இன்னொருவர். ஏன் ஒருமை? ஒரு கண்ணை மூடிக்கொண்டு இன்னொரு கண்ணால் பார்த்தாரா?

தமிழில் ஒன்றாகச் செயல்படும் விஷயங்களைச் சொல்லும்போது, பன்மை அவசியமில்லை. இரண்டு கண்கள், இரண்டு கைகள், இரண்டு கால்கள், முப்பத்திரண்டு பற்கள் என்றாலும், பேசும்போதும் எழுதும்போதும் 'கண்ணால் பார்த்தேன்', 'கையால் சமைத்தேன்', 'பல்லால் சிரித்தேன்' என்று ஒருமையில் சொல்லலாம்.

அதுபோல, இந்தப் பாடலில் வரும் காதல் ஜோடி ஒன்றாக இணைந்துவிட்ட தருணம். 'எங்களின் ஜீவன் நனைகிறது' என்று ஒருமையில் சொல்லி அவர்கள் ஒன்று கலந்துவிட்டதைச் சொல்லிவிடுகிறார் புலமைப்பித்தன்.

கை(களைத்) தட்டி வரவேற்கவேண்டிய வரி இது!

★★★

உங்களைச் சந்திச்சதில் 'ரொம்ப' மகிழ்ச்சி.

அது சரி, 'ரொம்ப'ன்னா என்ன?

ரகரக் குடும்பத்தைச் சேர்ந்த எந்த எழுத்தும் தமிழ்ச் சொற்களின் தொடக்கத்தில் வராது. அதனாலேயே, 'ரத்தம்' என்பதுபோன்ற வடமொழிச் சொற்களை 'இரத்தம்' என்று எழுதுவார்கள்.

ஆக, 'ரொம்ப' என்பது தமிழ்ச் சொல்லாக இருக்க வாய்ப்பில்லை. வேறு எப்படி வந்திருக்கும்?

குழாயடிகளில் தண்ணீர் பிடிக்கிறவர்கள், 'குடம் ரொம்பிடிச்சு' என்பார்கள். அதன் அர்த்தம், குடம் நிறைந்துவிட்டது, இன்னும் சரியாகச் சொல்வதென்றால், குடம் நிரம்பிவிட்டது.

'நிரம்ப' என்ற இந்த அழகிய சொல்லைதான் நாம் கொஞ்சம் கொஞ்சமாக 'ரொம்ப' என்று மாற்றிக்கொண்டுவிட்டோம். இதன் பொருள், நிறைந்தல், முழுமையாகுதல்.

ஆக, 'ரொம்ப ஆசை' என்றால், என் நெஞ்சமெல்லாம் நிரம்பிக் கிடைக்கும் ஆசை என்று பொருள். 'ரொம்ப அழகு' என்றால், அழகின் உச்சம், பூரண அழகு அவள் என்று அர்த்தம்.

'ரொம்ப'ச் சுவாரஸ்யமான சேதி, இல்லையா?

★★★

தோற்றத்தைவைத்து யாரையும் எடைபோடக்கூடாது என விவரிக்கும் ஒரு திருக்குறள்:

உருவுகண்டு எள்ளாமை வேண்டும், உருள் பெரும் தேர்க்கு

அச்சாணி அன்னார் உடைத்து

உருளுகின்ற பெரிய தேர், ஒரு சிறிய அச்சாணி இல்லை என்றால் ஓடாது. அதுபோல, யாரையும் உருவத்தை வைத்துக் குறைவாக எடை போட்டுவிடாதீர்கள்!

அது நிற்க. அச்சாணி, திருகாணி இரண்டுமே மிக அழகான தமிழ்ச் சொற்கள்.

அச்சு + ஆணி = அச்சாணி. வண்டியின் சக்கரங்களில் உள்ள அச்சு (axle) என்ற பாகத்தை விலகாமல் பொருத்திவைப்பதால் அதன் பெயர் அச்சாணி.

திருகு + ஆணி = திருகாணி. மற்ற ஆணிகளை அடிக்கவேண்டும், ஆனால் இந்த ஆணியைத் திருகவேண்டும். அதனால் அப்படிப் பெயர்.

கிட்டத்தட்ட அந்தத் திருகாணியில் உள்ள மரைகளைப்போலவே சுருண்டு சுருண்டு செல்லும் கூந்தல் கொண்ட பெண்கள் உண்டு. சிலருக்கு இயற்கையாகவே சுருட்டை முடி, சிலர் அழகு நிலையங்களுக்குச் சென்று கூந்தலைச் சுழற்றிக்கொள்கிறார்கள்.

பார்வதி தேவிக்கு அப்படிப்பட்ட *Curly Hair*தான்போல. திருநாவுக்கரசர் தேவாரத்தில் இப்படி அழகாக வர்ணிக்கிறார்: 'திருகு குழல் உமை!'

★★★

துளிர் தெரியும், அதென்ன தளிர்?

தமிழ்க் கவிஞர்களுக்கு, குறிப்பாகக் காதல் பாடல் எழுதுகிறவர்களுக்கு மிகவும் பிடித்த வார்த்தை இது. 'தளிர்மேனி' என்று வர்ணிப்பார்கள், 'இளந்தளிரே' என்று புகழ்வார்கள், 'மாந்தளிரே' என்று வகை குறிப்பிட்டுச் சொல்வதும் உண்டு.

'தளிர்' என்றால் இலை என்பது எல்லாருக்கும் தெரியும், அதற்கு 'இலை' என்ற வார்த்தையையே பயன்படுத்திவிட்டுப் போகலாமே. ஏன் 'தளிர்' என்று சொல்லவேண்டும்?

இலை என்றால், அது இப்போதுதான் முளைத்ததாகவும் இருக்கலாம், காய்ந்து கரடுமுரடானதாகவும் இருக்கலாம்,

ஏன், பழுத்துப்போய் உதிர்ந்து கீழே கிடக்கும் சருகுகூட இலைதானே?

ஆனால் தளிர் என்பது அப்படி இல்லை. அது இலையின் ஒரு குறிப்பிட்ட நிலையைச் சொல்கிறது, முளைத்துச் சிறிதளவுமட்டும் வளர்ந்த (தளிர்த்த) மென்மையான, அழகான இலை.

திருவள்ளுவர் இந்தச் சொல்லை எப்படிப் பயன்படுத்துகிறார் என்று பாருங்கள்:

உறுதொறு உயிர் தளிர்ப்பத் தீண்டலால் பேதைக்கு

அமிழ்தின் இயன்றன தோள்

ஒரு காதலன் காதலியைப் பார்த்துக் கேட்கிறான், 'அடியே, உன் தோள்களை எலும்பால, சதையால செஞ்சாங்களா, இல்லை அமுதத்தால செஞ்சாங்களா?'

'ஏன்ய்யா உனக்கு இந்தச் சந்தேகம்?'

'பின்னே? உன்னைப் பிரிஞ்சு வாடின என் உயிர், நீ தொட்டதும் சட்டுன்னு தளிர்க்குதேடி!'

அதாவது, புதிய இலை அல்ல, ஏற்கெனவே இருந்த உயிர்தான், அவள் தொட்டதும், *Refresh* ஆகிறது, இளமையாகிறது, என்றும் பதினாறாகிறது!

அதான் தளிர். காதல் பாடல்களுக்கு மிகப் பொருத்தமான வார்த்தை, காதல்வயப்பட்ட இளம் மேனியை வர்ணிக்கவும்!

★★★

சிலர் வாடகையைக் 'குடக்கூலி' என்பார்கள், அதன் பொருள் என்ன?

'குடக்கூலி' என்பதில் வரும் குடம், நாம் தண்ணீர் பிடிக்கும் குடம்தானா? ஒருவேளை அன்றைய தமிழகத்தில் வீட்டில் வாடகைக்கு வருகிறவர்கள் மாதாமாதம் ஒரு குடம் நிறைய அரிசி தரவேண்டும் என்பதுபோல் ஏதாவது வித்தியாசமான பண்டமாற்று அமலில் இருந்திருக்குமோ?

அதெல்லாம் ஒன்றுமில்லை. ‘குடிக்கூலி’ என்பதுதான் சரியான வார்த்தை. அதாவது, இன்னொருவருடைய வீட்டில் நாம் குடியிருப்பதற்காக வழங்கப்படும் கூலி. அது பின்னர் சிதைந்து குடக்கூலி என்று மாறிவிட்டது.

அதேபோல், ‘மணத் தக்காளி’ என்பது கொச்சை வார்த்தை என இன்றுதான் தெரிந்துகொண்டேன். அது ‘மணித் தக்காளி’ (மணிபோன்ற வடிவத்தில் இருக்கும் தக்காளி போன்ற காய்) என்பதன் மரூஉ என்று தோழி ப்ரியா கதிரவன் விளக்கினார்.

குடக்கூலி, மணத் தக்காளி இரண்டுமே தவறான சொற்களாக இருக்கலாம். ஆனால் நம்முடைய கற்பனையை நன்கு கிளறிவிடுகிற சொற்கள்!

★★★

வஞ்சிக்கொடி என்பது பல பாடல்களில் பெண்களுக்குப் பொதுவாகப் பயன்படுத்தப்படும் உவமை.

மற்ற பல கொடிகளைப்போலவே, வஞ்சியும் மெலிதானது, எளிதாகத் துவள்வது. ஆகவே, இடை சிறுத்த கதாநாயகிகளை வர்ணிக்கும் தேவை ஏற்படும்போதெல்லாம் கவிஞர்கள் வஞ்சிக்கொடியை அழைத்துவிடுவார்கள்.

உதாரணமாக, பாரதிதாசனின் அருமையான காதல் பாடல் ஒன்று, ‘வஞ்சிக் கொடி போல இடை அஞ்சத்தகுமாறு உளது!’ என்று தொடங்கும்.

பொதுவாக எல்லாருக்கும் காதலி இடையைப் பார்த்தால் ஆசை வரும். ஆனால், பாரதிதாசனுக்கு அச்சம் வருகிறது, ‘உன் இடுப்பைப் பார்த்து நான் பயந்தேபோய்ட்டேன் தெரியுமா?’ என்கிறார்.

ஏன் அப்படி? பொண்ணு செம குண்டோ? காதல் பரிசாக ஒட்டியாணம் செய்து தரச் சொல்லிவிடுவாளோ என்று நினைத்துக் கவிஞர் பயந்துவிட்டாரோ?

அந்தச் சந்தேகமே வரக்கூடாது என்பதற்காகதான், ‘வஞ்சிக்கொடி போல இடை’ என்கிறார் பாரதிதாசன். ‘இத்தனை மெல்லிய

இடையா' என்றுதான் அவருக்கு அச்சம்!

அதோடு நிறுத்தவில்லை, தொடர்ந்து கண்களுக்கு உவமையாக என்னவெல்லாம் வருமோ அத்தனையையும் அடுக்குகிறார், பின்னர், 'ம்ஹூம், உனக்கு இணையாக எதையும் சொல்லமுடியாது' என்று கை தூக்கிவிடுகிறார். சந்தம் கொஞ்சும் அந்த அழகான பத்தி முழுமையாக இங்கே:

வஞ்சிக்கொடி போல இடை
அஞ்சத் தகுமாறு உளது!
நஞ்சுக்கு இணையோ, அலது
அம்புக்கு இணையோ, உலவு
கெண்டைக்கு இணையோ, கரிய
வண்டுக்கு இணையோ விழிகள்!
மங்கைக்கு இணை ஏது உலகில்,
அம் கைக்கு இணையோ மலரும்?

ஆனால், கிட்டத்தட்ட இதேமாதிரிதானே கொடி இடை, நூலிடை, துடி இடை என்றெல்லாம் இடுப்பை வர்ணிப்பார்கள்?

உண்மைதான். ஆனால் அவற்றுக்கு இல்லாத ஒரு சிறப்பு 'வஞ்சி'க்கு உண்டு. இடுப்பைமட்டுமல்ல, ஒரு பெண்ணையே 'வஞ்சி' என்று அழைப்பதும் உண்டு.

இதற்கு உதாரணமாக, 'குற்றாலக் குறவஞ்சி' என்ற நூலே இருக்கிறது. அதன் பொருள், குற்றாலம் என்கிற பகுதியில் வாழ்கிற, குறவர் இனத்தைச் சேர்ந்த, வஞ்சி போன்ற ஒருத்தி.

சினிமாப் பாட்டு உதாரணம்தான் வேண்டுமா? அதுவும் நிறைய உண்டு. 'வண்ணக்கிளி சொன்ன மொழி, என்ன மொழியோ? வஞ்சி மகள் வாய் திறந்து சொன்ன மொழியோ!'

ஆக, ஒரு பெண், அவளுடைய மெலிதான இடுப்பு, அதற்கு உவமை வஞ்சி, அதுவே அந்தப் பெண்ணையே அழைக்கும் பெயராகிவிடுகிறது!

★★★

உங்கள் வீட்டின் பின்புறத்தில் ஒரு மரம் இருக்கிறது. அதை

உங்களுக்கு மிகவும் பிடிக்கும். இதை வாக்கியமாக்கச் சொன்னால் எப்படிச் சொல்வீர்கள்?

'எனக்கு அந்த மரத்தை மிகவும் பிடிக்கும்'.

இதில் மற்ற வார்த்தைகள் ஒருபுறமாக இருக்கட்டும், அந்த 'மரத்தை' என்ற வார்த்தையைமட்டும் எடுத்துக்கொள்வோம். அது எப்படி வந்தது?

மரம் + ஐ என்கிற வேற்றுமை உருபு, மரமை என்றுதானே மாறவேண்டும்? ஏன் 'மரத்தை' என்று ஆனது?

தமிழ் இலக்கணத்தில் இதற்குச் 'சாரியை' என்று பெயர். ஒரு சொல்லின் நிறைவு எழுத்தாக 'ம்' இருந்து, அதோடு ஐ, ஆல், கு, இன், அது, கண் போன்ற வேற்றுமை உருபுகள் சேர்கிறபோது, இந்த இரண்டுக்கும் இடையே 'அத்து' என்கிற சாரியை கூடும்.

ஆக, மரம் + ஐ = மரம் + அத்து + ஐ = மரத்தை

இதேபோல், மரம் + இல் = மரம் + அத்து + இல் = மரத்தில், மரம் + கு = மரம் + அத்து + கு = மரத்துக்கு... இப்படிச் சொல்லிக்கொண்டே போகலாம்.

இந்தப் பாட்டில், மரம் இல்லை, மனம்தான் இருக்கிறது. அதுவும் 'ம்' என்ற எழுத்தில் முடிவதால், இதே விதிமுறை பொருந்தும். அதாவது, மனம் + அத்து + ஐ = மனத்தை. 'பெண் மனத்தை நீ ஏன் பறித்தாய்' என்றுதான் எழுதவேண்டும்.

அப்படியானால் பாரதியார் 'மனதில் உறுதி வேண்டும்' என்று எழுதியதும் தவறா? அந்த வரி 'மனத்தில் உறுதி வேண்டும்' என்று இருக்கவேண்டுமா?

உண்மைதான். ஆனால், கவிதைக்கு வேறு இலக்கணங்கள் உண்டு என்பதால், இதுபோன்ற சில மீறல்கள் அனுமதிக்கப்படுகின்றன. எல்லாக் கவிஞர்களும் தெரிந்தே மீறியிருக்கிறார்கள்.

கொஞ்சம் பொறுங்கள், மனம் + ஐ என்று எழுதினால்தானே 'மனத்தை' என்று வரும்? அதையே நான் மனது + ஐ என்று எழுதினால்? அப்போது 'மனதை' என்பது சரிதானே?

வடமொழியில் ‘மனஸ்’ அல்லது ‘மன்’ என்ற வடமொழிச் சொல் உள்ளது. ஆனால் தமிழில் அது பயன்படுத்தப்படுவதில்லை, ‘மனம்’ என்ற வேறு சொல் உள்ளது. இதைப் பலர் ‘மனது’ என்றும் எழுதுகிறார்கள். ஆனால் அது சரியான பயன்பாடாக ஏற்றுக்கொள்ளப்படுவதில்லை.

உண்மையில், மனம் + ஐ = மனம் + அத்து + ஐ = மனத்தை என்பதுதான் இலக்கணம். இது தெரியாத யாரோ, ‘மனத்தை’ என்ற வார்த்தையை மனது + ஐ என்று தவறாகப் பிரித்து ‘மனது’ என்று ஒரு வார்த்தையை உருவாக்கிவிட்டார்கள் என்று தோன்றுகிறது. பின்னர் அதை இன்னும் கொச்சையாக்கி ‘மனசு’ என்று வேறு மாற்றிவிட்டார்கள்.

தற்போது, ‘மனம்’க்கு இணையாக, ‘மனது’ என்ற சொல்லும் பயன்படுத்தப்படுகிறது. நீங்கள் அதைச் சரி என்று ஏற்றுக்கொண்டால் ‘மனதை’, ‘மனதில்’ என்று எழுதுவதும் சரி. ’மனம்’ என்பதுதான் வேர்ச்சொல் என்று வைத்துக்கொண்டால், ‘மனத்தை’, ‘மனத்தில்’ என்பதுதான் மிகச் சரி!

★★★

கொண்டாட்டங்கள் சிலவற்றை நாம் திருவிழா என்கிறோம் (உதாரணம்: பொங்கல் திருவிழா), இன்னும் சிலவற்றைப் பண்டிகை என்கிறோம் (உதாரணம்: விநாயக சதுர்த்திப் பண்டிகை).

இவற்றை மாற்றிச் சொல்வதும் சகஜம்தான். தீபாவளித் திருவிழா, தீபாவளிப் பண்டிகை என்று ஒரே விஷயத்தைக் குறிப்பிட இந்த இரு சொற்களையும் பயன்படுத்துவதுகூட உண்டு.

நிஜத்தில் இந்த இரு சொற்களுக்கும் என்ன வித்தியாசம்? எதை எப்போது பயன்படுத்தவேண்டும்?

மொழிஞாயிறு தேவநேயப் பாவாணர் இந்தப் புதிருக்கு அழகான விடை சொல்கிறார்: வீட்டுக்குள் கொண்டாடுவது பண்டிகை, வீட்டுக்கு வெளியே கொண்டாடுவது திருவிழா.

★★★

சமீபத்தில் ஒரு நடிகை தந்த பேட்டி கண்ணில் பட்டது. 'நான் மாடர்ன் பொண்ணு, எனக்கு வெட்கம், நாணம்ல்லாம் கொஞ்சம்கூட இல்லை' என்று சொல்லியிருந்தார்.

உண்மையில் அவர் சொல்ல வந்தது, 'எனக்குக் கூச்சம் கிடையாது' என்றுதான். அதற்குப் பதிலாக 'நாணம்' என்ற சொல்லைப் பயன்படுத்திவிட்டார்.

அவரைச் சொல்லிக் குற்றமில்லை. தமிழ் சினிமா செய்திருக்கிற வேலை அப்படி. சுற்றிச் சுற்றி எல்லாப் பாடல்களிலும் காட்சிகளிலும் வசனங்களிலும் நாணம் என்றால் வெட்கம், கூச்சம், பெண்களுக்குமட்டுமே சொந்தமான ஓர் உணர்வு என்று காட்சிப்படுத்திவிட்டார்கள்.

அச்சம், நாணம், மடம், பயிர்ப்பு என்று பெண்களின் இலக்கணமாக(?) வர்ணிக்கப்படும் நான்கு விஷயங்களில் 'நாணம்' இடம் பிடித்திருக்கிறது. அப்படியானால் அது ஆணுக்கு இருக்கக்கூடாதா?

இதுபற்றித் திருவள்ளுவர் என்ன சொல்கிறார் என்று பார்ப்போமா?

'நாணுடைமை' என்று அவர் ஒரு முழு அதிகாரமே எழுதியிருக்கிறார். அதன் முத்தாய்ப்பாக வரும் குறள்:

> *நாண் அகத்து இல்லார் இயக்கம், மரப்பாவை*
> *நாணால் உயிர்மருட்டி அற்று*

அதாவது, உள்ளத்தில் நாணம் இல்லாதவர்கள், கயிறால் ஆட்டி வைக்கப்படும் பொம்மைக்குச் சமம். இங்கே அவர் ஆண், பெண் என்று எதுவும் சொல்லவில்லை.

அப்படியானால் எல்லாருக்கும் நாணம் வேண்டும் என்றல்லவா அர்த்தமாகிறது. எதற்காக நாணுவது?

அன்றாட வாழ்க்கையில் நாம் செய்யும் தவறுகளுக்கா குறைச்சல்? அந்தத் தவறுகளை எண்ணி நாணுங்கள் என்கிறார் திருவள்ளுவர். அப்போதுதான் அடுத்தமுறை அதே தவறைச் செய்யாமல் இருப்போம்.

ஆக, 'எனக்கு நாணமே கிடையாது' என்று ஒருவர் சொன்னால், அவர் மரப் பொம்மை என்று அர்த்தம்!

அது கிடக்கட்டும். இந்தக் குறளில் 'நாண்' என்ற சொல் இரண்டுமுறை வருகிறதே. ஏன்?

தமிழில் இந்தச் சொல்லுக்கு இரு பொருள்கள் உண்டு. முதலில் வரும் 'நாண்' என்பதன் அர்த்தம், நாணம், அடுத்த வரும் 'நாண்' என்பதன் அர்த்தம், கயிறு.

நாண் = கயிறு? நம்பமுடியவில்லையா?

அர்ணாக்கயிறு என்று சொல்கிறோமே, அந்தக் கொச்சைச் சொல்லின் உண்மையான வடிவம், 'அரை நாண்' என்பதுதான். 'அரை' என்றால் இடுப்பு, 'நாண்' என்றால் கயிறு. ஆக, 'அரை நாண்' என்றால், இடுப்பில் கட்டப்படும் கயிறு. இதனை 'அரை ஞாண்' என்றும் சொல்வார்கள்.

அப்படியானால், 'அரை நாண் கயிறு' என்றால், 'இடுப்புக் கயிறுக் கயிறு'?

ஆமாம். 'அரை நாண் கயிறு' என்று சொல்ல அவசியமே இல்லை. 'அரை நாண்' என்று சொன்னாலே போதும். கயிறு அதற்குள்ளேயே இருக்கிறது.

இந்தமாதிரி வேடிக்கை தமிழில்மட்டுமல்ல, ஆங்கிலத்திலும் உண்டு. உதாரணமாக, '*ATM Machine*' என்று சொல்கிறோமே, அதை *ATM* என்றுதான் சொல்லவேண்டும், அதன் முழு வடிவம் '*Automatic Teller Machine*'. அதற்குப்பின்னால் கூடுதலாக இன்னொரு மெஷினைச் சேர்க்கவேண்டியதில்லை!

★★★

ஒரு கேளிக்கைப்பாடலில் இப்படியொரு வரியை எழுதியிருப்பார் வைரமுத்து:

> *'அஜக்குன்னா அஜக்குதான்*
> *குமுக்குன்னா குமுக்குதான்.'*

அஜக்கு என்றால் என்ன? குமுக்கு என்றால் என்ன?

பொதுவாக சினிமாப் பாடல்களில் எழுதப்படும் இதுமாதிரி *filler* சொற்களுக்கு அர்த்தம் தேடக்கூடாது. சும்மா பாடுவதற்கு ஜாலியாக இருந்தால் போதும், அவ்வளவே.

சமீபத்தில் பாரதிதாசன் பாடல்களைப் படித்துக்கொண்டிருந்தேன். அங்கே 'தமிழர்க்கே சலுகை வேண்டும்' என்ற பாடலின் நடுவே ஒரு வரி, 'குமுக்கு சொல்லித் தமுக்கடிப்பீர்' என்று இருந்தது.

தமுக்கு என்றால் அர்த்தம் தெரியும், அது ஓர் இசைக்கருவி. ஆனால் குமுக்கு? அதற்கு என்ன அர்த்தம்? பாரதிதாசனுமா ஃபில்லர் வார்த்தைகளைப் பயன்படுத்துவார்?

அந்த வரிக்குக் கீழேயே, அதையும் குறிப்பிட்டிருந்தார்கள். "குமுக்கு = ஆதரவு" என்று.

ஆச்சர்யத்துடன் அகராதியைப் புரட்டினேன். அங்கேயும் 'குமுக்கு' என்றால் '*assistance*' என்று உள்ளது.

ஆக, குமுக்கு என்றால் குமுக்குதான், குமுக்கு என்றால் உதவிதான் என்று அர்த்தம் எடுத்துக்கொள்ளலாம். ஆட்டோக்காரர்கள் நமக்குப் பல உதவிகளைச் செய்கிறார்கள் அல்லவா?

அப்போ அஜக்கு? அதற்கும் அர்த்தம் இருக்குமோ? உங்களுக்குத் தெரிந்தால் சொல்லுங்கள்!

★★★

'பச்சை மாமலைபோல் மேனி, பவள வாய் கமலச் செங்கண்' என்பது தொண்டரடிப்பொடியாழ்வார் எழுதி மிகப் பிரபலமான பிரபந்தப் பாடல். அதில் வருவது பவள வாய். ளகரம்.

ஆனால் பலர் 'பவழம்' என்றும் எழுதுகிறார்கள். இது சரியா?

தமிழ் இலக்கணத்தில் 'போலி' என்று ஒரு சமாசாரம் உண்டு. ஒரு சொல்லில் உள்ள ஓர் எழுத்து (அல்லது சில எழுத்துகள்) முறைப்படி எழுதவேண்டிய வழக்கத்திலிருந்து மாறிக் காணப்படும். பின்னர் அதை அப்படியே மக்கள் பயன்படுத்திப் பயன்படுத்தி அதுவே நிலைத்துவிடும்.

உதாரணமாக, 'மனம்' என்பது 'மனது' அல்லது 'மனசு' என்று

மாறும். 'ஐந்து' என்பது 'அஞ்சு' என மாறும்.

அதன்படி, இங்கே பவளம், பவழம் இரண்டில் ஒன்றுதான் சரி, இன்னொன்று போலி என்று நாம் ஊகிக்கலாம். அதாவது, பவளம் சரி என்றால், பவழம் போலி, அல்லது *Vice Versa.*

பெரும்பாலானோர் 'பவழம்'தான் சரி, ழகரம் உச்சரிக்க வராத மக்கள் அதைப் 'பவளம்' என்று மாற்றிவிட்டதாகச் சொல்கிறார்கள். எனக்கு அது சரியாகத் தோன்றவில்லை.

காரணம், தமிழில் ழகரம் வரும் சொற்கள் ஏராளமாக உள்ளன. அவை எல்லாமா 'ளகர'த்துக்கு மாறிவிட்டன? பவழம்தான் சரி, பவளம் போலி என்று உறுதியாகச் சொல்லத்தக்க சான்றுகள் எனக்குத் தெரிந்து இல்லை.

பவளம், பவழம் இரண்டும் ஒரே மீட்டர் (புளிமா). எனவே, இவற்றில் ஒன்றைத் தூக்கிவிட்டு இன்னொன்றை அங்கே சுலபமாக வைத்துவிடலாம். ஒரு பாடலின் ஒலி அழகு கெடாது.

அதேபோல், பவ'ள'ம், பவ'ழ'ம் என்ற சொல் இணையில் பிரச்னைக்குரிய எழுத்து (ழ அல்லது ள) மூன்றாவதாக இருக்கிறது. எனவே, மரபுக் கவிதைகளில் வருகிற எதுகை நயத்தை வைத்தும் இவற்றில் எது சரி என்று நாம் கண்டுபிடிக்கமுடியாது.

ஆக, பவளமா, பவழமா என்கிற கேள்விக்கான விடையை நாம் மரபுக்கவிதை இலக்கணத்தை வைத்தும் பெற இயலாது.

இதன் அர்த்தம், 'ஐந்து' என்பது சரி, 'அஞ்சு' என்பது போலி என்று உறுதியாகச் சொல்வதைப்போல், பவளம், பவழம் விஷயத்தில் நம்மால் ஓர் உறுதியான தீர்மானத்துக்கு வர இயலவில்லை. பழந்தமிழ் இலக்கியங்களில் பவழம், பவளம் இரண்டுமே பயன்பட்டுள்ளன.

ஆகவே, இவற்றில் ஒன்று போலியாக இருந்தாலும்கூட, நெடுநாளாகப் பயன்பாட்டில் உள்ளதால் எது நிஜம், எது போலி என்பதே தெரியாத அளவுக்கு மயங்கிவிட்டோம்!

பவளமோ பவழமோ, பொதுவாகச் செக்கச் சிவந்த உதட்டுக்குதான் உவமையாகச் சொல்லப்படும். அதைப் பார்த்த

மோகத்தில் வாய் குழறுவது சகஜம்தான்!

★★★

ஆங்கிலத்தில் ஒரே ஒரு பொருள், அல்லது மனிதர் அல்லது விலங்கைக் குறிப்பிடுவதற்கு '*a*' மற்றும் '*an*' என்ற சொற்களைப் பயன்படுத்துகிறோம். அதுவே பன்மையாக வந்தால் '*few*', '*some*', '*many*' என்பதுபோன்ற சொற்கள் உள்ளன.

இவற்றுக்கு இணையாகத் தமிழில் உள்ள சொற்கள்: 'ஒரு', 'ஓர்', 'சில', 'பல'...

உதாரணமாக, "*a ball*" என்பது "ஒரு பந்து" என மாறும், "*few balls*" என்பது "சில பந்துகள்" என்று ஆகும், "*an ant*" என்பது "ஓர் எறும்பு" என எழுதப்படும்.

இந்தச் சொற்களைப் பயன்படுத்தும்போது ஒரே ஒரு பிரச்னை, 'ஒரு' அல்லது 'சில' என்றால் அது உயர்திணையா, அஃறிணையா, ஆணா, பெண்ணா என்று வித்தியாசம் காணமுடியாது.

ஆங்கிலத்தில் இதற்குத் தீர்வு கிடையாது. தமிழில் உண்டு.

ஒரு பந்து, ஓர் எறும்பு என்ற சொற்களைத் தமிழில் வேறுவிதமாகவும் சொல்லமுடியும்: பந்து ஒன்று, எறும்பு ஒன்று.

அப்படியானால், 'ஒரு ராஜா', 'ஒரு ராணி' என்பதை எப்படி எழுதுவது?

'ராஜா ஒருவன்', 'ராணி ஒருத்தி'.

'சில ராஜாக்கள்' என்பதை?

'ராஜாக்கள் சிலர்'!

ஆக, பெயர்ச்சொல்லுக்கு முன்னால் ஒரு, ஓர், சில, பல போன்றவற்றைப் பயன்படுத்தாமல், அதைத் தூக்கிப் பெயர்ச் சொல்லுக்குப் பின்னால் போட்டால், ஒருவன், ஒருத்தி, ஒன்று, சிலர், சிலது, பலர், பலது என்று அது பலவிதமாக மாறி, சம்பந்தப்பட்ட பெயர்ச் சொல் ஆணா அல்லது பெண்ணா, உயர்திணையா அல்லது அஃறிணையா, ஒருமையா அல்லது பன்மையா என்றெல்லாம் அழகாகக் காண்பித்துவிடுகிறது.

சொல்லப்போனால், உயர்திணைக்கு 'ஒரு', 'ஓர்', 'சில', 'பல' போன்றவற்றைப் பயன்படுத்தவே கூடாது என்கிறார்கள். 'ஒரு மன்னன்' என்பதைவிட 'மன்னன் ஒருவன்' என்பதுதான் சரியாம். இதற்கு இலக்கண நெறிகள் எதையும் கண்டதில்லை. ஆனால் இதுதான் மரபு என்று வாசித்துள்ளேன்.

★★★

'வசம்' என்ற சொல்லை, ஏதோ ஒன்றைத் தன்னிடம் வைத்திருப்பது என்கிற பொருளில் பயன்படுத்துகிறோம். உதாரணமாக, 'இந்தப் பையன் கைவசம் நிறைய திறமைகள் இருக்கு!'

இதையே செயலாகவும் குறிப்பிடலாம், 'என்ன மாயமோ, அந்தப் பொண்ணு என் பையனை அப்படியே வசப்படுத்திட்டா!'

இப்படிப்பட்ட ஒரு நிலையைதான் 'பரவசம்' என்கிறோம், பர + வசம், அதாவது, ஒருவர் தன்னுடைய கட்டுப்பாட்டில் இல்லை, சுய வசத்தில் இல்லை, இன்னொருவருடைய, அல்லது இன்னொன்றுடைய (பர) வசத்தில் இருக்கிறார். தேசி, பரதேசிபோல, வசம், பரவசம்.

இந்தப் பாடலில் காதலனைச் சூழும் பெண்கள் உன்னைப் 'பார்த்தாலே பரவசம்' என்கிறார்கள். அதாவது, 'டேய், உன்னைப் பார்த்தாலே போதும், அடுத்த விநாடி எங்க மனசு எங்க கையில இருக்கறதில்லைடா!'

இதையே கோயிலில் கடவுள் முன்னால் நிற்கும்போதும் சொல்லலாம். கண்ணனைப்பற்றி ஊத்துக்காடு வேங்கடசுப்பையர் 'பால் வடியும் முகம், நினைந்து நினைந்து என் உள்ளம், பரவசம் மிக ஆகுதே' என்று பாடுவார்.

இந்தப் பரவசத்துக்கு 'இன்னொருவர் வசம்' என்பதைத்தவிர இன்னோர் அர்த்தமும் சொல்லலாம்: பரவசம் = பரன் + வசம்.

பரன் என்றால் கடவுள், பரவசம், பரன் + வசம் என்றால் கடவுளின் வசம், 'நானா இயங்குகிறேன்? என்னை

ஆட்டுவிப்பவன் அவன் அல்லவா?' என்கிறார்கள் பக்தர்கள்!

★★★

'கைத்தலம்' என்ற சொல்லை நம்மிடையே மிகவும் பிரபலப்படுத்தியவர்கள், இரண்டு கவிஞர்கள். ஒன்று ஆண்டாள், இன்னொன்று அருணகிரிநாதர்.

'வாரணமாயிரம் சூழ வலம் செய்து நாரண நம்பி நடக்கின்றான்' என்று கல்யாணக் கனவைச் சொல்லத் தொடங்கிய ஆண்டாள், 'கைத்தலம் பற்றக் கனாக் கண்டேன்' என்கிறாள்.

ஆண்டாள் இப்படிக் காதலோடு பாட, அருணகிரிநாதர் பக்தி நெறி நிற்கிறார். 'கைத்தல நிறை கனி, அப்பமோடு அவல் பொரி' என்று பட்டியல் போட்டுப் பிள்ளையாரை அழைத்து வழிபடுகிறார்.

உண்மையில் 'கைத்தலம்' என்றால் என்ன?

இந்த இரண்டு பாடல்களிலும், வைரமுத்துவின் இந்தத் திரைப்படப் பாடலிலும் கைத்தலம் என்றால் உள்ளங்கை என்றுதான் அர்த்தம் தோன்றுகிறது. உள்ளங்கையைப் பற்றுவேன், உள்ளங்கையைப் பற்றக் கனாக்கண்டேன், உள்ளங்கையில் கனிகளை நிறைத்துவைத்தேன்'...

ஆனால் 'கைத்தலம்' என்பது கையாகிய தலம், அதாவது முழுக் கையையும் குறிக்கும். உள்ளங்கையும் அதன் பகுதி என்பதால், அதையும் குறிக்கும்.

கம்ப ராமாயணத்தில் ஒரு பாடல்.

ஓர் இளம் பெண். இவளுக்கு இடை இருக்கிறதா, அல்லது பொய்யான தோற்றமா என்று மயக்கமே ஏற்படும் அளவுக்குச் 'சிக்'கென்ற பேரழகி.

அவளுடைய காதலன், அவளை நெருங்குகிறான், கட்டித் தழுவுகிறான்.

ஆனால் அவளோ, ஏதோ ஞாபகத்தில் மூழ்கியிருக்கிறாள். இப்போது அவளுக்குக் காதல் விளையாட்டுகளில் ஆர்வம்

இல்லை. அவனுடைய கைகளை விலக்கிவிடுகிறாள்.

உடனே, அந்தக் காதலன் அதிர்ந்துபோகிறான், அவள் அவனுடைய கையை ஒதுக்கிவிட்ட செயல், அவன் நெஞ்சில் கூர்வாள் பாய்ந்ததைப்போல் இருந்தது என்கிறார் கம்பர்.

ஓர் ஆணின் நெஞ்சம் இப்படிப் புண்ணாவதை அவர் விரும்புவாரா? 'கைத்தலம் நீக்கினள், கருத்தின் நீக்கலள்' என்று சமாதானப்படுத்துகிறார். அதாவது, கையைதான் விலக்கினாள், கருத்திலிருந்து அவனை நீக்கவில்லை.

புரியலையா? அவ ஏதோ வேலை விஷயத்தை யோசிச்சுகிட்டிருக்காய்யா, டிஸ்டர்ப் பண்ணாதே, கொஞ்ச நேரம் டிவி பார்த்துட்டு வா, அப்புறமா ரொமான்ஸ் பண்ணலாம்!

★★★

இணையத்தில் ஒரு செய்தியைப் படித்துக்கொண்டிருந்தேன். 'இந்தத் திட்டம் வருகிற நவம்பரிலோ அல்லது டிசம்பரிலோ அமலுக்கு வரும்' என்று எழுதியிருந்தார்கள்.

தமிழில் ஓகாரம், 'ஆவது' என்ற சொல்லில் முடியும் இரு சொற்களை அடுத்தடுத்து எழுதும்போது, இடையில் 'அல்லது' என்று சேர்க்கவேண்டியதில்லை. காரணம், அந்த ஓகாரம் / 'ஆவது' என்பதிலேயே 'அல்லது' என்பதும் இருக்கிறது.

அதாவது, 'மானோ மீனோ' என்று சொன்னாலே, மானோ அல்லது மீனோ என்றுதான் அர்த்தம். ஒருவேளை அந்த ஓகாரம் இல்லாவிட்டால் 'மான் அல்லது மீன்' என்று எழுதலாம்.

அதேபோல், 'இன்றைக்காவது அல்லது நாளைக்காவது' என்று எழுதவேண்டியதில்லை. 'இன்றைக்கு அல்லது நாளைக்கு' என்று எழுதலாம், 'இன்றைக்காவது நாளைக்காவது' என்று எழுதலாம், 'இன்றைக்கோ நாளைக்கோ' என்று எழுதலாம்.

எதற்கு அநாவசியமாக அல்லதைச் சேர்க்கவேண்டும்? நல்லதைச் சேர்த்தால் போதுமே!

★★★

டி. ராஜேந்தர் எழுதிய திரைப்பாடல் ஒன்று:

பல வண்ணப் பூக்கள், பாடுது பாக்கள்
அது ஏன் தேன் சிந்துது?
அது நீ பூ என்குது!

இந்தப் பாடலைக் கேட்டுக்கொண்டிருக்கும்போதே 'என்குது' என்கிற வார்த்தையால் திகைத்துப்போனேன். ரீவைண்ட் செய்து மறுபடி தெளிவாகக் கேட்டேன், 'என்குது' என்றுதான் பாடுகிறார் எஸ். பி. பி.

'என்கிறது' என்ற சொல்லின் சுருக்கம்தான் இது. ஆனால், சாதாரணமாக நாம் எழுத்திலோ பேச்சிலோ பயன்படுத்துகிற வார்த்தை அல்ல. பாடல்களில்கூட, மிக அபூர்வமாகவே தென்படுகிறது.

உதாரணமாக, 'தோட்டத்தில் மேயுது வெள்ளைப்பசு' என்ற கவிமணியின் பிரபலமான குழந்தைப் பாடலில், 'அம்மா என்குது வெள்ளைப் பசு' என்று ஒரு வரி வரும்.

கவிமணி பாடலிலும் சரி, டி. ராஜேந்தரின் பாடலிலும் சரி, 'என்குது' என்பதற்குப் பதில் 'என்கிறது' என்று எழுதினால் மெட்டுக்குப் பொருந்தாது. அதையே கொஞ்சம் சுருக்கி 'என்றது' என்று எழுதினால் கச்சிதமாகப் பொருந்தும். இவர்கள் இருவரும் பிரபலமான அந்த வார்த்தையைத் தவிர்த்து வேண்டுமென்றே 'என்குது' என்ற சொல்லைப் பயன்படுத்தியிருக்கிறார்கள் என்று ஊகிக்கிறேன். அதற்கும் ஒரு தனி அழகு இருக்கிறதுதான்!

நல்லவேளையாக, நாமும் இந்தச் சொல்லைக் கைவிட்டுவிடவில்லை. கொஞ்சம் மாறுபட்ட வடிவத்தில் இன்னும் பயன்படுத்திக்கொண்டுதான் இருக்கிறோம்.

உதாரணமாக, 'கதவை இழுத்து இழுத்துப் பார்த்தேன், திறக்கமாட்டேங்குது' என்று சொல்கிறோம் அல்லவா? அதன் எழுத்து வடிவம், 'திறக்க மாட்டேன் என்குது'. அதுதான் பின்னர் 'திறக்கமாட்டேனென்குது' என்று மாறி, திரிந்து, 'திறக்கமாட்டேங்குது' என்று சிதைந்துவிட்டது!

அதாவது, 'என்குது' என்ற சொல்லின் சிதைந்த வடிவம்தான், இன்று நாம் சர்வசாதாரணமாகப் பயன்படுத்துகிற 'ங்குது' என்ற விகுதி.

இது உங்கள் மனத்தில் விளங்குவேன் என்குதா? விளங்கமாட்டேங்குதா?

★★★

'அத்தான்' தெரியும், அது என்ன 'அத்தன்'?

அத்தன் என்றால் தந்தை என்று பொருள்.

சுந்தரர் தன்னுடைய ஒரு பாடலில் சிவனை 'பித்தா! பிறைசூடி! பெருமானே! அருளாளா! அத்தா!' என்பார்.

இன்றைக்கும் இஸ்லாமியர்களின் வீடுகளில் தந்தையை 'அத்தா' என்று அழைக்கும் பழக்கம் இருக்கிறது. அதேபோல் மலையாளிகள் 'அச்சா' (அதாவது, 'அச்சன்', 'அச்சனே') என்ற வார்த்தையைப் பயன்படுத்துகிறார்கள்.

கம்ப ராமாயணத்தின் ஒரு பாடலில் ராமன் தன் தம்பி லட்சுமணனிடம், 'அத்தா! இது கேள்!' என்று தொடங்கிப் பேசுவான். இன்னொரு பாடலில் விபீஷணன் தன் அண்ணன் ராவணனிடம் 'அத்த! என் பிழை பொருத்தருள்' என்பான்.

என்ன குழப்பம் இது? ராமனுக்கு எப்படி லட்சுமணன் தந்தை ஆவான்? விபீஷணனுக்கு எப்படி ராவணன் தந்தை ஆவான்?

அது ஒன்றும் பெரிய மர்மம் இல்லை. தம்பியிடமோ அண்ணனிடமோ உரையாடும்போது, 'அப்படி இல்லைப்பா' என்று பேச்சுவாக்கில் சொல்கிறோம் அல்லவா? அதுபோலதான் ராமனும் விபீஷணனும் 'அத்தன்' என்ற சொல்லைப் பயன்படுத்துகிறார்கள். இந்த இரண்டு பாடல்களிலும் அதன் பொருள், 'எனக்கு தந்தையைப்போன்றவனே!'

★★★

சென்னையில் ஒரு பெரிய கார்ப்பரேட் அலுவலகம். ஆனாலும் எப்படியோ பெயர்ப்பலகைகளில் ஆங்கிலத்தோடு தமிழுக்கும்

சம உரிமை அளித்திருந்தார்கள்.

என்னுடன் வந்திருந்த நண்பர் ‘மின் தூக்கி’ என்ற பெயரைப் பார்த்துவிட்டு நக்கலாகச் சிரித்தார். ‘அபத்தமான மொழிபெயர்ப்பு’ என்றார்.

‘ஏன்? Liftங்கறது ஆங்கிலப் பெயர், அதற்கு இணையான தமிழ்ச்சொல் தூக்குதல், அப்படின்னா மின்சாரத்தால இயங்கற “தூக்கி”ங்கற பெயர் சரியாதானே இருக்கு?’ என்றேன்.

‘அதென்னவோ, எனக்குத் தூக்கிங்கற பெயர் இயல்பாத் தோணலை’ என்றார் அவர், ‘இதையே ஏணின்னு சொல்லிப்பாருங்க, அது ரொம்ப இயல்பா இருக்கு!’

நண்பருக்கு விளக்க முயன்றேன். ‘நம்மைத் தூக்கிச் செல்லுதல்’ என்பது செயல், அதைச் செய்யும் கருவியைத் ‘தூக்கி’ என்று சொல்வதில் எந்தத் தவறும் இல்லை.

சொல்லப்போனால், ‘ஏணி’ என்ற சொல்லே இப்படி வந்ததுதான்.

தமிழில் ‘ஏண்’ என்றால் உயர்வு என்று அர்த்தம். ‘ஏணிலேன்’ என்று திருமங்கை ஆழ்வார் தன்னைச் சொல்லிக்கொள்வார். அதாவது, ஏண் இலேன், கடவுளுக்கு முன்னால் நான் எந்த உயர்வும் இல்லாத சாதாரண ஆள் என்று பொருள்.

ஏண் என்றால் உயர்வு, நாம் உயர்வடைய உதவும் கருவிக்கு ‘ஏணி’ என்று பெயர்.

அதே முறைப்படி, ‘தூக்கு’ என்ற சொல்லில் இருந்து ‘தூக்கி’ என்ற சொல் வரலாம்தானே?

★★★

பழந்தமிழ் நாட்டில் மாடு கட்டிப் போரடித்தால் கட்டுப்படியாகாது என்று யானை கட்டிப் போரடித்ததாகச் சொல்வார்கள். அதற்கு என்ன பொருள்?

நானும் பார்த்ததில்லை. படித்துத் தெரிந்துகொண்டதைச் சொல்கிறேன்.

நெல்வயலில் இருந்து கதிர்களை அறுவடை செய்தபிறகு, அவற்றிலிருந்து தானிய மணிகளைப் பிரித்து எடுத்தால்தானே அரிசி கிடைக்கும்? அதற்காக, அறுத்த கதிர்களைக் கையில் பிடித்து அடிப்பார்கள், அவற்றிலிருந்து நெல் மணிகள் மொத்தமாகக் கீழே விழும்.

ஆனால் அப்போதும், சில நெல் மணிகள் பிடிவாதமாகக் கதிரிலேயே ஒட்டிக்கொண்டிருக்கும். அவற்றை ஒவ்வொன்றாகப் பிரித்து எடுக்கவா முடியும்?

அதற்காக, அடித்து முடித்த கதிர்களையெல்லாம் ஒரு களத்தில் வட்டமாகப் பரப்பிவைப்பார்கள். அதன்மீது மாடுகளை நடந்துவரச் செய்வார்கள். அவை மிதிக்க மிதிக்க, கதிர்களில் மீதமுள்ள நெல்மணிகள் அனைத்தும் உதிர்ந்துவிடும். இதற்குதான் போரடித்தல் அல்லது சூடடித்தல் என்று பெயர்.

விளைந்த நெற்கதிர்களின் அளவு குறைவாக இருந்தால், மாடுகளை மிதிக்கச் சொல்லலாம். நிறைய்ய்ய்ய இருந்தால்? அதற்குப் பெரிய யானைகள் தேவைப்படும் என்று புலவர்கள் உயர்வு நவிற்சி அணியாக மிகைப்படுத்திச் சொல்லிப் புகழ்கிறார்கள்!

இதற்குமேல் இந்த விஷயத்தை விவரித்தால் *bore* அடித்துவிடும்!

★★★

ஆங்கிலத்தில் எந்த இரண்டு சொற்களை இணைத்துப் பட்டியல் போட்டாலும், நடுவில் ஒரு கமா (காற்புள்ளி) அல்லது '*and*' என்ற சொல்லைச் சேர்க்கிறோம். உதாரணமாக: *Ram and Laxman* அல்லது *Ram, Laxman.*

இதை அப்படியே தமிழுக்கும் நீட்டி, இப்படி எழுதுகிறோம்: ராம் மற்றும் லட்சுமணன் அல்லது ராம், லட்சுமணன்.

ஆனால் இந்த இரண்டு தவிர, தமிழில் மூன்றாவதாக இன்னொரு வகையும் உண்டு. பட்டியலில் உள்ள சொற்களுடன் 'உம்' சேர்த்து எழுதுவது. இப்படி: ராமனும் லட்சுமணனும்.

இலக்கணத்தில் இதனை 'எண்ணும்மை' என்கிறார்கள். அதாவது,

ராமன், லட்சுமணன் என்று எண்ணுகிற ‘உம்’மை. உதாரணமாக: நானும் அவனும், சந்திரனும் சூரியனும், பூவும் காயும்...

இப்படி எங்கெல்லாம் ‘எண்ணும்மை’ வருகிறதோ, அங்கெல்லாம் நடுவில் காற்புள்ளி சேர்க்க வேண்டியதில்லை, ‘மற்றும்’ என்ற சொல்லும் வேண்டியதில்லை. இதையெல்லாம் அந்த ‘உம்மை’ பார்த்துக்கொள்கிறது. ‘தமிழும் அவளும் ஓரினம்’ என்று எழுதினால் போதும், ‘தமிழும், அவளும் ஓரினம்’ என்று கமா போட்டு எழுதவேண்டியதில்லை.

★★★

‘முத்தாரம்’ என்ற சொல் எல்லாருக்கும் தெரியும், முத்து + ஆரம், முத்துகளால் ஆன மாலை.

அப்படியானால் வித்தாரம்? வித்து + ஆரம்? விதைகளைத் தொகுத்த மாலையா?

இந்தச் சொல்லை நாம் பேச்சில் அதிகம் பயன்படுத்துவதில்லை. பாடல்களில் கேட்டிருக்கிறேன், ’வித்தாரக் கவி’ என்று சிலரைச் சொல்வார்கள். ‘வித்தாரக் கள்ளி வெறகொடிக்கப் போனாளாம், கத்தாழை முள்ளு கொத்தோட வந்துச்சாம்’ என்று ஒரு பழமொழி உண்டு.

இதே சொல்லின் வடமொழி வடிவமான ‘விஸ்தாரம்’ நமக்கு நன்றாகத் தெரியும். ஒருவர் விரிவாக எதையாவது பேசினால், ‘நன்கு விஸ்தாரமா விளக்கறார்’ என்போம்.

இங்கேயும் அதே அர்த்தம்தான், ‘வித்தாரக் கள்ளி’ என்றால், வாயைத் திறந்தால் நிறுத்தமாட்டாள், பேசிக்கொண்டே இருப்பாள் என்று பொருள்.

ஆனால், ‘வித்தாரம்’ என்பது வளவளா என்று வாய்க்கு வந்ததைப் பேசுவதல்ல. ஒரு விஷயத்தைப்பற்றி ஆழமாகவும் விரிவாகவும் பேசுவது. அதனால்தான் ‘வித்தாரக் கவி’ என்பது பெருமையாகச் சொல்லப்படுகிறது. ஆகவே, நாம் ‘வித்தாரக் கள்ளி’யையும் பெருமையான வர்ணனையாகவே எடுத்துக்கொள்ளலாம்!

★★★

தமிழில் 'ஓ' என்ற எழுத்து ஒரு பெயர்ச் சொல்லோடு ஒட்டி வந்தால், அது சந்தேகத்தைக் குறிப்பிடும்.

'நான்' என்றால் உறுதிப்பொருள், 'நானோ' என்றால் சந்தேகம்! ("டாடா நானோ" அல்ல!)

'அவன்' என்றால் உறுதிப்பொருள், 'அவனோ' என்றால் சந்தேகம்!

ஆகவே, இந்தப் பாடலில் 'எனக்கென ஏற்கெனவே பிறந்தவள் இவளோ' என்றால், காதலனுக்கு இன்னும் அவள்தான் தன்னுடைய காதலி, பின்னர் தன் மனைவியாகப்போகிறவள் எனும் நம்பிக்கை வரவில்லையோ? அதனால்தான் கொஞ்சம் சந்தேகமாகவே பாடுகிறானோ?

காதலனுக்குச் சந்தேகம் வரலாம், கவிஞருக்கு வரலாமா? அவள்தான் என்று உறுதியாக அடித்துச் சொல்லவேண்டாமோ?

வைரமுத்து அதைதான் செய்திருக்கிறார், தண்டியலங்காரத்தில் 'அதிசய அணி' என்று குறிப்பிடப்படும் அணியின்கீழ் வருகிற 'ஐய அதிசயம்' என்ற வகையில் இந்தப் பாடலை எழுதியிருக்கிறார்.

'ஐய அதிசயம்' என்றால் ஐயப்படுவதன்மூலம் (சந்தேகப்படுவதன்மூலம்) ஒரு பொருளை உயர்த்திச் சொல்வது. 'இவளோ' என்றால், இங்கே 'இவள்தான்' என்று அர்த்தம்!

உதாரணமாக, காதலியைப் பார்த்து ஒருவன், 'அடியே நீ வெண்ணிலவோ, பூங்கொத்தோ, தேவதையோ, அப்ஸரஸோ, ஹன்ஸிகாவோ, நஸ்ரியாவோ' என்றெல்லாம் வரிசையாக "ஓ" போட்டால், அதெல்லாம் சந்தேகம் அல்ல, நீதான் வெண்ணிலவு, நீதான் பூங்கொத்து, நீதான் தேவதை என்று உறுதியாகச் சொல்லி அவளை உயர்த்திப் பேசுவதாக அர்த்தம்!

ஆஹா, இதுவல்லவோ கவிதை!

★★★

'குண்டுமணி' என்றால் என்ன அர்த்தம்?

குண்டான மணி என்றுதான் நான் நினைத்துக்கொண்டிருந்தேன். பிறகு ஒரு நண்பர் சொன்னார், அது ‘குன்றி மணி’யாம்.

சிவப்பு, கருப்பு நிறத்தில் உள்ள ‘குன்றி’ என்ற தாவரத்தின் விதைக்குதான் அந்தப் பெயர். தங்கத்தைக் குறைவாக வாங்கும்போது அதை அளவிடப் பயன்படுத்தப்படும் மிகச் சிறிய எடைக்கல் அது!

இந்தக் ‘குன்றி மணி’ என்ற பெயர்தான் பின்னர் பேச்சு வழக்கில் ‘குந்து மணி’, ‘குண்டு மணி’ என்று பலவிதமாக மாறிவிட்டதாம்!

★★★

தமிழில் ‘கா’ என்ற சொல்லுக்குச் சோலை அல்லது தோட்டம் என்று பொருள், காக்கப்படும் (வேலி போட்ட) தோட்டம் என்று விவரிக்கிறவர்களும் உண்டு.

இந்தச் சொல் நமக்கு அதிகப் பழக்கமில்லாததாக இருக்கலாம். ஆனால், ‘பூங்கா’ என்று சொல்கிறோமே, அது பூக்கள் நிறைந்த சோலை என்ற பொருள்தானே?

அதேபோல், ‘காவிரி’ என்ற நதியின் பெயருக்கே ‘கா + விரி’, அதாவது, சோலைகளை விரித்துச் செல்லும் நீர்வளம் நிறைந்த ஆறு, அல்லது சோலைகளுக்குள் விரிந்து பரவும் ஆறு என்றெல்லாம் பொருள் சொல்கிறார்கள்.

அப்போ காவேரி?

அதுவும் மக்கள் பயன்பாட்டில் உள்ளது. கவேர முனிவரின் மகள் என்பதால் அவளுக்குக் ‘காவேரி’ என்று பெயர் வந்ததாம். ஜனகன் மகள் ஜானகி, கேகயன் மகள் கைகேயி என்பதுபோல!

பெயர் / அதற்கான காரணம் எதுவானால் என்ன? ஆற்றில் தண்ணீர் வந்தால் சரி. நீரால் அமையும் உலகு!

★★★

‘உடை’ என்ற வேர்ச்சொல்லில் இருந்து பிறந்தது ‘உடுத்தல்’ என்ற செயல். இதே வரிசையில் வரும் ‘உடுப்பு’ என்பதும் மிக

அழகான சொல். ஆனால் ஆடை சார்ந்த மற்ற சொற்களோடு ஒப்பிடும்போது இவற்றை நாம் பேச்சில் குறைவாகவே பயன்படுத்துகிறோம்.

உண்மையில் 'உடுப்பு' என்பது 'உடுபு' என்ற கன்னடச் சொல்லில் இருந்து வந்தது என்கிறார் பாவாணர். அப்படியானால் 'உடுத்தல்' என்ற பெயர்ச்சொல்லும் அதன்பிறகுதான் வந்திருக்கவேண்டும்.

பழந்தமிழ்ப் பாடல்களில் 'உடுத்தல்'க்கு நிறைய மரியாதை இருக்கிறது. உதாரணமாக: *நீர் ஆரும் கடல் உடுத்த நில மடந்தை, உண்பது நாழி, உடுப்பது இரண்டே!*

சினிமாப் பாடல்களைப் பொறுத்தவரை, 'பட்டுடுத்தி' என்ற சொல் மிகப் பிரபலம் (பட்டு உடுத்தி), மற்றபடி இடுப்புக்கு எதுகையாக இருந்தும் உடுப்பைக் கவிஞர்கள் அதிகம் விரும்பாதது பெருவிநோதம்.

முந்தின வரியில் இரட்டை அர்த்தம் ஏதுமில்லை என்பதையும் சொல்லிவிடுகிறேன்!

★★★

என். எஸ். சிதம்பரம் எழுதிய பாடலொன்று:

கண்ட நாள் முதலாய், காதல் பெருகுதடி,
கையினில் வேல் பிடித்த, கருணை சிவ பாலனை!
வண்டிசை பாடும் எழில் வசந்தப் பூங்காவில்,
வந்து சுகம் தந்த கந்தனை, என் காந்தனை!

இங்கே 'காந்தன்' என்ற சொல்லைக் கவனிப்போம்.

முருகனைப் பாட வந்த என். எஸ். சிதம்பரம், கந்தன், காந்தன் என்று இயைபுத் தொடைக்காகமட்டும் அந்த வார்த்தையைப் பயன்படுத்தவில்லை. 'காந்தன்' என்றால் கணவன் என்று அர்த்தம். அந்தக் கந்தனையே தன்னுடைய கணவனாக நினைத்துப் பாடும் ஒரு பெண்ணின் மொழியாக இந்தப் பாடல் உள்ளது.

கண்ணனைப் பலவிதமாகக் கற்பனை செய்து எழுதிய பாரதி, '*கண்ணன்: என் காதலன்*'க்கும் '*கண்ணன்: என் தந்தை*'க்கும்

இடையே, 'கண்ணன்: என் காந்தன்' என்று ஒரு பாட்டு எழுதியுள்ளார்.

'லஷ்மி காந்தன்' என்று பெயர் கேள்விப்பட்டிருப்பீர்கள், அதன் அர்த்தம், திருமகளின் கணவன்.

இதே 'காந்தன்' என்ற பெயர், 'சிறந்த ஆண்' என்பதுபோன்ற பொருளிலும் வருகிறது என்று நினைக்கிறேன், எழுத்தாளர்'ஜெய காந்தன்' பெயருக்கு அர்த்தம், வெற்றியின் கணவன்? அல்லது, தொடர்ந்து ஜெயித்துக்கொண்டே இருக்கும் ஆண் மகன்?

இந்தத் திசையில் இன்னும் கொஞ்சம் ஆராய்ச்சியை நீட்டினால், விஜயகாந்த், ரஜினிகாந்த் போன்ற பெயர்களும் விஜயகாந்தன், ரஜினிகாந்தன் என்பதன் சுருக்கம்தானா? ஈர்க்கும் காந்தத்துக்கும் இவற்றுக்கும் என்ன தொடர்பு?

போகட்டும், 'காந்தன்' என்றால் கணவன், அதற்குப் பெண்பால், அதாவது 'மனைவி'க்கு இணையான சொல் என்ன?

'காந்தி' அல்ல, காந்தை!

இதற்குச் சான்றாக, நீதி நூல் பாடல் ஒன்றில் 'புரவிகள் போல் காந்தனும் காந்தையும்' என்கிறது. அதாவது, கணவனும் மனைவியும் ஒரு வண்டியில் பூட்டிய இரண்டு குதிரைகளைப்போல் ஒருமித்த சிந்தனையோடு இருக்கவேண்டுமாம்!

★★★

'கட்டிடம்' என்ற வார்த்தையைதான் பேச்சில், எழுத்தில் நாம் அதிகம் பயன்படுத்துகிறோம், மிகச் சிலர்மட்டும் 'கட்டடம்' என்று எழுதுகிறார்கள். இவற்றுள் எது சரி?

இரண்டுமே சரிதான், நீங்கள் எந்த அர்த்தத்தில் சொல்லவருகிறீர்கள் என்பதைப்பொறுத்து வார்த்தை மாறும்.

முதலில், கட்டடம், கட்டிடம் ஆகிய வார்த்தைகளைப் பிரித்துப் புரிந்துகொள்வோம், அப்புறம் பிழையே வராது.

முத்து + அணி = முத்தணி என்று புணர்கிறதல்லவா, அதுபோல,

கட்டு + அடம் = கட்டடம்.

'கட்டு' என்பது எல்லாருக்கும் தெரிந்த வார்த்தை, அதென்ன 'அடம்'? இப்பவே எனக்குக் கல்யாணம் கட்டிவெச்சாதான் ஆச்சு என்று ஒருவர் விழுந்து புரண்டு அடம் பண்ணுகிறாரா?

ஒன்றன்மீது ஒன்றாகப் பொருள்களை வைக்கும்போது, அதை 'அடுக்குதல்' என்கிறோம், இதே காரணத்தால் *Apartment*களுக்குத் தமிழில் 'அடுக்ககம்' என்று பெயர் உண்டு. 'அடுக்கு மல்லி' என்ற மலருக்கும் இதே காரணத்தால் அமைந்த பெயர்தான்.

அடுக்குதல், அடுக்ககம், அடுக்கு மல்லி ஆகியவற்றின் வேர்ச்சொல்தான் இந்த 'அடம்'. செங்கற்களை / மற்ற கட்டுமானப் பொருள்களை அடுக்கிக் கட்டப்படுவது கட்டடம்.

அடுத்து, முத்து + இனம் = முத்தினம் என்று புணர்கிறதல்லவா, அதுபோல, கட்டு + இடம் = கட்டிடம். அதாவது, கட்டுகின்ற இடம், அல்லது கட்டுவதற்கான இடம், கட்டுமானப் பொருள்களைச் சேகரித்துவைத்திருக்கும் இடம்.

ஆக, 'கட்டடம்' என்பது *Building*, 'கட்டிடம்' என்பது *Construction Site.*

இன்னொரு கோணம், 'கட்டு இடம்' என்பதை வினைத்தொகையாகவும் பார்க்கலாம்.

வினைத்தொகை முக்காலத்துக்கும் பொருந்தும், ஆக, கட்டு இடம் என்பதற்குக் கட்டுகின்ற இடம், கட்டிய இடம், கட்டப்போகும் இடம் என்று அர்த்தம் வரும். அந்த விதத்தில் பார்த்தால், 'கட்டிடம்' என்ற சொல்லையும் *Building*ஐக் குறிப்பிடுவதற்குப் பயன்படுத்தலாம்.

★★★

'கவரி வீசுதல்' என்றவுடன், பள்ளியில் தமிழ் படித்த எல்லாருக்கும் சட்டென்று மோசிகீரனார் ஞாபகம் வரும்.

புறநானூறுப் பாடல் ஒன்றில் வரும் பிரபலமான கதை அது. மோசிகீரனார் என்ற இந்தப் புலவர் ஓர் அரசனைச்

சந்திக்கச் செல்கிறார். அவன் பெயர் 'சேரமான் தகடூர் எறிந்த பெருஞ்சேரல் இரும்பொறை'.

நல்லவேளை அந்தக் காலத்தில் பாஸ்போர்ட்டெல்லாம் இல்லை. அப்படி இருந்திருந்தால், இந்த ராஜாவின் பெயரை எழுதி முடிப்பதற்குள் அதிலுள்ள பக்கங்கள் அனைத்தும் தீர்ந்துபோயிருக்கும்!

அது நிற்க, ராஜாவைப் பார்க்கப் போனார் புலவர். ஆனால் அவன் ஊரில் இல்லை. நடந்துவந்த களைப்பில் ஏதோ ஓர் இடத்தில் சுருண்டு படுத்துத் தூங்கிவிட்டார்.

உண்மையில், அது 'ஏதோ ஓர் இடம்' அல்ல. ராஜாவின் அதிகார முரசு வைக்கப்படும் இடம், அதன் பெயர் 'முரசுக் கட்டில்'. அதில் புலவர் படுத்து உறங்கியது மிகப் பெரிய குற்றம்.

ஆகவே, திரும்பி வந்த ராஜாவுக்கு மோசிகீரனாரைப் பார்த்துக் கோபம், முரசுக் கட்டிலை அவமானப்படுத்தியவரை வெட்டிவிட எண்ணி வாளை உருவினான்.

ஆனால், நெருங்கியபிறகுதான் அவர் புலவர் என்பது அவனுக்குப் புரிந்தது, ஆத்திரம் தணிந்தது, வாளைக் கீழே போட்டுவிட்டு, அவருக்குக் கவரி வீசினான்.

அது சரி, 'கவரி மான்' என்று கேள்விப்படுகிறோமே, அதற்கும் இந்தக் 'கவரி'க்கும் சம்பந்தம் உண்டா?

நிச்சயமாக உண்டு. அதற்குமுன்னால், அது 'கவரி மான்' அல்ல, 'கவரி மா' என்பதுதான் சரியான சொல். மா என்றால் விலங்கு, அது மானாக இருக்கவேண்டும் என்று அவசியம் இல்லை.

மாவோ மானோ, அது குளிர்ப் பகுதியில் வாழும் பிராணி, ஆகவே, அதற்கு உடல்முழுதும் நிறைய முடி இருக்கும், அந்த முடி நீங்கினால் இயற்கை ஸ்வெட்டர் இல்லாமல், குளிரைத் தாங்கமுடியாமல் அது இறந்துவிடும், இதை மையமாக வைத்து 'மயிர்நீப்பின் உயிர்வாழாக் கவரி மா' என்கிறார்கள், அதைக் கௌரவம் / மானம் போன்றவற்றுடன் தொடர்புபடுத்தி உவமையாக்குகிறார்கள்.

போகட்டும், 'கவரி' வீசுவதற்கும் 'கவரி' மா என்ற பிராணிக்கும் சொல் தொடர்பு எப்படி ஏற்பட்டது?

'கவரி' என்ற வார்த்தையின் பொருள் 'முடி நிறைந்த' (அல்லது) 'முடிபோன்ற ஒரு பொருள் நிறைந்த'. இந்த அர்த்தத்தில் இதனை எங்கு வேண்டுமானாலும் பொருத்தலாம்:

★ முடி நிறைந்த விலங்கு : கவரி மா

★ முடியால் செய்யப்பட்ட விசிறி : கவரி

★ முடிபோல் அடர்ந்து வளரும் நெற்பயிர் : கவரி நெல்

விளையாட்டுப் போட்டிகளின்போது *Cheer Girls* பல வண்ணங்களில் முடி அடர்ந்தாற்போன்ற தொகுதியைக் கொண்ட ஒரு குச்சியைக் கையில் வைத்து ஆ(ட்)டுகிறார்கள், அதற்கும் அநேகமாக இதே பெயரைச் சூட்டலாம் என்று நினைக்கிறேன்.

மறுபடி கவரி என்கிற விசிறிக்கு வருவோம், மோசிகீரனாரைக் கௌரவித்த அரசனும், காதலியின் வியர்வைத் துளியைத் துடைத்த தென்றலும் கையால்தான் கவரி வீசினார்கள். அதுதான் முறை.

ஆனால், கம்பர் ஓர் இடத்தில் 'கவரி வீசிய கால்' என்கிறார். இதென்ன கூத்து? காலால் கவரி வீசுவது வழக்கமில்லையே.

இங்கே 'கால்' என்றால் வலது கால், இடது கால் அல்ல, 'காற்று' என்று அர்த்தம். 'கவரி வீசிய கால்' என்றால், (கையால்) கவரி வீச, அதனால் எழுந்த காற்று!

★★★

தெளிவான எழுத்தும் ஆழமான ஆய்வும் நிறைந்த நூல்களுக்காகத் தமிழ் வாசகர்களிடையில் நன்கு அறியப்பட்டுள்ள என். சொக்கன் புனைவு, வாழ்க்கை வரலாறு, நிறுவன வரலாறு, தன்னம்பிக்கை, சிறுவர் இலக்கியம் உள்ளிட்ட துறைகளில் இதுவரை எழுபதுக்கும் மேற்பட்ட நூல்கள், நூற்றுக்கணக்கான கதைகள், கட்டுரைகளை எழுதியுள்ளார். விரிவான ஆய்வுகள், சான்றுகளின் அடிப்படையிலான ஆழமான வரலாற்று நூல்களைத் தமிழில் எழுத இயலும், அவற்றைப் பெரும்பான்மை வாசகர்களுக்குக் கொண்டுசேர்க்கவும் இயலும் என்பதைப் பலமுறை நிரூபித்த எழுத்து வகை இவருடையது.

தமிழ், ஆங்கிலம் ஆகிய இரு மொழிகளிலும் எழுதும் சொக்கனுடைய நூல்கள் ஹிந்தி, கன்னடம், மலையாளம் உள்ளிட்ட பல மொழிகளில் மொழிபெயர்ப்பாகியுள்ளன.

www.ingramcontent.com/pod-product-compliance
Ingram Content Group UK Ltd.
Pitfield, Milton Keynes, MK11 3LW, UK
UKHW042135021026
15589UKWH00003B/854

9 789393 882295